MỘT TRĂM TRUYỆN TÍCH NHÂN DUYÊN

Soạn tập bách duyên kinh

MỘT TRĂM TRUYỆN TÍCH NHÂN DUYÊN
(SOẠN TẬP BÁCH DUYÊN KINH)

NGUYỄN MINH TIẾN
Việt dịch và chú giải

Bản quyền thuộc về dịch giả và Nhà xuất bản Liên Phật Hội (United Buddhist Publisher).

Copyright © 2019 by United Buddhist Publisher
ISBN-13: 978-1-0921-2880-3
ISBN-10: 1-0921-2880-8

© All rights reserved. No part of this book may be reproduced by any means without prior written permission from the publisher.

NGUYỄN MINH TIẾN
Việt dịch và chú giải

MỘT TRĂM TRUYỆN TÍCH NHÂN DUYÊN

NGUYÊN TÁC HÁN VĂN
SOẠN TẬP BÁCH DUYÊN KINH
撰集百緣經

NHÀ XUẤT BẢN LIÊN PHẬT HỘI
UNITED BUDDHIST PUBLISHER (UBP)

LỜI NÓI ĐẦU

Tập sách *"Một trăm truyện tích nhân duyên"* này có nguồn gốc từ bản kinh tiếng Phạn nhan đề là *Avadāna-Cataka*,[1] nằm trong Đại tạng kinh Phật giáo và đã được phiên dịch ra nhiều thứ tiếng như Tây Tạng, *Pāli*, Hán, Pháp...

Bản dịch tiếng Pháp lấy tựa là *"Avadāna-Cataka ou Cent légendes bouddhiques"*, do *Léon Feer* dịch và phát hành tại nhà sách *Ernest Leroux 28 Rue Bonaparte Paris*, in xong năm 1891. Trước đây cư sĩ Đoàn Trung Còn đã dịch bản tiếng Pháp này sang tiếng Việt.

Bản chữ Hán nhan đề *"Soạn tập bách duyên kinh"*, do ngài Chi Khiêm đời nhà Ngô ở Trung Quốc dịch từ tiếng Phạn, gồm 10 quyển, được đưa vào Đại chánh tạng thuộc tập 4, kinh số 200, bắt đầu từ trang 203.

Đây là một bản kinh Phật đặc sắc, nêu bật lên ý nghĩa nhân quả bằng những truyện tích nhân duyên rất sống động, được thuật lại với nhiều chi tiết thú vị. Và với nội dung như thế, nên hầu như có thể thích hợp cho mọi tầng lớp, mọi lứa tuổi. Bất cứ ai khi đọc qua một trong những truyện tích này cũng đều có thể rút ra được những điều cần chiêm nghiệm, suy ngẫm trong cách ứng xử hằng ngày của mình.

Qua những câu truyện tích này, chúng ta hiểu ra một điều đã từ nhiều thế kỷ nay rất quen thuộc đối với mọi người Việt Nam, đó là: *"Ở hiền gặp lành."* Đây chính là tinh thần

---

[1] Avadāna, phiên âm là A-ba-đà-na, nghĩa là: nhân duyên, thí dụ. Cataka: một trăm đời. Hán dịch là Soạn tập bách duyên kinh (撰集百緣經), tức là bản kinh thuật lại một trăm truyện tiền kiếp, mỗi truyện đều nói lên nhân duyên từ trước. Kinh này thấy xuất hiện từ khoảng thế kỉ thứ 2, nhấn mạnh tính chất quan trọng của nghiệp báo.

Phật giáo bàng bạc trong dân gian, một thứ đạo lý không cần rút ra từ thiên kinh vạn quyển, mà như một sự chứng nghiệm cụ thể qua những gì tai nghe mắt thấy hằng ngày.

Chính nhờ vậy mà bản dịch của cư sĩ Đoàn Trung Còn trước đây đã được sự đón nhận rất nhiệt tình từ nhiều tầng lớp độc giả khác nhau, từ bậc trí thức uyên thâm cho đến giới bình dân ít học.

Gần đây, khi đối chiếu kỹ giữa nguyên bản chữ Hán trong Đại tạng kinh với bản dịch của cư sĩ Đoàn Trung Còn, chúng tôi thấy có một số điểm cần sửa chữa, bổ khuyết. Vì thế, chúng tôi không nệ tài hèn sức mọn, đã nỗ lực hết sức để hoàn thiện những gì người đi trước đã làm.

Trên tinh thần đó, chúng tôi cố gắng gìn giữ tối đa bản dịch cũ, nhưng đồng thời cũng so sánh với bản chữ Hán để hoàn chỉnh nội dung hơn so với trước đây. Như vậy, bản dịch tiếng Việt lần này được kết hợp giữa hai bản dịch Pháp văn và Hán văn như đã nói trên. Bản hoàn chỉnh đã được xuất bản với hình thức in kèm theo bản chữ Hán và đã được đông đảo bạn đọc đón nhận (NXB Tôn giáo, Hà Nội, 2005).

Do nhu cầu của đông đảo bạn đọc, trong đó có nhiều người không sử dụng đến phần Hán văn, nên lần này chúng tôi chỉ cho in riêng phần Việt dịch và chú giải, nhằm tạo điều kiện để nhiều người được tiếp cận với bản kinh này hơn. Ngoài ra, chúng tôi cũng thực hiện một số điểm bổ sung, chỉnh sửa cho bản dịch so với lần in trước.

Mặc dù đã cố gắng hết sức mình, nhưng do sự giới hạn nhất định về trình độ và năng lực, chắc chắn không tránh khỏi có ít nhiều sai sót, kính mong các bậc cao minh rộng lòng chỉ giáo.

NGUYỄN MINH TIẾN

PHẨM THỨ NHẤT

BỒ TÁT ĐƯỢC THỌ KÝ[1]

1.
THỈNH PHẬT TỪ PHƯƠNG XA

Lúc ấy, đức Phật ở gần thành *Vương Xá*,[2] trong khu rừng Trúc Lâm.

Bấy giờ, về phía nam có người *bà-la-môn* tên là Mãn Hiền,[3] giàu có, của cải tài vật nhiều vô kể. Người này tánh tình nhu thuận, hiền hậu, giàu lòng thương người và rất chuộng việc bố thí. Ông tin và thờ phụng đức *Tỳ-sa-môn*,[4] đã từng chu cấp, cúng dường cho cả trăm ngàn thầy ngoại đạo, hy vọng nhờ phước ấy mà được sinh lên cõi trời.

Lúc ấy, có một người họ hàng của Mãn Hiền từ thành *Vương Xá* đến. Ông này đã từng đến lễ Phật, nên ca tụng với Mãn Hiền về công đức của ngôi Tam bảo: Phật, Pháp, Tăng. Ông nói rằng, chính vua *Tần-bà-sa-la*[5] ở thành *Vương Xá*

---

[1] Thọ ký: Phật xác nhận và nói trước việc thành Phật về sau này của một vị Bồ Tát.

[2] Vương Xá (王舍): phiên âm từ tiếng Phạn là **Rājagriha**, cũng dịch theo nghĩa là La Duyệt.

[3] Phiên âm là Phú-lâu-na, từ tiếng Phạn là **Pūrna**, nghĩa là đầy đủ, Hán dịch là Mãn Hiền (滿賢).

[4] Một trong các vị thần được thờ phụng theo tín ngưỡng Bà-la-môn, có từ trước khi Phật ra đời.

[5] Tần-bà-sa-la: phiên âm từ tiếng Phạn là **Bimbisāra**.

cũng qui y theo Phật và có đến hàng trăm ngàn người, gồm cả các vị đại thần, trưởng giả, quan thuộc... đều theo gương vua mà theo đạo Phật. Oai đức của Phật khiến cho tất cả mọi người không ai nghe đến mà không hết lòng kính ngưỡng, tán thán.

Ông Mãn Hiền nghe người ấy xưng tụng công đức của Phật thì tự nhiên sinh lòng tin phục, kính ngưỡng. Ông liền lên trên lầu cao, quay mặt về phía thành *Vương Xá*, quỳ gối tung các thứ hương hoa, nước sạch lên và cầu thỉnh đức Phật rằng: "Như Lai công đức vô lượng, ngưỡng mong ngài thọ nhận những lễ cúng dường này và khiến cho hương thơm bay tỏa khắp thành *Vương Xá*, hoa thơm hóa thành lọng hoa mà che trên đầu Phật."

Phát nguyện như vậy rồi, liền thấy những hương hoa cúng Phật tự bay đến thành *Vương Xá*, khói hương bay tỏa khắp thành, còn hoa thơm thì tụ lại thành một lọng hoa bay đến che trên đầu Phật.

Khi ấy, Tôn giả *A-nan*[1] nhìn thấy sự thần biến như vậy liền thưa hỏi Phật rằng: "Bạch Thế Tôn, chẳng hay những hương hoa này từ đâu mà đến?"

Đức Thế Tôn đáp rằng: "A-nan! Về phía nam, ở nước Kim Địa, có người trưởng giả tên là Mãn Hiền. Người ấy từ phương xa mà phát nguyện thỉnh ta cùng chư tăng đến để cúng dường. Ta nhận lời thọ nhận lễ cúng, vậy chư *tỳ-kheo* hãy cùng nương thần lực của ta mà đi đến đó!"

Bấy giờ đức Phật và một ngàn vị *tỳ-kheo* cùng hiện về phương nam. Nhờ thần lực của Phật, các vị đều thấy như chỉ gần trong gang tấc. Phật lại hiện thần lực khiến cho một ngàn vị *tỳ-kheo* đều ẩn hình đi không ai nhìn thấy, duy chỉ thấy một mình ngài ôm bát đến chỗ ông trưởng giả Mãn Hiền.

---

[1] A-nan, hay A-nan-đà, tiếng Phạn là Ānanda, Hán dịch là Khánh Hỷ (慶喜) nghĩa là "rất vui". Ngài A-nan là thị giả của Phật trong hai mươi năm, được Phật khen là Đa văn đệ nhất trong các đệ tử của Ngài.

Bấy giờ ông Mãn Hiền biết Phật đã đến liền cùng với năm trăm người thuộc hạ ra nghênh tiếp, mang theo đủ các thứ thức ăn ngon quý để cúng dường. Ông nhìn thấy đức Thế Tôn với ba mươi hai tướng tốt, tám mươi vẻ đẹp, hào quang rạng ngời, sáng hơn cả trăm ngàn mặt trời, dáng đi uy nghi, thanh thoát, đủ vẻ trang nghiêm tốt đẹp, liền đến quỳ lạy dưới chân Phật, thưa rằng: "Lành thay! Nay đức Thế Tôn đã từ bi thương xót mà đến đây thọ nhận phẩm vật cúng dường của con."

Phật bảo Mãn Hiền rằng: "Ông muốn cúng dường ta món gì, cùng với năm trăm thuộc hạ của ông nữa, hãy đặt hết thảy vào bình bát của ta đây!"

Ông Mãn Hiền với năm trăm thuộc hạ vâng lời dạy liền đặt các món thức ăn mang đến vào bình bát của Phật. Rất nhiều các thứ đồ ăn thức uống ngon quý, số dùng cho cả ngàn người, nhưng đặt mãi vào mà bình bát vẫn không đầy.

Do thần lực của đức Thế Tôn, bình bát của một ngàn vị *tỳ-kheo* khi ấy đều được đầy đủ các món vật thực, rồi các ngài bỗng nhiên hiện hình ra đứng vây quanh đức Phật.

Chứng kiến phép mầu nhiệm ấy, ông trưởng giả Mãn Hiền khen là việc chưa từng có, liền lấy hết tâm thành mà lễ bái Phật, phát lời nguyện lớn rằng: "Với phước lành cúng dường vật thực lên đức Phật và chư tăng hôm nay, nguyện trong đời vị lai tôi sẽ vì những chúng sanh mù lòa mà hóa hiện làm cho mắt sáng, vì những chúng sanh chưa thọ pháp quy y mà giáo hóa cho quy y, vì những chúng sanh không người cứu hộ mà hóa thân cứu hộ, vì những chúng sanh chưa được an ổn mà làm cho an ổn, vì những chúng sanh chưa nhập *Niết-bàn* mà làm cho đều được nhập *Niết-bàn*."

Khi ông phát nguyện như vậy rồi thì đức Thế Tôn liền mỉm cười, từ nơi trán, giữa hai lông mày phóng ra một đạo hào quang năm sắc chiếu khắp thế giới, hóa hiện đủ các màu sắc, bay quanh Phật ba vòng rồi lại theo chỗ trên trán Phật mà bay trở vào.

Khi ấy, *A-nan* bạch Phật rằng: "Như Lai là đấng tôn quý, chẳng bao giờ vô cớ mà cười. Nay vì nhân duyên gì mà Phật mỉm cười, xin giảng giải cho chúng con được biết."

Phật bảo *A-nan*: "Ông có nhìn thấy trưởng giả Mãn Hiền đây cúng dường ta chăng?" *A-nan* thưa: "Bạch Thế Tôn, con đã thấy."

Phật dạy: "Trải qua ba *a-tăng-kỳ* kiếp nữa, người này sẽ tu tập đủ các hạnh *Bồ Tát*,[1] đầy đủ tâm đại bi, sáu phép *ba-la-mật*,[2] sau cùng sẽ thành Phật hiệu là Mãn Hiền,[3] hóa độ chúng sanh số lượng nhiều không thể tính đếm. Vì nhân duyên ấy mà ta mỉm cười."

Khi nghe Phật thuyết nhân duyên thành Phật về sau của ông trưởng giả Mãn Hiền, trong đại chúng có người được đắc quả *Tu-đà-hoàn*, có người đắc quả *Tư-đà-hàm*, có người đắc quả *A-na-hàm*, có người đắc quả *A-la-hán*.[4] Lại có người

---

[1] Bồ Tát: quả vị của người tu theo Đại thừa đạt đến trước khi thành Phật. Theo nghĩa này thì có 10 quả vị, hay 10 địa vị từ thấp đến cao mà người tu lần lượt trải qua, gọi là Thập địa. *Bồ Tát* cũng còn được hiểu theo nghĩa là người đã phát tâm đại thừa và đang tu tập để đạt đến quả vị Phật.

[2] Sáu phép ba-la-mật: Đó là bố thí, trì giới, nhẫn nhục, tinh tấn, trí tuệ và thiền định. Ba-la-mật là phiên âm tiếng Phạn, Hán dịch là Đáo bỉ ngạn, hiểu theo nghĩa là đến bờ bên kia. Người đạt đến cuộc sống giải thoát cũng giống như đã vượt qua được con sông khổ não, nên gọi là đến được bờ bên kia. Vì sáu phép tu tập này giúp người tu đạt đến giải thoát nên gọi là sáu phép ba-la-mật.

[3] Mãn Hiền: tiếng Phạn là **Pūrnabhadra**. **Pūrna** nghĩa là sung mãn, đầy đủ; **bhadra** nghĩa là hiền lành, thông minh.

[4] Từ Tu-đà-hoàn, Tư-đà-hàm, A-na-hàm, cho đến A-la-hán là bốn thánh quả của người tu tập theo giáo pháp Tứ diệu đế. Tu-đà-hoàn, Hán dịch là Nhập lưu, là quả vị đầu tiên, xem như mới nhập vào dòng thánh. Tư-đà-hàm, Hán dịch là Nhất lai, nghĩa là còn phải thọ sanh trong luân hồi một lần nữa. A-na-hàm, Hán dịch là Bất lai, nghĩa là đã dứt sạch nghiệp quả, không còn phải tái sinh nữa. A-la-hán, Hán dịch là Ứng cúng, nghĩa là bậc đầy đủ phước đức, trí tuệ, xứng đáng nhận sự cúng dường của chư thiên và loài người.

phát tâm tu tập thành *Bích-chi* Phật,¹ lại có người phát tâm Vô thượng *Bồ-đề*.²

Các vị *tỳ-kheo* nghe Phật thuyết nhân duyên này xong thảy đều vui mừng tin nhận.³

---

¹ Bích-chi Phật: còn gọi là Độc giác Phật hay Duyên giác Phật. Đây là quả vị của người tu theo giáo pháp Thập nhị nhân duyên. Gọi là Độc giác Phật, vì các vị này ra đời và tu tập theo lý nhân duyên mà đạt đến giải thoát, vào thời không có Phật. Gọi là Duyên giác Phật là vì các vị đạt đến giải thoát nhờ tu tập pháp nhân duyên. Cả bốn thánh quả và quả vị Bích-chi Phật đều được xem là những quả vị của Tiểu thừa.

² Tâm *Vô thượng Bồ-đề*, hay Bồ-đề tâm, tức là tâm nguyện muốn thành Phật, bậc giác ngộ hoàn toàn. Đây không phải là một quả vị do tu tập chứng đắc, mà là sự phát tâm mạnh mẽ ban đầu, quyết lòng tu tập cho đến khi được hoàn toàn giác ngộ. Vì thế, bất cứ ai khi đã có đủ đức tin đều có thể phát Bồ-đề tâm.

³ Ông Mãn Hiền, hay Phú-lâu-na (**Pūrna**) này có lẽ trùng tên với ông Phú-lâu-na Di-đà-la-ni tử (**Pūrna Mailtrayaniputtra**) ở thành Ca-tỳ-la-vệ (**Kapilavastu**). Trong số cả ngàn vị thánh tăng đệ tử của Phật, có rất nhiều vị trùng tên. Ông Phú-lâu-na Di-đà-la-ni tử được Phật cho thọ ký sẽ thành Phật hiệu là Pháp Minh (**Dharmaprabhāsa**). Còn ông Phú-lâu-na này được Phật thọ ký là sẽ thành Phật hiệu **Pūrnabhadra** (Mãn Hiền).

2
NGƯỜI CON DÂU KÍNH PHẬT

Lúc ấy, đức Phật ở gần thành *Tỳ-xá-ly*[1] với chư *tỳ-kheo*, trong vườn hoa gần bờ sông *Nhĩ-hầu*, nơi giảng đường được xây cất có nhiều tầng. Khi ấy, đức Phật đắp y mang bát, cùng với chư *tỳ-kheo* vào thành mà hóa trai,[2] đến nhà một vị trưởng giả tên là Sư Tử.[3]

Vị trưởng giả này có người con dâu tên là Danh Xưng.[4] Cô này nhìn thấy dung nhan của Phật oai nghiêm đẹp đẽ, đủ ba mươi hai tướng tốt, tám mươi vẻ đẹp, hào quang rạng chiếu rực rỡ quanh thân, liền lấy làm vui vẻ, hân hoan vô cùng.

Cô hỏi người cha chồng: "Thưa cha! Có cách nào để có được dung mạo tốt đẹp, trang nghiêm như Phật chăng?"

Ông trưởng giả đáp: "Nếu con có thể tu tập đầy đủ công đức, phát tâm *Vô thượng Bồ-đề*, thì cũng sẽ được thân tướng, dung mạo trang nghiêm đẹp đẽ như đức Thế Tôn vậy."

Người con dâu nghe rồi liền xin cha một số tiền lớn để thiết hội thỉnh Phật cúng dường. Cô cúng dường Phật xong, lại dùng các thứ hoa quý đẹp trang nghiêm mà tung lên không trung để cúng dường, xưng tán Phật. Những hoa ấy từ trên không trung rơi xuống liền tự kết thành một tán hoa rất lớn mà che trên đỉnh đầu của Phật, tùy khi Phật đi đứng nơi đâu cũng đều bay theo mà che phía trên Phật.

Cô Danh Xưng nhìn thấy phép mầu nhiệm ấy, lòng vui mừng không tả xiết, liền quỳ sụp xuống, chí thành lễ Phật,

---

[1] Tỳ-xá-ly (Vaicāli), Hán dịch là Quảng Nghiêm, là một thành lớn trong xứ Ấn Độ thời ấy.

[2] Hóa trai: tức là đi khất thực, mang bình bát đi đến từng nhà để tạo điều kiện cho bá tánh cúng dường thức ăn.

[3] Tiếng Phạn là Simha.

[4] Phiên âm tiếng Phạn là Gia-xô-ma-tý (Yacomati): nghĩa là có danh vọng, Hán dịch là Danh Xưng.

phát lời đại nguyện rằng: "Nhờ công đức cúng dường hôm nay, trong đời vị lai tôi nguyện sẽ có thể vì những chúng sanh mù lòa mà cứu giúp cho được sáng mắt, vì những chúng sanh chẳng quy y Phật mà độ cho quy y; [tôi sẽ làm cho] những chúng sanh không người cứu hộ sẽ được cứu hộ, những chúng sanh không được an ổn sẽ được an ổn, những chúng sanh chưa nhập *Niết-bàn* sẽ được nhập *Niết-bàn*."

Khi ấy, Phật quán sát thấy cô phát lời nguyện lớn như vậy rồi liền mỉm cười, từ nơi trán, giữa hai lông mày phóng ra một đạo hào quang năm sắc chiếu khắp thế giới, hóa hiện đủ các màu sắc, bay quanh Phật ba vòng rồi lại theo chỗ trên trán Phật mà bay trở vào.

Khi ấy, ngài *A-nan* bạch Phật rằng: "Như Lai là đấng tôn quý, chẳng bao giờ vô cớ mà cười. Nay vì nhân duyên gì mà Phật mỉm cười, xin giảng giải cho chúng con được biết."

Phật bảo *A-nan*: "Ông có nhìn thấy cô gái tên Danh Xưng đây cúng dường ta chăng?" *A-nan* thưa: "Bạch Thế Tôn, con đã thấy."

Phật dạy: "Nay cô gái này đã phát tâm *Bồ-đề* rộng lớn, nên trải qua ba *a-tăng-kỳ* kiếp nữa sẽ tu tập đủ các hạnh *Bồ Tát*, đầy đủ tâm đại bi, sáu phép *ba-la-mật*, sau cùng thành Phật hiệu là Bảo Ý,[1] hóa độ chúng sanh nhiều vô số. Vì nhân duyên ấy mà ta mỉm cười."

Khi nghe Phật thuyết nhân duyên thành Phật về sau của cô Danh Xưng, trong đại chúng liền có người đắc quả *Tu-đà-hoàn*, có người đắc quả *Tư-đà-hàm*, có người đắc quả *A-na-hàm*, có người đắc quả *A-la-hán*. Lại có người phát tâm tu tập thành Phật *Bích-chi*, lại có người phát tâm *Vô thượng Bồ-đề*.

Các vị *tỳ-kheo* nghe Phật thuyết nhân duyên này xong thảy đều vui mừng tin nhận.

---

[1] Tiếng Phạn là **Ratnamati**, phiên âm là Lặc-na Ma-đề, Hán dịch là Bảo Ý (寶意).

3.
ĐỨA CON LƯỜI BIẾNG

Lúc ấy, đức Phật đang ở gần thành *Xá-vệ*,[1] trong vườn Kỳ thọ Cấp Cô Độc.[2] Trong thành có một người trưởng giả rất giàu có, duy chỉ có một đứa con trai đặt tên là *Nan-đà*,[3] cực kỳ lười nhác. Cậu chỉ thích nằm dài ra ngủ, chẳng muốn đi đứng hay ngồi dậy khỏi giường. Tuy vậy, cậu thông minh, sáng trí lắm, chỉ nằm đó mà nghe đọc các thứ kinh sách là có thể hiểu thấu nghĩa lý, không gì không biết.

Người cha thấy cậu bé thông minh, luận giải kinh luận đều thông thạo, liền tự nghĩ rằng: "Thằng bé này thông minh xuất chúng, ta nên đón thầy ngoại đạo *Phú-lan-na*,[4] và các thầy ngoại đạo khác đến dạy dỗ cho nó."

Nghĩ như vậy rồi, ông liền bày biện các món ngon vật lạ cúng dường trọng thể, mời thỉnh các thầy ngoại đạo đến. Khi các thầy ăn uống đã xong, ông mới thưa rằng: "Tôi chỉ có một đứa con trai duy nhất, tánh tình lười nhác hết mức, chỉ muốn nằm ngủ hoài, chẳng muốn ngồi dậy. Nay nhờ các thầy dạy dỗ cho, giúp nó được thông thạo kinh luận, thay đổi tính nết mà nối được nghiệp nhà."

---

[1] Xá-vệ (Śrāvāstī), cũng đọc là Thất-la-phạt, có nghĩa là Văn Giả, Văn Phật, Phong Đức, Háo Đạo, kinh đô của nước Câu-tát-la (Kośala). Nơi kinh thành ấy sản sinh nhiều nhân vật danh tiếng, nhiều vị tu hành có phước đức, đạo hạnh và trí tuệ.

[2] Kỳ thọ Cấp Cô Độc: Cảnh vườn hoa của Thái tử Kỳ Đà. Ngài bán đất, nhưng cúng dường cây cối trong vườn, nên gọi là Kỳ thọ (cây của Thái tử Kỳ-đà). Ông trưởng giả Cấp Cô Độc mua đất trong vườn ấy mà xây cất Tinh xá cúng cho Giáo hội, nên gọi là vườn Cấp Cô Độc. Theo chữ Hán mà đọc trọn là Kỳ thọ Cấp Cô Độc viên : tức là cảnh đất trong vườn của ông Cấp Cô Độc, còn cây cối là của thái tử Kỳ Đà.

[3] Tiếng Phạn là **Nanda**: nghĩa là vui vẻ.

[4] Phú-lan-na: **Pūrṇa**, một trong sáu thầy ngoại đạo đương thời với Phật.

Bấy giờ sáu thầy ngoại đạo cùng nhau đến chỗ cậu bé. Cậu biết các thầy đến nhưng cứ nằm lỳ chẳng chịu ngồi dậy, nói chi đến chuyện mời các thầy ngồi. Ông trưởng giả thấy như vậy thì trong lòng buồn khổ, âu sầu vô hạn.

Khi ấy, đức Thế Tôn dùng tâm đại bi thương xót mà quán sát hết thảy chúng sanh, thường đến những nơi khổ não mà thuyết pháp độ sinh. Phật thấy ông trưởng giả vì thương con mà âu sầu, khổ não, liền cùng với chư *tỳ-kheo* đi đến nhà ấy.

Khi đức Phật vừa bước vào nhà thì cậu bé lười nhác bỗng nhiên vùng dậy, lấy ghế mời Phật ngồi. Cậu đối trước Phật lễ bái rồi đứng hầu sang một bên.

Đức Phật liền vì cậu bé mà thuyết pháp, lại quở trách sự lười nhác của cậu. Cậu bé nghe rồi tự biết hối cải, sanh lòng tin sâu, kính ngưỡng Phật.

Bấy giờ, đức Phật trao cho cậu bé một cây gậy quý bằng gỗ *chiên-đàn*, nói rằng: "Nếu con chịu phát khởi lòng tinh tấn chuyên cần, dùng gậy này mà gõ xuống, sẽ phát ra âm thanh hay lạ. Người nghe được âm thanh ấy có thể nhìn thấy trân bảo, châu báu ẩn chứa trong lòng đất."

Cậu bé nghe lời Phật dạy thì liền làm theo. Cậu lấy gậy mà gõ xuống đất, nghe được những âm thanh hay lạ, nghe rồi liền nhìn thấy được những trân bảo, châu báu nằm sâu trong lòng đất. Cậu thấy được như vậy rồi thì hết sức vui mừng, liền tự nghĩ rằng: "Ta nghe lời dạy của đức Thế Tôn, chỉ mới siêng năng dụng công đôi chút mà đã được sự lợi ích chưa từng có, huống hồ hết lòng siêng năng, chuyên cần mà làm việc."

Nghĩ như vậy rồi, ít lâu sau cậu liền quyết định sẽ khởi sự lên đường ra biển mà tìm trân bảo, châu báu. Vị thiếu niên ấy truyền rao khắp thành *Xá-vệ* tuyển mộ người theo mình cùng đi ra biển tìm trân bảo. Chàng tìm được rất nhiều châu báu, lại đưa tất cả mọi người an toàn trở về nhà.

Khi ấy, chàng liền bày biện đủ các thứ trân bảo quý giá cùng nhiều món ăn ngon lạ, tinh khiết, thỉnh Phật và chư tăng đến để cúng dường.

Bấy giờ Phật cùng chư *tỳ-kheo* liền đến thọ nhận lễ cúng dường của cậu bé lười nhác ngày trước. Thọ cúng dường xong, lại vì chàng mà thuyết pháp cho nghe. Nghe pháp rồi dứt sạch lòng tham lam, sân hận, liền mang nhiều trân bảo quý giá tung lên hư không mà cúng dường Phật. Những trân bảo quý giá ấy liền tụ lại trên không thành một cái tán lớn mà bay theo che bên trên Phật.

Chàng thiếu niên nhìn thấy sự biến hóa nhiệm mầu ấy lại càng tin sâu Tam bảo, chí thành lễ Phật mà phát lời nguyện lớn rằng: "Nhờ công đức cúng dường hôm nay, trong đời vị lai tôi nguyện sẽ có thể vì những chúng sanh mù lòa mà cứu giúp cho được sáng mắt, vì những chúng sanh chẳng quy y Phật mà độ cho quy y; [tôi sẽ làm cho] những chúng sanh không người cứu hộ sẽ được cứu hộ, những chúng sanh không được an ổn sẽ được an ổn, những chúng sanh chưa nhập *Niết-bàn* sẽ được nhập *Niết-bàn*."

Chàng phát nguyện rồi, đức Phật liền mỉm cười, từ nơi trán, giữa hai lông mày phóng ra một đạo hào quang năm sắc, bay quanh Phật ba vòng rồi lại theo chỗ trên trán Phật mà bay trở vào.

Khi ấy, ngài *A-nan* bạch Phật rằng: "Như Lai là đấng tôn quý, chẳng bao giờ vô cớ mà cười. Nay vì nhân duyên gì mà Phật mỉm cười, xin giảng giải cho chúng con được biết."

Phật hỏi *A-nan*: "Ông có nhìn thấy cậu bé lười nhác ngày trước giờ đây phát tâm cúng dường ta chăng?" A-nan thưa: "Bạch Thế Tôn, con đã thấy."

Phật dạy: "Cậu bé này trải qua ba *a-tăng-kỳ* kiếp nữa sẽ thành Phật hiệu là Tinh Tấn Lực,[1] hóa độ chúng sanh nhiều vô số. Vì nhân duyên ấy mà ta mỉm cười."

---

[1] Tiếng Phạn là Atibalaviryaparākrama, nghĩa là: Rất mực cang cường, hùng lực, dõng mãnh. Hán dịch là Tinh Tấn Lực (精進力).

Các vị *tỷ-kheo* nghe Phật thuyết nhân duyên này xong thảy đều vui mừng tin nhận.

4.
NGƯỜI KHÁCH THƯƠNG

Lúc ấy, đức Phật đang ở gần thành *Xá-vệ*, trong vườn Kỳ thọ Cấp Cô Độc. Trong thành có một nhà buôn lớn cùng với 500 người khác cùng chở hàng hóa đi buôn xa bằng đường biển. Thuyền ra biển cả bị sóng đánh chìm, ông may mắn sống được mà về. Người ấy liền ngày đêm cầu khấn, cúng vái các vị thần linh để cầu sự che chở. Rồi sắp xếp ra biển, lại bị chìm thuyền. Đến ba lần như vậy, cũng không có lần nào được an ổn.

Khi ấy, người thương chủ nhờ may mắn mà sống sót mấy lần, trở về được nơi thành *Xá-vệ*, trong lòng sanh ra âu sầu áo não, liền suy nghĩ rằng: "Ta nghe có đức Phật Thế Tôn là bậc sáng suốt, trong cõi trời người chẳng ai bằng, lòng thương thương xót cứu hộ hết thảy chúng sanh. Nay ta nên chí thành xưng danh hiệu ngài, nguyện rằng nếu được đi về bình an thì sẽ lấy một nửa số châu báu kiếm được mà cúng dường ngài."

Nghĩ như vậy rồi, liền sắp đặt thuyền ra khơi lần nữa. Lần này, ông chí thành niệm danh hiệu Phật mà cầu được an ổn trở về. Quả nhiên, ông đi về bình an vô sự, mang về được rất nhiều trân bảo, châu báu.

Về nhà rồi, ông mang những của báu kiếm được ra ngắm nghía, tâm tham lam nổi lên, không thể dứt lòng mà mang phân nửa số châu báu đi cúng Phật. Ông liền nghĩ: "Nếu không mang phân nửa số châu báu này đi cúng Phật thì trái lời đã hứa. Chi bằng ta mang phân nửa số châu báu này mà bán cho vợ ta, lấy hai đồng bạc, rồi mang hai đồng bạc ấy mua hương mang đến tinh xá Kỳ Hoàn mà đốt lên cúng dường Phật, cũng xem như giữ được lời hứa trước."[1]

Nghĩ rồi làm y như vậy. Người ấy mua hai đồng bạc hương và đi đến tinh xá Kỳ Hoàn, đốt hương cúng dường Phật. Khi ấy, Phật dùng thần lực làm cho khói hương bay lên hóa thành những đám mây hương lớn, che phủ khắp vùng tinh xá Kỳ Hoàn.

Người thương chủ ấy thấy sự thần biến như vậy, lòng tự hối trách, suy nghĩ rằng: "Đức Như Lai Thế Tôn thật có thần biến, hiện phép mầu nhiệm xưa nay ta chưa từng được thấy. Nhờ sức thần hộ niệm của ngài mà ta được yên ổn đi về, thâu hoạch nhiều châu báu. Nay ta lại sanh lòng tham tiếc nhỏ nhen, không muốn mang châu báu đến cúng dường ngài, thật đáng xấu hổ!"

Nghĩ như vậy rồi, ông liền quỳ xuống chí thành thỉnh Phật và chư tăng cùng đến thọ lễ cúng dường ở nhà ông. Đức Phật nhận lời.

Ngày hôm sau, ông chuẩn bị mọi thứ chu đáo, lại sai người đến mời thỉnh một lần nữa. Phật và chư tăng cùng đến nhà ông thọ lễ cúng dường. Xong lễ, đức Phật lại vì ông mà thuyết pháp. Ông nghe pháp rồi lòng tham lam trừ dứt, liền mang những trân bảo quý báu ra mà ném lên hư không để cúng dường Phật. Những trân bảo quý báu ấy bỗng nhiên tụ lại trên hư không thành một cái lọng báu rất lớn, bay che bên trên đức Phật.

Người thương chủ thấy sự biến hóa kỳ diệu như vậy, liền chí thành lễ Phật, phát lời nguyện lớn rằng: "Nhờ công đức cúng dường hôm nay, trong đời vị lai tôi nguyện sẽ có thể vì những chúng sanh mù lòa mà cứu giúp cho được sáng mắt,

---

[1] Theo cách làm như vậy tức là ông ta đã giữ lời hứa mà cúng hết phân nửa của cải, nhưng thật ra châu báu vẫn còn nơi nhà ông!

vì những chúng sanh chẳng quy y Phật mà độ cho quy y; [tôi sẽ làm cho] những chúng sanh không người cứu hộ sẽ được cứu hộ, những chúng sanh không được an ổn sẽ được an ổn, những chúng sanh chưa nhập *Niết-bàn* sẽ được nhập *Niết-bàn*."

Ông phát nguyện vừa xong, đức Phật liền mỉm cười, từ nơi trán, giữa hai lông mày phóng ra một đạo hào quang năm sắc, bay quanh Phật ba vòng rồi lại theo chỗ trên trán Phật mà bay trở vào.

Khi ấy, ngài *A-nan* bạch Phật rằng: "Như Lai là đấng tôn quý, chẳng bao giờ vô cớ mà cười. Nay vì nhân duyên gì mà Phật mỉm cười, xin giảng giải cho chúng con được biết."

Phật hỏi *A-nan*: "Ông có nhìn thấy người thương chủ đây phát tâm hối hận, tự trách rồi cúng dường ta chăng?" *A-nan* thưa: "Bạch Thế Tôn, con đã thấy."

Đức Phật dạy: "Người thương chủ này nhờ công đức cúng dường ta, từ nay không còn đọa vào ba nẻo ác: địa ngục, ngạ quỷ, súc sanh; thường sanh nơi cõi trời, hưởng nhiều sự khoái lạc. Trải qua ba *a-tăng-kỳ* kiếp nữa sẽ thành Phật hiệu là Bảo Thạnh,[1] hóa độ chúng sanh nhiều vô số. Vì nhân duyên ấy mà ta mỉm cười."

Các vị *tỳ-kheo* nghe Phật thuyết nhân duyên này xong thảy đều vui mừng tin nhận.

---

[1] Tiếng Phạn là **Ratnottama**, Hán dịch là Bảo Thạnh (寶盛).

5.
NGƯỜI THỢ DỆT

Lúc ấy, đức Phật đang ở gần thành *Xá-vệ*, trong vườn Kỳ thọ Cấp Cô Độc. Trong thành có một người thợ dệt tên *Tu-ma*,[1] rất nghèo túng, chỉ chuyên dệt thuê cho người khác lấy tiền công.

Người ấy làm bữa nào ăn bữa nấy, chẳng dành dụm được gì, bèn tự nghĩ rằng: "Ngày trước chắc ta không làm việc bố thí, nên nay mới bần cùng, khốn khó thế này! Nếu giờ đây cũng không biết bố thí, làm việc lành tạo phước về sau, chắc rồi cũng không khỏi sự nghèo khổ bần cùng mãi mãi. Nay có đức Thế Tôn tại thế, ta nên cố gắng cúng dường cho ngài ít nhiều để tạo chút phước đức về sau."

Nghĩ như vậy rồi, một hôm nhân dệt vải cho ông trưởng giả kia, được một mảnh vải thừa. Trên đường mang về nhà thì gặp Phật với chư *tỳ-kheo* đang đi khất thực trong thành, ông liền đến trước Phật lễ bái, phát tâm cúng dường mảnh vải ấy.

Phật thấy người thợ dệt nghèo ấy phát tâm cúng dường mảnh vải, liền đưa một chỗ rách trên tấm y của ngài ra. Khi ấy, do thần lực của Phật, tấm vải bỗng nhiên bay đến đắp vào chỗ rách, làm cho tấm y lành lặn như mới.

Người thợ dệt thấy đức Phật hiện phép thần biến nhiệm mầu như vậy thì sanh lòng kính ngưỡng, tin sâu tam bảo. Ông liền chí thành lễ Phật rồi đọc một bài kệ để bày tỏ tâm nguyện lớn lao của mình. Kệ rằng:

Của cúng dường tuy ít,
Gieo vào ruộng phước lớn;
Nay cúng dường Thế Tôn,

---
[1] Tiếng Phạn là **Soma**, nghĩa là mặt trăng.

Nguyện sau này thành Phật.
Độ hết thảy chúng sanh,
Số lượng nhiều vô kể.
Thế Tôn oai đức lớn,
Xin chứng tri việc này.

Khi ấy, Phật liền đọc kệ đáp lại rằng:

Ông nay cúng dường ta,
Lòng thành kính bố thí,
Ngày sau sẽ thành Phật,
Danh hiệu là Thập Diên,
Mười phương đều nghe biết,
Độ vô số chúng sanh.

Người thợ dệt phát nguyện rồi, đức Phật liền mỉm cười, từ nơi trán, giữa hai lông mày phóng ra một đạo hào quang năm sắc, bay quanh Phật ba vòng rồi lại theo chỗ trên trán Phật mà bay trở vào.

Khi ấy, ngài *A-nan* bạch Phật: "Như Lai là đấng tôn quý, chẳng bao giờ vô cớ mà cười. Nay vì nhân duyên gì mà Phật mỉm cười, xin giảng giải cho chúng con được biết."

Phật hỏi *A-nan*: "Ông có nhìn thấy người thợ dệt nghèo tên *Tu-ma* đây phát tâm cúng dường mảnh vải cho ta, rồi phát lời nguyện lớn sẽ thành Phật chăng?" *A-nan* thưa: "Bạch Thế Tôn, con đã thấy."

Phật dạy: "Ông *Tu-ma* đây, cúng dường ta một mảnh vải và phát lời đại nguyện, về sau sẽ thành Phật hiệu là Thập Diên,[1] hóa độ chúng sanh nhiều vô số. Vì nhân duyên ấy mà ta mỉm cười."

Các vị *tỷ-kheo* nghe Phật thuyết nhân duyên này xong thảy đều vui mừng tin nhận.

---

[1] Tiếng Phạn là **Dacottama** (Đa-xốt-ta-ma), Hán dịch là Thập Diên.

6.
NGƯỜI BỆNH NẶNG

Lúc ấy, đức Phật đang ở gần thành *Xá-vệ* cùng với chư *tỳ-kheo*, trong vườn Kỳ thọ Cấp Cô Độc. Trong thành *Xá-vệ* có ông trưởng giả tên là *Bà-trì-gia*,[1] giàu có nhưng tâm địa cực ác, thường chẳng thân thiện gần gũi với ai. Tuy vậy, ông lại có lòng kính ngưỡng phụng sự sáu thầy ngoại đạo.

Ngày kia, ông mắc bệnh trầm trọng, không có ai chăm sóc thuốc thang, mạng sống rất nguy kịch. Ông liền tự nghĩ: "Ta nay thọ bệnh, khốn khổ cùng cực như thế này, nếu ai có thể cứu được mạng sống của ta, ta sẽ trọn đời hầu hạ phụng sự người ấy." Ông lại nghĩ tiếp rằng: "Chỉ có đức Phật Thế Tôn mới có thể cứu được mạng ta mà thôi." Nghĩ như vậy rồi liền sanh lòng khát ngưỡng, mong mỏi được thấy Phật.

Đức Phật thường lấy tâm đại bi ngày đêm quán sát hết thảy chúng sanh, thấy biết những ai đang gặp khổ não thì ngài tùy duyên hiện đến cứu giúp, thuyết pháp cho nghe, khiến được hoan hỷ thân tâm, nếu đang đọa trong nẻo ác, cũng khiến cho được lìa khỏi mà sinh vào chốn trời người, thành đạo quả.

Khi ấy, Phật nhìn thấy ông trưởng giả đang khốn khổ vì bệnh tật, không có ai chăm sóc, nuôi dưỡng, ngài liền phóng hào quang chiếu đến nơi thân người bệnh, khiến cho thân thể được khoan khoái, mát mẻ, tâm liền tỉnh ngộ, vui mừng khôn xiết. Ông trưởng giả *Bà-trì-gia* khi ấy liền phủ phục lễ bái quy vọng về hướng Phật.

Lúc đó, đức Thế Tôn biết rằng thiện căn của *Bà-trì-gia* đã thành thục, có thể giáo hóa. Ngài liền hiện đến nơi nhà

---
[1] Tiếng Phạn là Vadrika.

ông trưởng giả này. Khi ấy, ông liền vùng dậy, chấp tay cung kính đón rước Phật lên chỗ ngồi.

Đức Phật hỏi *Bà-trì-gia*: "Ông nay chịu bệnh khổ, có biết ở nơi đâu không?" Ông đáp: "Con nay chịu khổ não ở cả nơi thân và tâm."

Đức Phật liền nghĩ: "Ta từ nhiều kiếp đến nay từng tu hạnh từ bi, nguyện trị lành tất cả bệnh khổ nơi thân và tâm của chúng sanh." Bấy giờ, *Đế-thích*[1] biết được ý nghĩ của Phật, liền bay đến Hương Sơn, lấy loại cỏ thuốc tên là bạch nhũ, mang về dâng lên cho Phật. Phật nhận cỏ thuốc rồi trao cho *Bà-trì-gia*, bảo uống hết vào. Bệnh liền được khỏi, thân tâm khoái lạc. Ông này đối trước Phật sanh lòng tin phục bội phần, liền vì Phật và chư tỳ-kheo tăng mà chuẩn bị các món ăn ngon lạ để cúng dường. Xong, lại dùng một chiếc áo tốt rất đẹp đẽ, giá trị trăm ngàn lượng vàng mà dâng cúng.

Ông lại phát nguyện lớn rằng: "Nhờ công đức cúng dường Phật và chư *tỳ-kheo* tăng, nguyện cho tôi về sau cũng trị được các bệnh khổ nơi thân và tâm của tất cả chúng sanh, làm cho được an lạc, giống như ngày nay Thế Tôn đã trị dứt bệnh khổ nơi thân và tâm của tôi, làm cho được an lạc."

Khi ông phát nguyện như vậy rồi, đức Phật liền mỉm cười, từ nơi trán, giữa hai lông mày phóng ra một đạo hào quang năm sắc, bay quanh Phật ba vòng rồi lại theo chỗ trên trán Phật mà bay trở vào.

Khi ấy, ngài *A-nan* bạch Phật rằng: "Như Lai là đấng tôn quý, chẳng bao giờ vô cớ mà cười. Nay vì nhân duyên gì mà Phật mỉm cười, xin giảng giải cho chúng con được biết."

Phật hỏi *A-nan*: "Ông có nhìn thấy người trưởng giả đây sau khi khỏi bệnh phát tâm cúng dường ta và chư tăng hay chăng?" *A-nan* thưa: "Bạch Thế Tôn, con đã thấy."

---

[1] Vị vua của chư thiên.

Phật nói: "Về sau người này sẽ thành Phật hiệu là *Thích-ca Mâu-ni*,[1] rộng độ chúng sanh nhiều vô số. Vì nhân duyên ấy mà ta mỉm cười."

Các vị *tỳ-kheo* nghe Phật thuyết nhân duyên này xong thảy đều vui mừng tin nhận.

7.

MỘT CÀNH HOA

Lúc ấy, đức Phật đang ở gần thành *Xá-vệ*, trong vườn Kỳ thọ Cấp Cô Độc. Khi chưa gặp Phật, vua *Ba-tư-nặc*[2] theo ngoại đạo, thường cúng dường và khấn vái các vị thiên thần ngoại đạo. Đến khi Phật thành chánh giác, muốn hóa độ vua *Ba-tư-nặc* nên mới đắp y mang bát đến chỗ vua mà khất thực

Vua nghe biết đức Phật đi đến, liền ra nghinh đón. Nhìn thấy Phật oai nghi rực rỡ, hào quang rạng chiếu, vua sinh lòng hoan hỷ, khoái lạc vô cùng, liền thỉnh Phật ngồi lên tòa cao, rồi sai người bày biện đủ các thứ món ngon vật lạ mà cúng dường Phật.

Phật thọ lễ cúng dường xong liền vì vua *Ba-tư-nặc* mà thuyết pháp, khiến vua sinh tâm tín phục, kính ngưỡng pháp Phật và lìa bỏ việc thờ cúng ngoại đạo thiên thần. Từ đó về sau, vua hết lòng mộ đạo, mỗi ngày lễ Phật đến ba lần.

Một hôm, người giữ vườn cho vua cắt được một cành hoa đẹp trong vườn, liền mang ra phố. Một người ngoại đạo trông thấy, hỏi rằng: "Này ông, có bán cành hoa ấy không?" Người làm vườn đáp: "Bán!" Người kia liền bước tới trả giá định

---

[1] Trong bản chữ Hán ghi rõ là Thích-ca Mâu-ni (釋迦牟尼), nghĩa là trùng với hiệu Phật Thích-ca hiện tại. Còn bản tiếng Pháp lại ghi là **Cyangavāni** (Xi-ăn-ga-hóa-ni).

[2] Tiếng Phạn là **Prasenajit**.

mua. Bỗng có ông trưởng giả *Tu-đạt*[1] đến, cũng muốn mua nên trả giá cao lên gấp đôi. Người ngoại đạo không chịu thua, cũng tăng giá lên nữa. Hai người đều quyết lòng mua cành hoa nên trả giá cao dần lên tới một trăm ngàn lượng vàng!

Người làm vườn khi ấy tự nghĩ rằng: "Ông trưởng giả *Tu-đạt* đây không phải người nông nổi. Nay ông ấy quyết lòng mua như vậy, chắc có duyên cớ chi đây." Nghĩ như vậy rồi, liền hỏi người ngoại đạo rằng: "Tại sao ông trả giá cao đến như vậy?" Người kia đáp: "Tôi quyết mua để dâng lên thần *Na-la-diên*."[2] Lại quay sang hỏi ông trưởng giả *Tu-đạt*, ông nói: "Tôi quyết mua để cúng dường Phật."

Người làm vườn nghe vậy liền hỏi: "Phật là ai vậy?" Ông trưởng giả *Tu-đạt* liền giảng nói tường tận công đức của đức Phật Thế Tôn. Người làm vườn nghe rồi liền phát nguyện rằng: "Dẫu trăm ngàn lượng vàng, nay tôi cũng quyết không bán nữa, chỉ để tự mình mang đến cúng dường Phật." Ông *Tu-đạt* nghe vậy thì vui mừng khôn xiết, liền đưa người làm vườn đến chỗ tinh xá của Phật.

Người giữ vườn nhìn thấy Đức Thế Tôn trang nghiêm rực rỡ với ba mươi hai tướng tốt, tám mươi vẻ đẹp, hào quang sáng ngời, liền dâng cành hoa lên trước Phật để cúng dường. Nhờ sức thần của Phật, cành hoa ấy liền hóa thành một lọng hoa lớn che bên trên Phật.

Người giữ vườn nhìn thấy phép mầu ấy, liền phủ phục xuống, chí thành lễ bái Phật và phát lời nguyện lớn rằng: "Nhờ công đức cúng dường cành hoa hôm nay, trong đời vị lai tôi nguyện sẽ có thể vì những chúng sanh mù lòa mà cứu giúp

---

[1] Ông trưởng giả Tu-đạt, hay còn đọc là Tu-đạt-đa, chính là người đã xây cất và cúng dường tinh xá Kỳ Hoàn cho Phật. Vì đất ấy ông mua của thái tử Kỳ-đà, nhưng thái tử không bán cây mà cúng dường cho Phật, nên gọi chung cảnh ấy là Kỳ thọ Cấp Cô Độc viên. Cấp Cô Độc là danh xưng của ông Tu-đạt, vì ông hay cứu tế, giúp đỡ cho những người cô độc, bần hàn khốn khổ.

[2] Na-la-diên (**Nārāyana**) là một tên khác của thần **Vishnu** đạo Bà-la-môn.

cho được sáng mắt, vì những chúng sanh chẳng quy y Phật mà độ cho quy y; [tôi sẽ làm cho] những chúng sanh không người cứu hộ sẽ được cứu hộ, những chúng sanh không được an ổn sẽ được an ổn, những chúng sanh chưa nhập *Niết-bàn* sẽ được nhập *Niết-bàn*."

Khi người ấy phát nguyện rồi, đức Phật liền mỉm cười, từ nơi trán, giữa hai lông mày phóng ra một đạo hào quang năm sắc, bay quanh Phật ba vòng rồi lại theo chỗ trên trán Phật mà bay trở vào.

Khi ấy, ngài *A-nan* bạch Phật: "Như Lai là đấng tôn quý, chẳng bao giờ vô cớ mà cười. Nay vì nhân duyên gì mà Phật mỉm cười, xin giảng giải cho chúng con được biết."

Phật bảo *A-nan*: "Ông có nhìn thấy người giữ vườn dâng cành hoa cúng dường ta chăng? Nhờ công đức ấy, trải qua ba *a-tăng-kỳ* kiếp nữa người này sẽ thành Phật hiệu là Hoa Thạnh,[1] hóa độ chúng sanh nhiều vô số. Vì nhân duyên ấy mà ta mỉm cười."

Các vị *tỳ-kheo* nghe Phật thuyết nhân duyên này xong thảy đều vui mừng tin nhận.

8.
MỘT HỘI THỀ

Lúc ấy, đức Phật đang ở gần thành *Xá-vệ*, trong vườn Kỳ thọ Cấp Cô Độc. Trong thành *Xá-vệ* có hai vị *Phạm-chí*,[2] một người tin sâu pháp Phật, thường ca ngợi tán thán công đức của đức Như Lai là cao quý nhất, trong *Ba cõi* chẳng ai bằng được, người kia thì lạc theo tà kiến, tôn sùng

---

[1] Tiếng Phạn là **Padmottama** (Bát-mốt-ta-ma), Hán dịch là Hoa Thạnh (花 盛).
[2] Phạm chí là từ chỉ chung cho những người tại gia mà có ý muốn tu học, giữ hạnh thanh tịnh, thờ kính các vị giáo chủ.

các vị thầy ngoại đạo như *Phú-lan-na...*,¹ cho rằng các thầy ngoại đạo này là cao quý hơn hết, chẳng ai bằng được.

Người tin theo nhóm ngoại đạo *Phú-lan-na* bảo rằng: "Các vị thầy như *Phú-lan-na* có thần lực cao trỗi hơn Phật nhiều." Người tin theo Phật bảo rằng: "Đức Phật Thế Tôn là đấng giác ngộ hoàn toàn, trọn vẹn, có thần lực cao trỗi nhất." Hai người chẳng ai nhường ai, tranh cãi mãi không dứt.

Bấy giờ, hai người này tranh cãi nhau rất kịch liệt. Ai cũng cho là mình nói đúng. Có người đem chuyện ấy nói đến tai vua *Ba-tư-nặc*. Vua liền cho triệu cả hai người đến mà hỏi nguyên do.

Cả hai đều nói rằng vị thầy mà mình tin theo là có thần lực cao trỗi hơn hết. Vua liền phán: "Mỗi người trong các ông đều tự cho mình là đúng, không thể phân xử được. Nay ta ra một kỳ hạn là bảy ngày, sẽ lập một hội thề mà thử nghiệm xem ai nói đúng. Nơi hội thề đó, mỗi người sẽ tự đốt hương, dâng hoa và rảy nước mà thỉnh nguyện bậc thầy của mình đến dự hội."

Hai vị *Phạm-chí* nghe vua phán rồi đều lui về lo sắm sửa lễ vật hương hoa.

Đúng bảy ngày, vua *Ba-tư-nặc* truyền tụ họp dân chúng số đông đến muôn ngàn người cùng đến chứng kiến. Khi ấy, trước mặt dân chúng, hai vị *Phạm-chí* liền cùng nhau lập nguyện khẩn cùng vị thầy mà mình tin theo.

Vị tin theo các thầy ngoại đạo như *Phú-lan-na*... bước ra trước, đốt hương, tung hoa và rảy nước lên không trung, nguyện rằng: "Nếu quả *Phú-lan-na* với mấy vị giáo chủ kia là cao hơn hết, thì nguyện cho hoa, hương, với nước này bay đến chỗ các vị, khiến cho các vị được biết ý nguyện của tôi mà đến dự hội này. Nếu như các vị chẳng có thần lực gì, thì khiến cho các hương hoa lễ vật này vẫn ở yên nơi đây." Người vừa

---

¹ Tiếng Phạn là **Pūrana**.

dứt lời thì hoa rơi trên đất, hương tắt lửa và nước đổ xuống đất hết.

Mọi người ai nấy đều chứng kiến như vậy, liền nói với nhau rằng: "*Phú-lan-na* với mấy ông thầy ngoại đạo kia thật chẳng có thần lực chi cả, lâu nay uổng nhận sự cúng dường của nhân dân trong nước."

Lúc bấy giờ, vị *Phạm-chí* tin Phật mới bước ra trước chúng hội, lấy hương hoa và nước sạch mà tung lên không trung, nguyện rằng: "Nếu đấng Như Lai thật có thần lực, xin cho các thứ hương hoa, nước sạch này đều bay đến chỗ của ngài, khiến cho ngài biết được ý nguyện của tôi mà đến dự hội này." Phát nguyện vừa xong, khói hương liền bay tỏa ra khắp thành *Xá-vệ*, những hoa vừa tung lên cũng bay lên không trung, hóa thành một cái lọng hoa lớn bay thẳng đến chỗ Phật, che bên trên Phật. Nước rảy lên không trung cũng hóa thành trong suốt như lưu ly mà bay đến rưới xuống trước chỗ Phật. Rồi đức Thế Tôn với chúng *tỳ-kheo* đều hiện lại trước chúng hội. Bấy giờ mọi người ai ai cũng trông thấy, khen là việc chưa từng có, thảy đều sinh lòng tin sâu nơi Phật pháp, lìa bỏ không còn tin theo các thầy ngoại đạo nữa.

Vị *Phạm-chí* ấy thấy lời nguyện của mình được thành tựu liền phủ phục lễ bái trước Phật, phát lời nguyện lớn rằng: "Nhờ công đức dâng hương hoa cúng dường hôm nay, trong đời vị lai tôi nguyện sẽ có thể vì những chúng sanh mù lòa mà cứu giúp cho được sáng mắt, vì những chúng sanh chẳng quy y Phật mà độ cho quy y; [tôi sẽ làm cho] những chúng sanh không người cứu hộ sẽ được cứu hộ, những chúng sanh không được an ổn sẽ được an ổn, những chúng sanh chưa nhập *Niết-bàn* sẽ được nhập *Niết-bàn*."

Khi vị ấy phát nguyện rồi, đức Phật liền mỉm cười, từ nơi trán, giữa hai lông mày phóng ra một đạo hào quang năm sắc, bay quanh Phật ba vòng rồi lại theo chỗ trên trán Phật mà bay trở vào.

Khi ấy, ngài *A-nan* bạch Phật rằng: "Như Lai là đấng tôn quý, chẳng bao giờ vô cớ mà cười. Nay vì nhân duyên gì mà Phật mỉm cười, xin giảng giải cho chúng con được biết."

Phật hỏi *A-nan*: "Ông có nhìn thấy vị *Phạm-chí* này dâng hương hoa cúng dường ta chăng?" *A-nan* thưa: "Bạch Thế Tôn, con đã thấy."

Phật nói: "Vị *Phạm-chí* này trải qua ba *a-tăng-kỳ* kiếp nữa sẽ thành Phật hiệu là Bất Động,[1] hóa độ chúng sanh nhiều vô số. Vì nhân duyên ấy mà ta mỉm cười."

Các vị *tỳ-kheo* nghe Phật thuyết nhân duyên này xong thảy đều vui mừng tin nhận.

9.
PHẬT ĐỘ HAI VUA XUẤT GIA

Lúc ấy, đức Phật đang ở gần thành *Xá-vệ*, trong vườn Kỳ thọ Cấp Cô Độc. Bấy giờ, vua nước *Băng-cá-la*[2] miền Bắc và vua nước *Băng-cá-la* miền Nam đánh nhau luôn, hại mạng nhân dân hai nước rất nhiều.

Vua *Ba-tư-nặc* ở thành *Xá-vệ*, nước *Câu-tát-la* thấy hai nước tranh nhau nhiễu hại dân chúng, không ai ngăn cản hòa giải được, liền đến chỗ Phật, lạy chào và thưa rằng: "Bạch Thế Tôn! Ngài là đấng Pháp vương cao trổi chẳng có ai hơn. Ngài là đấng cứu nạn cứu khổ cho chúng sanh và giải hòa cho những kẻ thù nghịch nhau. Lúc này, vua nước *Băng-cá-la* miền Bắc đang đánh nhau với vua nước *Băng-cá-la* miền Nam, giết hại rất nhiều sinh mạng. Xin ngài từ bi giải hòa cho sự tranh chấp ấy."

Đức Thế Tôn im lặng chấp nhận lời thỉnh cầu của vua

---

[1] Tiếng Phạn là **Akṣobhya** (A-súc-bệ), Hán dịch là Bất Động (不動).
[2] Tiếng Phạn là **Pancāla**.

Ba-tư-nặc. Vua biết rằng Phật đã nhận lời, liền cúi lạy và lui ra.

Hôm sau, đức Thế Tôn thức dậy sớm, đắp y, ôm bình bát đi qua thành *Ba-la-nại*.[1] Đến nơi, ngài trụ trong vườn Lộc.[2] Hai vị vua đều hay tin đức Phật đến đó.

Khi ấy, cả hai vua đang chuẩn bị quân binh mạnh mẽ, sắp sửa cùng nhau giao chiến. Vua nước *Băng-cá-la* miền Bắc khi dàn quân rồi bỗng nhiên thấy khiếp sợ, bèn đi trên một cái xe đến hầu chỗ Phật.

Đức Thế Tôn liền thuyết pháp với vua rằng: "Này đại vương, ở đời chẳng có chi là thường tồn cả. Kẻ lên cao lắm ắt có ngày cũng phải rơi xuống thấp. Việc dẫu có kéo dài rồi cũng phải có lúc chấm dứt. Có sinh ra ắt có ngày chết đi, có hợp lại ắt có lúc ly tán vậy."

Vua nghe Phật thuyết pháp xong, tâm ý khai mở, liền đắc quả *Tu-đà-hoàn*. Vua đối trước Phật xin được xuất gia nhập đạo. Phật nói: "Lành thay đó, *tỳ-kheo!*" Liền đó, râu tóc của vua tự nhiên rụng mất, y phục trên người hóa thành *cà-sa*, tức nhiên trở thành một vị *tỳ-kheo* oai nghi đức hạnh. Sau đó, nhờ tinh cần tu tập mà không bao lâu được chứng quả *A-la-hán*.

Vua xứ *Băng-cá-la* miền Nam nghe việc Phật đã độ cho vua kia xuất gia, được giải thoát không còn lo buồn, sợ sệt, tâm ý thanh thoát an nhiên, liền ngự giá đến chỗ đức Phật mà đảnh lễ nơi chân Phật, rồi ngồi sang một bên nghe Phật thuyết pháp. Nghe pháp xong, lòng vua vô cùng vui sướng, liền thỉnh đức Phật và chư *tỳ-kheo* vào hoàng cung để cúng dường. Phật nhận lời.

---

[1] Bnars, ngày trước gọi là **Vārānasi**.

[2] Vườn Lộc (cũng thường gọi là Lộc Uyển) là khu vườn có rất nhiều nai, ở gần thành Ba-la-nại. Đức Phật thuyết pháp lần đầu tại đây, độ cho năm anh em Kiều Trần Như đắc quả A-la-hán.

Vua liền trở về soạn sửa các món cúng dường rất trọng hậu mà phụng cúng đức Phật và chư *tỳ-kheo* tăng. Lễ cúng dường xong, vua liền đối trước Phật lễ bái mà phát lời nguyện lớn rằng: "Nhờ công đức cúng dường hôm nay, trong đời vị lai tôi nguyện sẽ có thể vì những chúng sanh mù lòa mà cứu giúp cho được sáng mắt, vì những chúng sanh chẳng quy y Phật mà độ cho quy y; [tôi sẽ làm cho] những chúng sanh không người cứu hộ sẽ được cứu hộ, những chúng sanh không được an ổn sẽ được an ổn, những chúng sanh chưa nhập *Niết-bàn* sẽ được nhập *Niết-bàn*."

Khi vua phát nguyện rồi, đức Phật liền mỉm cười, từ nơi trán, giữa hai lông mày phóng ra một đạo hào quang năm sắc, bay quanh Phật ba vòng rồi lại theo chỗ trên trán Phật mà bay trở vào.

Khi ấy, ngài *A-nan* bạch Phật rằng: "Như Lai là đấng tôn quý, chẳng bao giờ vô cớ mà cười. Nay vì nhân duyên gì mà Phật mỉm cười, xin giảng giải cho chúng con được biết."

Phật bảo *A-nan*: "Ông có nhìn thấy vua *Băng-cá-la* phát tâm cúng dường ta chăng?" *A-nan* thưa: "Bạch Thế Tôn, con đã thấy."

Phật nói: "Nhờ công đức cúng dường này, từ nay về sau vua này sẽ không còn đọa vào ba nẻo ác,[1] sinh ra trong chốn trời người thường hưởng nhiều khoái lạc. Trải qua ba *a-tăng-kỳ* kiếp nữa sẽ thành Phật hiệu là Vô Thắng,[2] hóa độ chúng sanh nhiều vô số. Vì nhân duyên ấy mà ta mỉm cười."

Các vị *tỳ-kheo* nghe Phật thuyết nhân duyên này xong thảy đều vui mừng tin nhận.

---

[1] Ba nẻo ác: địa ngục, súc sanh, ngạ quỷ.
[2] Tiếng Phạn là Vijaya, Hán dịch là Vô Thắng (無勝).

10.
TRƯỞNG GIẢ LÀM VUA BẢY NGÀY

Lúc ấy, đức Phật đang ở gần *thành Xá-vệ,* trong vườn Kỳ thọ Cấp Cô Độc. Vua nước *Câu-tát-la* là *Ba-tư-nặc* và vua nước *Ma-kiệt-đề* là *A-xà-thế* đang đánh nhau.

Khi ấy, cả hai vua đều có đủ bốn loại quân là: quân cưỡi voi, quân cưỡi ngựa, quân dùng xe và quân đánh bộ. Vua *Ba-tư-nặc* ra quân thất bại, thua to đến ba lần. Vua chạy trở về nước *Câu-tát-la,* vào trong thành nội lo rầu phiền muộn, bỏ ăn mất ngủ, đêm ngày lo nghĩ.

Bấy giờ, tại thành *Xá-vệ* có một người trưởng giả giàu có, vàng bạc châu báu nhiều không kể xiết. Nghe chuyện vua *Ba-tư-nặc* thất trận trở về phiền muộn trong thành, liền đến tâu với vua rằng: "Tâu bệ hạ! Kẻ hèn này sẵn có nhiều vàng bạc châu báu, xin dâng bệ hạ tùy nghi sử dụng, có thể dùng để tuyển mộ thêm binh lính, mua nhiều ngựa tốt, lại cùng với nước kia giao chiến nữa mà giành phần thắng. Cớ gì bệ hạ phải buồn bực như vậy?"

Vua *Ba-tư-nặc* liền nhận lời. Ông trưởng giả mang hết vàng bạc châu báu dâng lên vua, vua dùng để tuyển mộ rất đông quân binh, mua thêm nhiều ngựa tốt. Lại cho người đi khắp nước mà cầu bậc mưu sĩ ra giúp.

Bấy giờ, có một vị tướng giỏi nghe lời hiệu triệu của vua mà đến giúp, nhân đi qua cửa thành nghe có hai vị tướng sĩ cùng nhau luận bàn về binh pháp. Một người nói rằng: "Phép dùng binh nên chọn những quân binh hùng mạnh nhất cho đi trước, những quân binh bậc trung thì đi giữa, còn những quân yếu nhất thì cho đi sau hết." Vị tướng nghe rồi, khi đến chầu vua liền thuật lại như vậy.

Vua *Ba-tư-nặc* nghe rồi liền tin theo lời ấy, họp đủ bốn

đoàn binh kéo tới đánh vua *A-xà-thế*, bố trí quân binh mạnh nhất đi đầu và quân binh yếu nhất đi sau. Quả nhiên thắng được quân vua *A-xà-thế*, thu bắt được rất nhiều voi ngựa, xe cộ, lại thừa thắng mà bắt sống cả vua *A-xà-thế* nữa.

Vua *Ba-tư-nặc* dẫn vua *A-xà-thế* đến chỗ Phật. Tới nơi, vua lạy chào Phật, bạch rằng: "Bạch Thế Tôn! Tôi đối với vua *A-xà-thế* thật không có lòng oán ghét, song vua ấy tự sanh lòng thù nghịch với tôi mà gây cuộc binh đao. Tuy vậy, vua cha của *A-xà-thế* ngày trước là bạn hữu của tôi,[1] nên nay tôi không muốn xuống tay hại mạng người. Ý tôi muốn thả cho vua *A-xà-thế* về nước cũ."

Khi ấy, đức Phật khen vua *Ba-tư-nặc* mà nói rằng: "Lành thay, lành thay! Đối với chỗ người thân kẻ oán đều giữ lòng bình đẳng như nhau, chính là chỗ các bậc thánh hiền đều khen ngợi."

Phật lại thuyết kệ rằng :

Bại thì sanh lo sợ,
Thắng nên lòng hân hoan.
Nay ông thả vua kia,
Đôi bên đều vui cả!
Nếu biết bỏ thắng bại,
Đó là vui lớn nhất.

Vua *Ba-tư-nặc* nghe Phật thuyết kệ rồi, liền vui vẻ thả vua *A-xà-thế* cho về nước cũ.

Vua trở về cung, lòng tự nghĩ rằng: "Ta sở dĩ ngày nay được chiến thắng, là nhờ có ông trưởng giả kia dâng lên trân bảo, vàng bạc để chiêu mộ thêm tướng sĩ." Nghĩ như vậy, liền tức thời cho mời vị trưởng giả đến, bảo rằng: "Ta có được chiến thắng như ngày nay là nhờ có khanh dâng lên tài vật, giúp

---

[1] Tức là vua Tần-bà-sa-la (**Bimbisara**). Trong kinh Quán Vô Lượng Thọ có nói: Vua Tần-bà-sa-la bị con là A-xà-thế bắt cầm ngục cho đến chết và soán ngôi.

chiêu mộ binh tướng. Nay ta muốn ban thưởng cho khanh thật trọng hậu, vậy khanh muốn gì cứ nói ra."

Trưởng giả tâu: "Xin đại vương xá tội cho, tôi mới dám nói." Vua đáp: "Khanh muốn gì cứ nói, ta sẽ lắng nghe, không bắt tội." Trưởng giả tâu rằng: "Tôi muốn được thay đại vương mà cầm quyền trị nước trong bảy ngày."

Vua liền hứa thuận cho, truyền đánh trống loan báo ra khắp nước, lập ông trưởng giả lên làm vua trong bảy ngày.

Ông trưởng giả lên làm vua rồi, liền sai người đi đánh trống mà loan báo khắp nơi trong thành rằng: "Trong hạn bảy ngày, tất cả nhân dân đều được tự do, không bị bắt buộc phải làm bất cứ việc gì do quan viên sai khiến." Lại sai sứ đến nói với vua các nước nhỏ chư hầu rằng, trong hạn bảy ngày, phải bãi bỏ hết mọi việc triều chính mà về kinh đô bái kiến vua mới.

Khi các vua tề tựu về, ông liền thỉnh Phật và chư tăng đến để cúng dường trọng thể, lại khuyến khích hết thảy các vua chư hầu cùng các vị quan thuộc quy y Tam bảo. Người người đều nghe lời khuyên của ông mà quy y Phật, số nhiều không tính hết.

Ông trưởng giả làm xong những việc ấy, trải qua bảy ngày rồi, liền đến chỗ Phật ngự, lễ bái cung kính và phát lời nguyện lớn rằng: "Nhờ công đức cúng dường hôm nay, trong đời vị lai tôi nguyện sẽ có thể vì những chúng sanh mù lòa mà cứu giúp cho được sáng mắt, vì những chúng sanh chẳng quy y Phật mà độ cho quy y; [tôi sẽ làm cho] những chúng sanh không người cứu hộ sẽ được cứu hộ, những chúng sanh không được an ổn sẽ được an ổn, những chúng sanh chưa nhập *Niết-bàn* sẽ được nhập *Niết-bàn*."

Ông trưởng giả phát nguyện rồi, đức Phật liền mỉm cười, từ nơi trán, giữa hai lông mày phóng ra một đạo hào quang năm sắc, bay quanh Phật ba vòng rồi lại theo chỗ trên trán

Phật mà bay trở vào.

Khi ấy, *A-nan* bạch Phật rằng: "Như Lai là đấng tôn quý, chẳng bao giờ vô cớ mà cười. Nay vì nhân duyên gì mà Phật mỉm cười, xin giảng giải cho chúng con được biết."

Phật bảo *A-nan*: "Ông có thấy vị trưởng giả vừa làm vua bảy ngày đây chăng?" *A-nan* thưa: "Bạch Thế Tôn, con đã thấy."

Phật nói: "Vị đại trưởng giả đây nhờ công đức thỉnh Phật cúng dường, trải qua ba *a-tăng-kỳ* kiếp nữa sẽ thành Phật hiệu là Tối Thắng,[1] hóa độ chúng sanh nhiều vô số. Vì nhân duyên ấy mà ta mỉm cười."

Các vị *tỳ-kheo* nghe Phật thuyết nhân duyên này xong thảy đều vui mừng tin nhận.

---

[1] Tiếng Phạn là **Abhayaprada**, Hán dịch là Tối Thắng (最勝).

PHẨM THỨ HAI
CÚNG DƯỜNG ĐƯỢC THỌ BÁO

11.
NHỮNG NGƯỜI THUYỀN CHÀI

Lúc ấy, đức Phật đang ở gần *thành Xá-vệ*. Về phía bên kia sông *Y-la-bạt*[1] có một làng thuyền chài. Bấy giờ, Phật muốn qua sông mà hóa độ cho những người thuyền chài ấy. Khi những người ở làng chài ấy thấy Phật đi đến chỗ bờ sông thì tự nhiên sinh lòng hoan hỷ, liền cùng nhau chèo thuyền sang, đối trước Phật lễ bái mà thưa thỉnh rằng: "Bạch Thế Tôn! Xin ngài rạng sáng ngày mai đến, chúng con sẽ đưa ngài sang sông." Đức Phật liền nhận lời.

Những người thuyền chài lập tức sửa soạn, trang hoàng thuyền bè, dọn sửa đường đi, cho đến nhặt sạch đá sỏi, những đồ ô uế. Rồi họ che lọng, treo cờ xí, cắm hoa vào bình, và chuẩn bị các món ăn tinh khiết, ngon quý. Chuẩn bị xong mọi việc, họ mang thuyền đến nơi bờ sông mà đợi Phật và chư *tỳ-kheo* tăng.

Đúng giờ đã hẹn, đức Thế Tôn cùng chư *tỳ-kheo* tăng cùng đi chỗ bờ sông, lên thuyền đã đợi sẵn đó mà qua sông, đến làng của những người thuyền chài. Tới nơi, Phật và chư *tỳ-kheo* đều được thỉnh lên những chỗ ngồi trang nghiêm đã dọn sẵn. Khi mọi người đều đã an vị, những người thuyền chài tự tay sửa soạn, dâng cúng đủ các món ăn ngon quý, tinh khiết.

Lễ cúng dường xong, tất cả đều đến trước Phật lễ bái và khao khát xin được nghe pháp. Đức Thế Tôn lúc ấy liền vì

---
[1] Tiếng Phạn là Ajiravati (A-si-ra-hoa-tý).

bọn họ mà thuyết pháp *Tứ diệu đế*. Nghe Phật thuyết pháp xong, mọi người đều thấy tâm ý khai mở, nhiều người được đắc quả *Tu-đà-hoàn*, có người chứng quả *Tư-đà-hàm*, có người chứng quả *A-na-hàm*, có người chứng quả *A-la-hán*.[1] Lại có người ngay khi đó phát tâm *Vô thượng Bồ-đề*, nguyện được quả vị Phật.

Lúc bấy giờ, chư *tỳ-kheo* thấy việc đức Phật được cung kính cúng dường và đưa rước sang sông như thế, liền thưa hỏi rằng: "Chẳng hay đức Thế Tôn đã từng tạo những nhân duyên gì mà nay hưởng sự tự nhiên cúng dường cung kính như vậy?"

Phật bảo chư *tỳ-kheo* rằng: "Các ông hãy lắng nghe, ta sẽ vì các ông mà phân biệt nói rõ. Về thuở quá khứ cách đây vô số kiếp, nước *Ba-la-nại* có Phật ra đời hiệu là *Tỳ-diêm-bà*, cùng chư *tỳ-kheo* đi khắp các nước mà giáo hóa chúng sanh. Khi đến một bờ sông, có những người khách buôn vận chuyển hàng hóa sang sông, lúc ấy cũng vừa đến. Những người này vừa thấy Phật với sáu mươi hai ngàn vị *A-la-hán* cùng đi thì sanh lòng tin phục, kính ngưỡng, liền thưa hỏi rằng: 'Bạch Thế Tôn, có phải ngài đang muốn sang sông chăng?' Phật nói: 'Đúng vậy.' Những người khách buôn liền sửa soạn các món ăn ngon quý, tinh khiết mà cúng dường Phật và chư *tỳ-kheo* tăng, lại thưa thỉnh rằng: 'Kính mong Phật và chư *tỳ-kheo* tăng nhận cho chúng con đưa thuyền sang sông, kẻo e có bọn giặc cướp không biết mà làm hại đến các ngài.'

Đức Phật liền nhận lời cho họ đưa sang sông, rồi nhân đó mới vì họ mà thuyết pháp, khiến hết thảy đều được sanh lòng hoan hỷ, phát tâm *Bồ-đề*. Khi ấy, đức Phật *Tỳ-diêm-bà* liền thọ ký cho vị chủ đoàn khách buôn rằng: 'Ông về sau sẽ thành Phật hiệu là *Thích-ca Mâu-ni*.'"

---

[1] Từ Tu-đà hoàn (Nhập lưu), đến Tư-đà-hàm (Nhất lai), A-na-hàm (Bất lai) cho đến A-la-hán (Bất sanh) là bốn Thánh quả của Tiểu thừa, tu chứng trên căn bản giáo pháp pháp Tứ diệu đế.

Đức Thế Tôn lại nói: "Này chư *tỳ-kheo*! Người chủ đoàn khách buôn thuở ấy chính là ta ngày nay đây. Ta đưa đức Phật *Tỳ-diêm-bà* và sáu mươi hai ngàn vị *A-la-hán* sang sông, cúng dường các ngài một bữa ăn đủ các món quý lạ, tinh khiết, và nhân nơi Phật ấy mà phát tâm *Bồ-đề*, nguyện thành quả Phật. Bởi nhân duyên ấy, nên trải qua trong nhiều kiếp lưu chuyển, ta không bao giờ đọa vào các đường ác và cho đến nay được thành quả Phật. Cũng vì thế mà khắp trong cõi trời người, ai ai cũng muốn đến cúng dường ta."

Các vị *tỳ-kheo* nghe Phật thuyết nhân duyên này xong thảy đều vui mừng tin nhận.

12.
VUA QUÁN ĐẢNH THỈNH PHẬT

Lúc ấy, đức Phật đang ở thành *Vương Xá*, tinh xá Trúc Lâm. Bấy giờ, đức Thế Tôn cùng với sáu mươi hai ngàn vị *tỳ-kheo A-la-hán* cùng đến nước *Câu-tỳ-la*.[1] Nhân dân nơi đây bẩm tính hiền lành, khoan hòa, hiếu thuận.

Khi ấy, đức Thế Tôn nghĩ rằng: "Ta nên lập một giảng đường lớn có cả lầu gác bằng các thứ gỗ quý như *chiên-đàn*, trầm hương, để hóa độ nhân dân nơi đây."

Vị *Đế-thích* vua cõi trời biết được ý nghĩ của Phật, liền cùng với chư thiên và các loài rồng, dạ-xoa, càn-thát-bà, cưu-bàn-trà mang những thứ cây gỗ quý như chiên-đàn, trầm hương đến dâng cúng Phật. Các ngài lại theo ý Phật mà dùng các thứ gỗ quý ấy tạo dựng lên một giảng đường to lớn, trang nghiêm, đủ các loại giường ghế, chỗ ngồi chỗ nằm đều rộng rãi, xinh đẹp. Các ngài lại cúng dường Phật và chư tỳ-kheo

---
[1] Tiếng Phạn là Kauravya..

tăng các món ăn quý lạ, giường nệm, hương hoa, một cách cung kính, trọng hậu.

Lúc ấy, dân chúng ở thành *Câu-tỳ-la* thấy hết những sự việc ấy, thảy đều cho là chưa từng có. Họ liền nói với nhau rằng: "Nay chỉ có đức Như Lai Thế Tôn là bậc có được công đức lớn lao như vậy, cảm hóa chư thiên hiện đến cúng dường lễ bái."

Họ liền rủ nhau cùng đến chỗ Phật, cung kính lễ bái, rồi cùng nhau đứng sang một bên. Đức Thế Tôn khi ấy liền vì tất cả nhân dân xứ này mà thuyết pháp Tứ diệu đế. Nghe Phật thuyết pháp xong, mọi người đều thấy tâm ý khai mở, nhiều người được đắc quả *Tu-đà-hoàn*, có người chứng quả *Tư-đà-hàm*, có người chứng quả *A-na-hàm*, có người chứng quả *A-la-hán*. Lại có người ngay khi đó phát tâm *Vô thượng Bồ-đề*, nguyện được quả vị Phật.

Lúc bấy giờ, chư *tỳ-kheo* thấy việc chư thiên hiện đến cúng dường, tạo dựng giảng đường trang nghiêm như vậy, liền thưa hỏi đức Phật: "Bạch Thế Tôn! Do nhân duyên gì mà nay Phật tự nhiên được chư thiên cung kính cúng dường như vậy?"

Đức Thế Tôn đáp rằng: "Này chư *tỳ-kheo*! Hãy chú tâm lắng nghe, ta sẽ vì các ông mà phân biệt giảng nói.

"Này chư *tỳ-kheo*! Về thuở quá khứ cách nay vô số kiếp, nước *Ba-la-nại* có Phật ra đời hiệu là *Phạm-thiên*,[1] cùng chư *tỳ-kheo* đi giáo hóa khắp nơi. Ngày kia đến chỗ một ông vua tên là Quán Đảnh. Vua nghe có Phật đến thì liền ra tận ngoài thành mà cung nghinh, lễ bái. Rồi lại thưa thỉnh Phật và chư tăng xin nhận sự cúng dường dường của vua trong ba tháng, đủ các món ăn, thức uống, y phục, thuốc men. Phật liền nhận lời. Vua Quán Đảnh lại cho dựng một giảng đường lớn, có đủ giường ghế, chỗ ngồi chỗ nằm thảy đều rộng rãi, đẹp đẽ.

---

[1] Tiếng Phạn là Brahmā.

"Vua cúng dường các món ăn quý lạ, tinh khiết như vậy trong suốt ba tháng, lại còn cúng dường một tấm áo rất quý đẹp. Khi ấy, Phật liền vì vua mà thuyết pháp, khiến cho trong lòng được vui vẻ, liền phát tâm *Bồ-đề*, cầu thành quả Phật. Vua phát tâm rồi, Phật liền thọ ký cho: 'Ông về sau sẽ thành Phật hiệu là *Thích-ca Mâu-ni*.'"

Đức Thế Tôn lại dạy rằng: "Này chư *tỳ-kheo*! Vua Quán Đảnh ngày trước, nay chính là ta đây, còn quần thần thuở ấy nay chính là sáu mươi hai ngàn *tỳ-kheo A-la-hán*. Nhờ nhân duyên cúng dường, phụng sự đức Phật *Phạm-thiên* thuở ấy, nên trải qua bao kiếp lưu chuyển, ta chẳng bao giờ đọa vào các đường ác, thường thọ nhận những sự khoái lạc trong cõi trời, cõi người, cho đến ngày nay được quả vị Vô thượng *Bồ-đề*. Cũng vì thế mà khắp trong cõi trời người, ai ai cũng muốn đến cúng dường ta."

Các vị *tỳ-kheo* nghe Phật thuyết nhân duyên này xong thảy đều vui mừng tin nhận.

13.
VUA PHÁP HỘ TẮM PHẬT

Lúc ấy, đức Phật đang ở thành *Xá-vệ*, trong vườn Kỳ thọ Cấp Cô Độc. Trong thành *Xá-vệ* có năm trăm người khách thương đi buôn bán phương xa. Trên đường đi, lạc vào một vùng hoang vắng rộng lớn, chẳng biết lối ra. Gặp lúc trời nắng nóng, không có nước uống nên đều sắp chết khát. Lúc ấy, những người khách buôn này liền cầu khấn đủ các vị thần, mong được cứu giúp, nhưng thảy đều không thấy linh ứng.

Trong nhóm khách buôn có một người cư sĩ tin Phật, bảo mọi người rằng: "Này các ông! Đức Như Lai Thế Tôn thường lấy tâm đại bi mà ngày đêm quán sát chúng sanh, nơi đâu có người chịu khổ não ngài đều đến cứu hộ. Nay tất cả chúng ta nên cùng nhau chí tâm mà xưng niệm danh hiệu Phật, ắt sẽ được cứu hộ."

Khi ấy, cả nhóm khách buôn nghe lời ấy rồi thì đều đồng thanh xưng danh hiệu Phật.

Lúc đó, đức Phật nghe tiếng niệm Phật của nhóm khách buôn, liền cùng vua trời Đế-thích hiện đến chỗ những người này, đổ xuống một cơn mưa rất lớn. Những người khách buôn thoát khỏi cơn khát, dần dần tìm được đường trở về thành Xá-vệ.

Những người khách buôn khi về đến nhà liền thỉnh Phật và chư *tỳ-kheo* đến cúng dường. Đức Phật nhận lời. Bọn họ liền cùng nhau sắm sửa đủ các món cúng dường trang nghiêm, tinh khiết mà dâng lên Phật với chư *tỳ-kheo*.

Phật cùng chư *tỳ-kheo* đến chỗ những người khách buôn mà thọ nhận cúng dường rồi, họ lại tỏ ý khát ngưỡng muốn được nghe Phật thuyết pháp. Đức Thế Tôn liền vì bọn họ mà thuyết pháp. Nghe pháp xong, mọi người đều thấy tâm ý khai mở, nhiều người được đắc quả *Tu-đà-hoàn*, có người đắc quả *Tư-đà-hàm*, có người đắc quả *A-na-hàm*. Lại có người ngay khi đó phát tâm *Vô thượng Bồ-đề*.

Khi ấy, các vị *tỳ-kheo* thấy sự việc như thế, bèn thưa hỏi Phật rằng: "Bạch đức Thế Tôn! Do nhân duyên gì mà có sự việc những người thương khách đây cúng dường Phật, nghe pháp rồi đắc quả như vậy."

Đức Thế Tôn đáp: "Này chư *tỳ-kheo*! Hãy chú tâm lắng nghe, ta sẽ vì các ông mà phân biệt giảng nói.

"Này chư *tỳ-kheo*! Về thuở quá khứ cách nay vô số kiếp, nước *Ba-la-nại* có Phật ra đời hiệu là Chiên Đàn Hương,[1]

---

[1] Tiếng Phạn là **Candana**, Hán dịch là Chiên Đàn Hương (栴檀香).

cùng với các vị *tỳ-kheo* đi hóa độ chúng sanh khắp nơi, đến nước của một ông vua tên là Pháp Hộ. Khi ấy gặp lúc trời đang nắng hạn, các loại cây trái hoa màu chẳng thu hoạch được gì. Vua ấy nghe tin Phật đến thì liền cùng với quần thần ra nghinh đón, thỉnh Phật vào thành cúng dường các món ăn uống, y phục, thuốc men trong ba tháng. Đức Phật nhận lời.

Vua Pháp Hộ cho xây trong thành một cái hồ lớn, làm chỗ cho Phật và chư tỳ-kheo tắm rửa. Rồi phát lời thệ nguyện rằng: "Do nơi công đức này, nguyện cho Đế-thích sẽ đổ mưa lớn xuống khắp cõi đất này, tươi tốt hoa màu, lợi ích hết thảy chúng sanh." Phát nguyện vừa xong thì trời liền đổ mưa, thấm nhuần khắp nước.

Khi ấy vua Pháp Hộ liền cho làm ra tám mươi bốn ngàn cái bình quý, sai lấy nước trong hồ Phật tắm mà đựng vào trong đó. Rồi sai người mang đến cho tám mươi bốn ngàn thành thị trong khắp nước, mỗi nơi một bình, ra lệnh phải lập tháp mà thờ kính cúng dường bình nước tắm Phật ấy.

Sau đó, vua lại phát tâm *Vô thượng Bồ-đề*, nguyện thành quả Phật. Khi ấy, Phật Chiên Đàn Hương liền thọ ký cho rằng: "Ông về sau sẽ thành Phật hiệu là *Thích-ca Mâu-ni*."

Đức Phật bảo các vị *tỳ-kheo*: "Vua Pháp Hộ thuở ấy chính là ta ngày nay. Quần thần thuở ấy chính là *tỳ-kheo* các ông đó. Nhờ nhân duyên cúng dường, phụng sự đức Phật Chiên Đàn Hương thuở ấy, nên trải qua bao kiếp lưu chuyển, ta chẳng bao giờ đọa vào các đường ác, thường hưởng những sự khoái lạc trong cõi trời, cõi người, cho đến ngày nay được quả vị *Vô thượng Bồ-đề*. Cũng vì thế mà khắp trong cõi trời người, ai ai cũng muốn đến cúng dường ta."

Các vị *tỳ-kheo* nghe Phật thuyết nhân duyên này xong thảy đều vui mừng tin nhận.

14.
PHẬT TRỪ DỊCH BỆNH

Lúc ấy, đức Phật đang ở gần thành *Vương Xá*,[1] nơi tinh xá Trúc Lâm.[2] Bấy giờ, tại xứ *Na-la*[3] xảy ra dịch bệnh làm cho người chết rất nhiều. Dân chúng bệnh khổ đau đớn, cầu khẩn đủ các vị thần, song không thấy ứng nghiệm. Bệnh ngày càng lan rộng chẳng giảm chút nào.

Khi đó, tại xứ này có một người cư sĩ tin Phật, nói với mọi người rằng: "Đức Như Lai luôn làm lợi ích, an ổn cho hết thảy chúng sanh. Chúng ta nên cùng nhau chí tâm niệm danh hiệu ngài mà cầu khỏi sự bệnh khổ."

Mọi người nghe lời ấy rồi, liền cùng nhau đồng thanh mà xưng niệm danh hiệu Phật, cầu đức Thế Tôn đại bi thương xót cứu hộ cho khỏi nạn dịch bệnh.

Đức Như Lai thường lấy tâm đại bi mà ngày đêm quán sát chúng sanh, nơi đâu có người chịu khổ não ngài đều đến cứu hộ cho, lại dạy tu theo các pháp lành vĩnh viễn trừ được khổ não. Khi ấy, Phật thấy biết nhân dân ở xứ *Na-la* chịu bệnh khổ, đang nhất tâm xưng danh hiệu Phật mà cầu cứu khổ.

Đức Thế Tôn liền cùng với chư *tỳ-kheo* hiện đến xứ *Na-la*, ngài lấy tâm đại bi mà ủy dụ dân chúng, khuyên tu các điều lành. Dịch bệnh khi ấy tự nhiên giảm mất, chẳng còn ai bệnh khổ nữa.

Khi ấy, dân trong xứ đều thấy sự lợi ích, an ổn mà đức Như Lai mang lại cho mọi người, liền nói với nhau rằng:

---

[1] Tiếng Phạn là **Rājagriha**.
[2] Tiếng Phạn là **Venuvana**.
[3] Tiếng Phạn là **Nādakanthā** (Na-da-căn-thà), dịch âm chữ Hán là Na-la (那羅).

"Chúng ta đây nhờ ơn đức Phật mới còn giữ được thân mạng, vậy nên lập hội thỉnh Phật mà cúng dường."

Nghĩ như vậy rồi, họ liền cùng nhau đến chỗ Phật, lễ bái thưa thỉnh. Đức Phật liền nhận lời.

Dân chúng trong vùng ấy được Phật nhận lời cầu thỉnh rồi thì mừng rỡ, cùng nhau sắm sửa lập hội cúng dường. Họ trang hoàng nơi lễ đàn, hương hoa cờ phướn đủ lễ trang nghiêm, cho đến dọn sửa đường sá, nhặt sạch những thứ đá sỏi, đồ ô uế. Lại sắp đặt đầy đủ các món ăn ngon lạ, tinh khiết. Mọi việc chuẩn bị xong, họ lại cho người đến thỉnh Phật và chư *tỳ-kheo* tăng.

Bấy giờ, đức Thế Tôn và chư *tỳ-kheo* đắp y, mang bình bát cùng đến dự hội. Lễ cúng dường xong, dân chúng đều khao khát mong mỏi xin được nghe pháp. Phật liền vì mọi người mà thuyết pháp cho nghe. Nghe Phật thuyết pháp xong, mọi người đều thấy tâm ý khai mở, nhiều người được đắc quả *Tu-đà-hoàn*, có người chứng quả *Tư-đà-hàm*, có người chứng quả *A-na-hàm*. Lại có người ngay khi đó phát tâm *Vô thượng Bồ-đề* nguyện được quả vị Phật, Thế Tôn.

Lúc bấy giờ, các vị *tỳ-kheo* thấy việc như vậy liền thưa hỏi Phật: "Bạch Thế Tôn! Do nhân duyên phước báo nào mà dân chúng nơi đây ngày nay cúng dường Phật, cũng như nhờ đâu mà họ được Phật độ cho khỏi nạn dịch bệnh tai ác?"

Đức Phật đáp rằng: "Này chư *tỳ-kheo*! Các ông hãy chú tâm lắng nghe, ta sẽ vì các ông mà phân biệt giảng nói.

"Này chư *tỳ-kheo*! Về thuở quá khứ, nước *Ba-la-nại* có Phật ra đời hiệu là Nguyệt Quang,[1] cùng các vị *tỳ-kheo* đi đến nước của một vị vua tên là *Phạm-ma*. Đức vua này cúng dường Phật với chư *tỳ-kheo* xong, liền quỳ xuống mà bạch rằng: "Xin đức Thế Tôn từ bi thương xót mà cứu độ cho nhân dân hiện nay đang bị dịch bệnh tai ác."

---

[1] Tiếng Phạn là **Candra**, Hán dịch là Nguyệt Quang (月光).

Lúc bấy giờ, đức Phật Nguyệt Quang liền lấy tấm y của mình trao cho nhà vua, nói rằng: "Đại vương! Hãy mang áo *cà-sa* của ta đây treo lên đầu cây phướn, cung kính cúng dường, rồi dịch bệnh sẽ tự nhiên tiêu tán, không còn trở lại nữa." Vua nghe theo lời ấy rồi, mọi việc đều tốt đẹp, dịch bệnh tự nhiên tiêu trừ. Vua hết sức vui mừng, phát tâm *Bồ-đề*. Đức Phật liền thọ ký cho vua rằng: "Ông về sau sẽ thành Phật hiệu là *Thích-ca Mâu-ni*."

Phật bảo chư *tỳ-kheo*: "Vua *Phạm-ma* thuở ấy chính là ta ngày nay. Quần thần thuở ấy chính là *tỳ-kheo* các ông. Nhờ nhân duyên cúng dường, phụng sự đức Phật Nguyệt Quang thuở ấy, nên trải qua bao kiếp lưu chuyển, ta chẳng bao giờ đọa vào các đường ác, thường hưởng những sự khoái lạc trong cõi trời, cõi người, cho đến ngày nay được quả vị *Vô thượng Bồ-đề*. Cũng vì thế mà khắp trong cõi trời người, ai ai cũng muốn đến cúng dường ta."

Các vị *tỳ-kheo* nghe Phật thuyết nhân duyên này xong thảy đều vui mừng tin nhận.

15.
THIÊN ĐẾ CÚNG PHẬT

Lúc ấy, Phật ở tại thành Vương Xá, cùng với chư tỳ-kheo nơi tinh xá Trúc Lâm. Lúc bấy giờ, *Đề-bà-đạt-đa* là người ngu si cực ác,[1] kiêu căng, ganh ghét, xúi giục vua *A-xà-thế* ban hành chế lịnh chẳng đúng chánh pháp. Vua cho người đánh trống đi khắp nơi mà tuyên lệnh rằng: "Từ

---

[1] Đề-bà-đạt-đa (**Devadatta**) vốn là anh em họ với Phật, từng xuất gia theo Phật. Do lòng kiêu căng muốn thay Phật mà điều hành Giáo hội Tăng-già, Phật không đồng ý nên ông sanh lòng đố kỵ, nhiều lần bày mưu giết Phật mà không thành. Chính Đề-bà-đạt-đa đã liên kết và xúi giục vua A-xà-thế giết cha là vua Tần-bà-sa-la mà soán ngôi.

nay không cho phép nhân dân đến cúng dường nơi chỗ sa-môn *Cồ-đàm*[1] nữa."

Lúc ấy, trong thành có một người tin sâu nơi Phật, nghe lệnh cấm ấy rồi thì trong lòng buồn bã, âu sầu áo não, thảm thiết than khóc chấn động đến cả cung điện cõi trời của vua trời *Đế-thích*.

Đế-thích thấy cung điện của mình bỗng dưng chấn động, liền quán sát nguyên nhân mới biết việc *Đề-bà-đạt-đa* xúi giục vua cấm dân cúng dường Phật, khiến người kia khóc than buồn thảm chấn động cõi trời. Tức thời, *Đế-thích* liền hiện xuống, giữa nơi thinh không phát âm thanh lớn cho mọi người đều nghe rằng: "Ta nay sẽ đến cúng dường đức Phật và chư tỳ-kheo tăng."

Nói lời ấy giữa thinh không rồi, *Đế-thích* liền đến nơi Phật ngự, cung kính lễ bái, thưa thỉnh Phật rằng: "Bạch Thế Tôn! Xin ngài nhận cho con được cung phụng, cúng dường Phật và chư tăng đến trọn đời." Đức Phật chẳng nhận lời.

Đế-thích lại bạch rằng: "Nếu ngài chẳng nhận cho con trọn đời cung phụng cúng dường, xin nhận cho con được 5 năm cúng dường." Phật cũng chẳng nhận lời.

Đế-thích lại bạch rằng: "Nếu ngài chẳng nhận cho con cung phụng cúng dường trong 5 năm, xin nhận cho được 5 tháng cúng dường." Phật cũng chẳng nhận lời.

Vua trời *Đế-thích* lại bạch rằng: "Nếu ngài chẳng nhận cho con cung phụng cúng dường trong 5 tháng, xin nhận cho được 5 ngày cúng dường." Phật liền nhận lời.[2]

Khi ấy, *Đế-thích* liền dùng thần lực hóa vùng tinh xá Trúc

---

[1] Sa-môn Cồ-đàm: chỉ đức Phật. Cồ-đàm (Gautama) là tên, nhưng người kính Phật thường không gọi tên này mà gọi theo họ là Thích-ca (Sākya).

[2] Tâm Phật từ bi muốn tạo phước lành cho hết thảy chúng sanh nên không thuận nhận sự cúng dường lâu dài của Đế-thích, vì nếu như vậy những chúng sanh khác sẽ không còn được cúng dường ngài nữa.

Lâm thành ra cung điện nguy nga đồ sộ giống như cung *Tỳ-xà-da* trên cõi trời, lại đủ các thứ trang nghiêm cúng dường như giường, ghế, đồ ăn thức uống, y phục, thuốc men... mỗi thứ vật dụng đều làm bằng vàng ròng sáng đẹp. Khi ấy, *Đế-thích* lại cùng với chư thiên cõi trời hiện xuống tự tay sắp đặt các món vật dụng, thức ăn thức uống, y phục, thuốc men... mà cúng dường Phật với chư tỳ-kheo tăng.

Bấy giờ, vua *A-xà-thế* đứng trên lầu cao nhìn về phía tinh xá Trúc Lâm, thấy hiện rõ đền đài cung điện, lại thấy *Đế-thích* cùng với chư thiên cõi trời tự tay sắp đặt các món vật dụng, thức ăn, thức uống, y phục, thuốc men... mà cúng dường Phật với chư tăng. Vua liền sanh lòng hối hận, giận dữ mắng nhiếc *Đề-bà-đạt-đa* rằng: "Ông thật là người ngu si. Tại sao lại xúi giục ta ban hành chế lệnh chẳng đúng chánh pháp?" Nói lời ấy rồi, liền sanh lòng tin sâu nơi Phật.

Khi ấy quần thần liền tâu lên vua rằng: "Xin Đại vương ban bố chánh lệnh, cho nhân dân từ nay được tùy ý cúng dường đức Phật và chư *tỳ-kheo* tăng." Vua liền ban lệnh xuống các quan, sai người đánh trống rao khắp nước rằng: "Từ nay cho phép nhân dân được tùy ý cúng dường đức Phật và chư *tỳ-kheo* tăng."

Lúc ấy, đức Phật vì hết thảy mọi người mà thuyết pháp cho nghe. Nghe Phật thuyết pháp xong, trong chúng hội đều thấy tâm ý khai mở, nhiều người được đắc quả *Tu-đà-hoàn*, có người chứng quả *Tư-đà-hàm, A-na-hàm*. Lại có người ngay khi đó phát tâm *Vô thượng Bồ-đề* nguyện được quả vị Phật, Thế Tôn.

Lúc bấy giờ, chư tỳ-kheo thấy việc như vậy liền thưa hỏi Phật: "Bạch Thế Tôn! Do nhân duyên phước báo nào mà có việc vua trời *Đế-thích* hiện đến cúng dường hôm nay?"

Phật bảo chư *tỳ-kheo*: "Các ông nên chú ý lắng nghe, ta sẽ vì các ông mà phân biệt giảng nói.

"Này chư *tỳ-kheo*! Về thuở quá khứ, cách nay vô số kiếp, nước *Ba-la-nại* có Phật ra đời hiệu là Bảo Điện, cùng với chư *tỳ-kheo* đi giáo hóa khắp nơi, đến nước của một vị vua tên là *Già-sí*. Vua ấy nghe tin Phật đến thì liền cùng với quần thần đều ra nghinh đón, thỉnh Phật ở lại trong thành để cúng dường các món ăn uống, y phục, thuốc men trong ba tháng. Đức Phật liền nhận lời.

Lễ cúng dường rồi, Phật liền vì vua *Già-sí* mà thuyết pháp. Vua nghe pháp rồi phát tâm *Bồ-đề*, nguyện thành quả Phật. Khi ấy, đức Phật Bảo Điện liền thọ ký cho vua rằng: "Ông về sau sẽ thành Phật hiệu là *Thích-ca Mâu-ni*."

Phật lại bảo chư *tỳ-kheo* rằng: "Vua *Già-sí* thuở ấy chính là ta ngày nay. Quần thần thuở ấy chính là *tỳ-kheo* các ông đó. Nhờ nhân duyên cúng dường, phụng sự đức Phật Bảo Điện thuở ấy, nên trải qua bao kiếp lưu chuyển, ta chẳng bao giờ đọa vào các đường địa ngục, súc sanh, ngạ quỷ, thường hưởng những sự khoái lạc trong cõi trời, cõi người, cho đến ngày nay được quả vị *Vô thượng Bồ-đề*. Cũng vì thế mà khắp trong cõi trời người, ai ai cũng muốn đến cúng dường ta."

Các vị *tỳ-kheo* nghe Phật thuyết nhân duyên này xong thảy đều vui mừng tin nhận.

16.
PHẬT HÓA HÌNH ĐẾ THÍCH

Lúc ấy, Phật ở tại thành *Vương Xá*, nơi tinh xá Trúc Lâm. Lúc bấy giờ, trong thành có một viên quan lớn tên là *Lê-xa*, theo bọn tà đạo, chẳng tin luật nhân quả, thuận theo việc thái tử *A-xà-thế* giết vua *Tần-bà-sa-la* mà đoạt ngôi, tự lập lên làm vua. Khi ấy, viên quan này lấy làm đắc ý, tự mãn, liền truyền lệnh tổ chức một đại hội tụ tập những người *bà-la-môn* lại, số đông đến trăm ngàn người, rồi tự đặt ra quy định rằng: "Không ai được đi đến chỗ *sa-môn Cồ-đàm*." Những người *bà-la-môn* thảy đều nghe lệnh cấm như vậy, chẳng ai dám đến chỗ Phật nữa.

Đến một lúc nọ, có một số người *bà-la-môn* bí mật tụ họp lại với nhau bàn luận, có người nói rằng: "Trong kinh *Vĩ-đà*[1] có nói rằng: *Sa-môn Cồ-đàm* chính là vị Đại thiên chủ của chúng ta. Nay chúng ta nên cùng nhau xưng danh ngài, nếu ngài quả thật nghe mà ngự đến chỗ hội này, chúng ta sẽ trọn đời thờ kính phụng sự." Nói như vậy rồi, liền cùng nhau mà xưng tụng rằng: "*Nam-mô*[2] *Cồ-đàm Sa-môn*! Xin ngài đến nơi hội này theo lời cầu thỉnh của chúng con."

Như Lai thường lấy tâm đại bi ngày đêm quán sát chúng sanh, những ai có thể hóa độ thì ngài đều hóa độ cho. Phật biết căn lành của những người bà-la-môn này đã được thuần thục, có thể được Phật hóa độ, nên liền tự biến ra hình *Đế-thích*, từ trên hư không hiện xuống nơi chỗ hội. Mọi người trông thấy thảy đều đứng dậy cung nghinh, đón rước lên chỗ tòa cao trang trọng mà ngồi, liền thưa với *Đế-thích* rằng: "Chỗ sở nguyện[3] của chúng tôi nay chắc sẽ được, nếu đúng như vậy thì xin trọn đời phụng sự thờ kính." Hóa hình *Đế-thích* khen rằng: "Như vậy là tốt lắm."

Khi ấy, đức Thế Tôn biết rằng tâm ý của những người *bà-la-môn* này đã được điều phục, liền hiện lại hình Phật, đúng theo lời nguyện thỉnh của họ, rồi thuyết pháp Tứ diệu đế cho nghe. Nghe Phật thuyết pháp xong, mọi người đều thấy tâm ý khai mở, nhiều người được đắc quả *Tu-đà-hoàn*, thảy đều được an ổn, vui vẻ. Những người *bà-la-môn* này liền sửa soạn

---

[1] Cũng gọi là kinh Phệ-đà (**Veda**), bộ kinh quan trọng nhất của đạo Bà-la-môn.

[2] Nam-mô: phiên âm từ tiếng Phạn là **Namo**, có nghĩa là cung kính, quy ngưỡng.

[3] Tức là những người bà-la-môn này đang thỉnh nguyện đức Phật (Cồ-đàm Sa-môn) đến, họ thấy Phật hóa hình Đế Thích nên không biết.

trăm thứ món ăn thức uống quý lạ, tinh khiết mà thỉnh Phật cùng chư *tỳ-kheo* tăng đến để cúng dường.

Lúc bấy giờ, chư *tỳ-kheo* thấy việc như vậy liền thưa hỏi Phật: "Bạch Thế Tôn! Do nhân duyên phước báo nào mà nay những người *bà-la-môn* này thiết hội cúng dường Phật và chư *tỳ-kheo* tăng như vậy?"

Phật bảo chư *tỳ-kheo*: "Các ông nên chú ý lắng nghe, ta sẽ vì các ông mà phân biệt giảng nói.

"Này chư *tỳ-kheo*! Về thuở quá khứ, cách nay vô số kiếp, nước *Ba-la-nại* có Phật ra đời hiệu là Diệu Âm, cùng chư *tỳ-kheo* đi đến chỗ của một vị vua tên là Bảo Điện. Vua ấy nghe tin Phật đến thì cùng với quần thần ra nghinh đón, thỉnh Phật ở lại trong thành để cúng dường các món ăn uống, y phục, thuốc men trong ba tháng. Đức Phật nhận lời.

Sau ba tháng thọ nhận sự cúng dường của vua Bảo Điện rồi, đức Phật Diệu Âm liền từ nơi giữa rốn phóng hiện ra bảy đóa hoa sen báu, mỗi đóa sen ấy đều có một vị Phật ngồi kiết già[1] trên đó, lại phóng ra ánh sáng rực rỡ, trên chiếu đến cõi trời *A-ca-ni-trá*,[2] dưới thấu đến địa ngục *A-tỳ*. Khi ấy, vua Bảo Điện thấy sự thần biến như vậy rồi, liền phát tâm *Vô thượng Bồ-đề*. Đức Phật Diệu Âm liền thọ ký cho vua rằng: "Ông về sau sẽ thành Phật hiệu là *Thích-ca Mâu-ni*."

Phật bảo chư *tỳ-kheo* rằng: "Vua Bảo Điện thuở ấy chính là ta ngày nay. Quần thần thuở ấy chính là *tỳ-kheo* các ông. Nhờ nhân duyên cúng dường, phụng sự đức Phật Diệu Âm thuở ấy, nên trải qua bao kiếp lưu chuyển, ta chẳng bao giờ đọa vào các đường địa ngục, súc sanh, ngạ quỷ, thường hưởng những sự khoái lạc trong cõi trời, cõi người, cho đến ngày nay

---

[1] Kiết già: tư thế ngồi thiền xếp bằng tréo hai chân lên trên đùi.

[2] Tiếng Phạn là Akaniṣṭha, cũng gọi là Sắc cứu cánh thiên hay Hữu đảnh thiên, là từng trời cao nhất trong các cảnh trời của cõi Sắc giới.

được quả vị Vô thượng *Bồ-đề*. Cũng vì thế mà khắp trong cõi trời người, ai ai cũng muốn đến cúng dường ta."

Các vị *tỳ-kheo* nghe Phật thuyết nhân duyên này xong thảy đều vui mừng tin nhận.

17.
CÚNG DƯỜNG ÂM NHẠC

Bấy giờ, đức Phật đang ở tại thành *Xá-vệ*, nơi vườn Kỳ thọ Cấp Cô Độc, cùng với chư vị *tỳ-kheo* tăng. Khi ấy, trong thành có 500 vị *càn-thát-bà*[1] rất giỏi tài đàn ca, hát nhạc, thường dùng âm nhạc hay lạ mà cúng dường Phật, chẳng lúc nào rời xa. Danh tiếng hay giỏi của các vị lan xa khắp nơi, bốn phương đều nghe biết.

Khi ấy, ở một thành kia về phía nam, có vị vua loài *càn-thát-bà* tên là Thiện Ái, cũng rất giỏi thuật chơi đàn, khắp trong vùng không ai giỏi hơn. Vì thế ông ta sanh lòng kiêu căng tự đại, cho là chẳng ai bằng mình. Vua Thiện Ái nghe nói nơi thành *Xá-vệ* có những vị *càn-thát-bà* giỏi về thuật chơi đàn, liền vượt đường xa mà tìm đến, trải qua rất nhiều nơi, tính có đến 16 cõi nước lớn. Đi đến đâu cũng chỉ dùng cây đàn có một dây mà phát ra được đủ bảy thứ âm thanh khác nhau, mỗi âm thanh lại có đến 21 cách diễn tấu, khiến cho nhân dân khắp các xứ ấy nghe qua đều sanh tâm vui mừng nhảy nhót, cho đến cuồng nhiệt chẳng thể tự chế.

Vua Thiện Ái tìm đến thành *Xá-vệ* rồi, muốn gặp vua *Ba-tư-nặc* để thăm hỏi. Lúc ấy, vị thần canh giữ thành quách và các vị *càn-thát-bà* ở đó biết chuyện mới đến tâu với vua

---

[1] Càn-thát-bà, tiếng Phạn là **Gandhārva**, là loài thần âm nhạc, ưa mùi thơm (nên cũng gọi là hương thần), là một trong tám bộ chúng. Càn-thát-bà và Khẩn-na-la là hai loại thần được chọn đứng hầu Thiên Đế Thích.

Ba-tư-nặc rằng: "Ở cõi nước về phía nam có vị vua *càn-thát-bà* tên là Thiện Ái, giỏi việc chơi đàn, nay đang ở ngoài cổng thành, có ý muốn gặp đại vương, vì nghe rằng trong xứ của đại vương có những vị *càn-thát-bà* cũng giỏi thuật chơi đàn nên từ xa đến đây muốn cùng so tài." Vua *Ba-tư-nặc* liền lệnh cho người giữ cửa thành mời vua Thiện Ái vào, cùng nhau hội kiến, đôi bên đều vui vẻ.

Vua Thiện Ái nói: "Tôi nghe trong xứ của đại vương có những vị *càn-thát-bà* giỏi việc chơi đàn, chẳng hay hiện giờ ở đâu? Ý tôi muốn được cùng họ so tài chơi đàn xem ai hơn, ai kém." Vua *Ba-tư-nặc* đáp: "Chuyện ấy ta thật không ngại. Chỗ họ ở cách đây cũng chẳng xa, nay ta với ngài cùng đi đến đó, tùy ý mà so tài." Vua Thiện Ái nhận lời.

Cùng nhau đi đến chỗ Phật. Phật vốn đã biết ý vua *Ba-tư-nặc* nên liền tự biến hình thành một vị vua *càn-thát-bà*, cùng với nhiều vị thiên thần khác nữa, số đông đến 7.000 vị, thảy đều ôm đàn làm bằng ngọc lưu ly, đứng hầu hai bên tả hữu. Bấy giờ, vua *Ba-tư-nặc* mới nói với vua Thiện Ái rằng: "Đó đều là các vị thần chơi nhạc của tôi. Nay ông có thể cùng so tài xem ai hơn kém."

Vua Thiện Ái liền lấy cây đàn một dây ra khảy, phát thành bảy thứ âm thanh khác nhau, mỗi âm thanh lại có 21 cách biến tấu, tiếng đàn tiếng gõ hòa hợp cùng nhau nghe rất êm tai, lại khiến cho người nghe sinh lòng vui mừng, cho đến nhảy nhót cuồng nhiệt không thể tự chế được.

Đức Thế Tôn[1] khi ấy liền lấy cây đàn quý bằng ngọc lưu ly ra, khảy lên thành ngàn vạn thứ âm thanh khác nhau, mỗi mỗi âm thanh đều êm dịu, hòa hợp, khiến người nghe sinh lòng thích thú, cười múa theo điệu nhạc, rồi lại sinh tâm hoan hỷ, vui mừng không kể xiết.

Vua Thiện Ái nghe Phật khảy đàn rồi, khen là chưa từng

---

[1] Lúc này Phật đang hóa hình thành vị vua càn-thát-bà.

có, liền tự mình cảm thấy hổ thẹn, sinh lòng cảm phục, liền quỳ xuống chấp tay lễ bái, xin tôn Phật làm thầy[1] mà theo học thuật chơi đàn.

Khi ấy, Phật biết là vua Thiện Ái đã dẹp bỏ lòng kiêu căng ngã mạn lâu nay, tâm ý được điều phục, nên ngài liền hiện lại hình Phật, có chư *tỳ-kheo* tĩnh lặng ngồi quanh. Vua Thiện Ái lúc đó kinh sợ, đối trước Phật liền sinh lòng tin phục, quỳ xuống chấp tay xin được xuất gia nhập đạo. Phật nói: "Lành thay đó, *tỳ-kheo!*" Vừa nói xong thì râu tóc trên người vua liền tự rụng hết, y phục đang mặc trên người hóa thành cà-sa, tự nhiên thành ra một vị *sa-môn*. Rồi từ đó tinh tấn tu tập nên chẳng bao lâu liền đắc quả *A-la-hán*.

Vua *Ba-tư-nặc* thấy vua Thiện Ái tâm ý được điều phục, đắc thành đạo quả thì sinh tâm hoan hỷ vui mừng, liền quỳ xuống thỉnh đức Phật với chư *tỳ-kheo* tăng đến nhận lễ cúng dường. Phật liền nhận lời.

Vua liền ra lệnh cho quần thần chuẩn bị lễ đàn, sửa dọn đường sá cho bằng phẳng, nhặt sạch hết sỏi, đá cho đến các thứ đồ ô uế, lại sắp sửa đủ các thứ lễ nghi trang nghiêm, trân trọng như tràng phan, chuông khánh, hương hoa, nước sạch... cùng những chỗ ngồi, chỗ nằm rộng rãi đẹp đẽ, với đủ các món ăn thức uống quý lạ, tinh khiết để cúng dường Phật và chư *tỳ-kheo* tăng.

Lúc bấy giờ, chư *tỳ-kheo* thấy việc xảy ra, đều khen là chưa từng có, liền thưa hỏi Phật: "Bạch Thế Tôn! Do nhân duyên phước báo nào mà nay có kẻ dùng âm nhạc cúng dường Phật mãi mãi chẳng dứt như vậy?"

Phật bảo các vị *tỳ-kheo*: "Các ông nên chú ý lắng nghe, ta sẽ vì các ông mà phân biệt giảng nói.

"Này chư *tỳ-kheo*! Về thuở quá khứ, cách nay vô số kiếp,

---

[1] Ở đây vua Thiện Ái chỉ mới bị khuất phục do tiếng đàn huyền diệu, nên tôn Phật làm thầy chỉ có nghĩa là thầy về thuật chơi đàn thôi.

nước *Ba-la-nại* có Phật ra đời hiệu là Chánh Giác, cùng các vị *tỳ-kheo* đi khắp nơi giáo hóa chúng sanh, đến xứ của một vị vua tên là *Phạm-ma*. Khi ấy Phật cùng với chư *tỳ-kheo* dừng dưới một cội cây, ngồi kiết già, nhập *tam-muội* Hỏa quang, ánh sáng chiếu khắp cõi trời đất. Lúc bấy giờ vua *Phạm-ma* cùng với quần thần số đông đến ngàn vạn người, ra khỏi thành mà dạo chơi, có dẫn theo các đoàn kỹ nữ, nhạc công để múa hát. Vua ấy từ xa trông thấy Phật và chư *tỳ-kheo* ngồi kiết già dưới cội cây, có ánh sáng chiếu rọi sáng hơn cả ngàn mặt trời, sinh lòng hoan hỷ, vui mừng, liền dẫn các đoàn nhạc công, kỹ nữ đến đó lễ bái nơi chân Phật, trỗi nhạc mà cúng dường. Vua lại quỳ thỉnh Phật và chư *tỳ-kheo* tăng vào thành cúng dường. Đức Phật nhận lời.

Vua *Phạm-ma* thiết lễ cúng dường trọng hậu, đủ các món ăn ngon lạ, tinh sạch. Lễ cúng dường xong, Phật vì vua *Phạm-ma* mà thuyết pháp. Vua nghe Pháp rồi liền phát tâm *Vô thượng Bồ-đề*. Đức Phật Chánh Giác liền thọ ký cho vua rằng: "Ông về sau sẽ thành Phật hiệu là *Thích-ca Mâu-ni*."

Phật lại bảo chư *tỳ-kheo*: "Vua *Phạm-ma* thuở ấy chính là ta ngày nay. Quần thần thuở ấy nay chính là *tỳ-kheo* các ông. Nhờ nhân duyên cúng dường, phụng sự đức Phật Chánh Giác thuở ấy, nên trải qua bao kiếp lưu chuyển, ta chẳng bao giờ đọa vào các đường địa ngục, súc sanh, ngạ quỷ, thường hưởng những sự khoái lạc trong cõi trời, cõi người, cho đến ngày nay được quả vị Vô thượng *Bồ-đề*. Cũng vì thế mà khắp trong cõi trời người, ai ai cũng muốn đến cúng dường ta."

Các vị *tỳ-kheo* nghe Phật thuyết nhân duyên này xong thảy đều vui mừng tin nhận.

18.
NGƯỜI TỬ TỘI CẦU XUẤT GIA

Lúc ấy, đức Phật đang ở gần *thành Xá-vệ*, trong vườn Kỳ thọ Cấp Cô Độc. Trong thành có một người ngu si tên là Như Nguyện, quen làm những chuyện sát hại, trộm cắp, tà dâm. Nhiều người bắt được thưa kiện, vua liền sai quân trói lại dẫn ra chợ, chiếu theo luật mà xử tội chết.

Trên đường dẫn đi, người ấy trông thấy Phật từ xa liền quỳ mọp xuống lễ bái, tự xưng tội trạng, bạch Phật rằng: "Con nay mắc phải tội chết, mạng sống chẳng còn bao lâu nữa. Nguyện đức Thế Tôn đại từ đại bi xin tội cho con. Con nguyện xuất gia theo Phật, trọn đời không tái phạm."

Khi ấy, đức Phật liền nhận lời cầu xin đó. Ngài bảo *A-nan*: "Này *A-nan*! Ông hãy đến chỗ vua *Ba-tư-nặc* và tâu rằng, ta xin tha mạng người tử tội này để nhận cho xuất gia nhập đạo." Ngài *A-nan* vâng lời Phật đi đến chỗ vua *Ba-tư-nặc*. Đến nơi, ngài đem lời Phật mà tâu với vua. Vua nghe lời Phật liền lập tức tha tội, truyền quân dẫn đến chỗ Phật.

Phật độ cho Như Nguyện xuất gia. Nhờ tinh cần tu tập nên chẳng bao lâu được đắc quả *A-la-hán*.

Chư *tỳ-kheo* thấy việc Như Nguyện sắp chết mà được cứu, lại xuất gia chưa bao lâu được thành đạo quả, đều khen là việc chưa từng có, liền thưa hỏi Phật rằng: "Bạch đức Thế Tôn! Do nhân duyên phước báo gì mà ngày nay Thế Tôn nói ra liền được người tin phục nghe theo, cứu mạng tội nhân dễ dàng như vậy."

Phật bảo chư *tỳ-kheo*: "Các ông nên chú ý lắng nghe, ta sẽ vì các ông mà phân biệt giảng nói.

"Này chư *tỳ-kheo*! Về thuở quá khứ, cách nay vô số kiếp,

nước *Ba-la-nại* có Phật ra đời hiệu là Đế Tràng, cùng với các vị *tỳ-kheo* đi khắp nơi giáo hóa chúng sanh. Ngày kia, giữa đường đi gặp một vị tiên nhân. Vị ấy thấy Phật đủ ba mươi hai tướng tốt, tám mươi vẻ đẹp, hào quang chiếu sáng rực rỡ, liền sinh lòng hoan hỷ vui mừng, lễ bái dưới chân, thỉnh Phật cúng dường. Đức Phật nhận lời.

"Khi ấy, tiên nhân soạn sửa đủ các món ăn thức uống quý lạ, tinh sạch mà cúng dường Phật với chư tăng. Lễ cúng dường xong, liền phát lời nguyện rằng: 'Nhờ công đức cúng dường hôm nay, nguyện cho trong đời vị lai, lời tôi nói ra đều được người tin phục nghe theo.' Đức Phật Đế Tràng liền nhận cho rằng: 'Chỗ mong muốn của ông hôm nay tất được như nguyện, cũng giống như ta ngày nay không khác.' Khi ấy, tiên nhân nghe lời Phật rồi liền phát tâm Vô thượng *Bồ-đề*, cầu thành quả Phật. Phật Đế Tràng thọ ký cho rằng: 'Ông về sau sẽ thành Phật hiệu là *Thích-ca Mâu-ni*.'"

Phật bảo chư *tỳ-kheo*: "Vị tiên nhân thuở ấy chính là ta ngày nay. Vì ta đã từng kính thuận chư Phật, nên ngày nay mỗi lời nói ra liền được người tin theo, có thể cứu mạng tội nhân, lại độ cho thành đạo quả."

Các vị *tỳ-kheo* nghe Phật thuyết nhân duyên này xong thảy đều vui mừng tin nhận.

19.
VUA TẦN-BÀ-SA-LA THỈNH PHẬT

Lúc ấy, đức Phật đang *ở thành Vương Xá*, nơi tinh xá Trúc Lâm. Bấy giờ, vua *Tần-bà-sa-la* cùng với rất đông người đi đến chỗ Phật. Đến nơi, vua lễ bái cung kính rồi quỳ xuống mà thưa thỉnh rằng: "Bạch Thế Tôn! Xin ngài mở lòng từ bi mà nhận cho con được suốt đời cung phụng cúng dường mọi thứ cho Phật và chư tăng."

Đức Phật không chấp nhận.

Vua liền bạch Phật: "Bạch Thế Tôn! Nếu ngài chẳng nhận cho con suốt đời cung phụng cúng dường, thì xin nhận cho trong 12 năm."

Phật cũng không chấp nhận.

Vua lại bạch Phật: "Bạch Thế Tôn! Nếu ngài chẳng nhận cho con cung phụng cúng dường trong 12 năm, thì xin nhận cho trong 12 tháng."

Phật cũng không chấp nhận.

Vua lại bạch Phật: "Bạch Thế Tôn! Nếu ngài chẳng nhận cho con cung phụng cúng dường trong 12 tháng, thì xin nhận cho trong 3 tháng."

Đức Phật liền nhận lời.

Vua lập tức ban lệnh cho quần thần chuẩn bị lễ đàn, sửa dọn đường sá cho bằng phẳng, nhặt sạch đá sỏi, cho đến các thứ dơ nhớp, ô uế. Lại dựng tràng phan, treo chuông nhạc, rưới nước thơm lên đất, rải các loại hoa thơm, và sửa soạn đủ các thứ giường nằm, ghế ngồi, thảy đều rộng rãi, đẹp đẽ, lại chuẩn bị đủ các món ăn thức uống ngon lạ, tinh khiết, thỉnh Phật và chư *tỳ-kheo* tăng đến cúng dường trong ba tháng.

Khi ấy, vua *Tần-bà-sa-la* đích thân cầm một cái lọng quý mà che cho Phật. Các vị quần thần mỗi người cũng đều cầm một cái lọng, đi theo che cho các vị *tỳ-kheo*.

Vừa lúc đức Thế Tôn đặt chân lên ngưỡng cửa thành, mặt đất liền chấn động, trong thành kho báu tự nhiên khai mở, người mù được sáng, người điếc được nghe, người câm nói ra tiếng, người bệnh được khỏi, người nghèo được của báu, trên không trung có tiếng ca nhạc vang lên, các loài voi, ngựa chim chóc bỗng hòa tiếng kêu khắp chốn, từ trên hư không có mưa rải các loại hoa thơm xuống theo đường Phật đi cho đến tận cung vua *Tần-bà-sa-la*.

Vua dâng các món ngon vật lạ, đủ trăm mùi vị, cúng dường Phật với chư *tỳ-kheo* tăng như vậy trong ba tháng.

Lễ cúng dường xong, Phật vì vua mà thuyết pháp. Vua nghe pháp rồi, trong lòng hoan hỷ, vui sướng, lại dùng loại áo quý *ca-thi-dục* mà dâng cúng Phật với chư *tỳ-kheo* tăng.

Khi ấy, chư *tỳ-kheo* thưa hỏi đức Thế Tôn rằng: "Bạch Thế Tôn! Do nhân duyên phước báo gì mà nay vua *Tần-bà-sa-la* cúng dường Phật trọng hậu như vậy?"

Phật bảo chư *tỳ-kheo*: "Các ông nên chú ý lắng nghe, ta sẽ vì các ông mà phân biệt giảng nói.

"Này chư *tỳ-kheo*! Về thuở quá khứ, cách nay vô số kiếp, nước *Ba-la-nại* có Phật ra đời hiệu là *Sai-ma*, cùng chư *tỳ-kheo* đi giáo hóa khắp nơi, đến nước Bảo Thắng của một vị vua tên là *Già-sí*. Vua ấy nghe tin Phật đến thì trong lòng hoan hỷ, sung sướng, liền cùng với quần thần ra nghinh đón. Lễ bái trước Phật rồi thỉnh Phật và chư *tỳ-kheo* tăng vào trong thành để cúng dường. Đức Phật nhận lời.

Vua cúng dường đức Phật đủ các món ăn thức uống ngon lạ, tinh sạch. Lễ cúng dường xong, vua khao khát muốn được nghe pháp. Phật liền vì vua *Già-sí* mà thuyết pháp. Vua nghe pháp rồi trong lòng vui vẻ, liền đối trước Phật mà phát tâm *Bồ-đề*, nguyện thành quả Phật. Khi ấy, đức Phật *Sai-ma* liền thọ ký cho vua rằng: "Ông về sau sẽ thành Phật hiệu là *Thích-ca Mâu-ni*."

Phật bảo chư *tỳ-kheo* rằng: "Vua *Già-sí* thuở ấy chính là ta ngày nay. Quần thần thuở ấy chính là *tỳ-kheo* các ông. Nhờ nhân duyên cúng dường, phụng sự đức Phật *Sai-ma*, nên trải qua bao kiếp lưu chuyển, ta chẳng bao giờ đọa vào các đường địa ngục, súc sanh, ngạ quỷ, thường hưởng những sự khoái lạc trong cõi trời, cõi người, cho đến ngày nay được quả vị *Vô thượng Bồ-đề*. Cũng vì thế mà khắp trong cõi trời người, ai ai cũng muốn đến cúng dường ta."

Các vị *tỳ-kheo* nghe Phật thuyết nhân duyên này xong thảy đều vui mừng tin nhận.

20.
ĐẾ-THÍCH HIỆN THẦN BIẾN

Lúc ấy, đức Phật đang ở gần thành *Vương Xá*, cùng với chư *tỳ-kheo* nơi tinh xá Trúc Lâm. Bấy giờ, trong thành có một người trưởng giả tên là *Cù-sa*, giàu có không kể xiết. Người trưởng giả này tin theo tà kiến, phụng sự bọn ngoại đạo, chẳng tin Phật pháp. Ngài Đại *Mục-kiền-liên* quán sát, biết ông trưởng giả này nếu mãi tin sâu tà kiến như vậy ắt phải đọa vào ba nẻo dữ,[1] không thể cứu được, liền sinh lòng thương xót, mới nghĩ phương tiện để cứu độ. Ngài liền bảo *Đế-thích* dùng sức thần mà biến cảnh rừng Trúc Lâm nơi Phật ngự hóa thành cung điện bằng bảy thứ báu giống như cung điện của chư thiên không khác, cũng trang hoàng các thứ tràng phan, chuông khánh, rải hoa trời thơm

---

[1] Ba nẻo dữ: địa ngục, ngạ quỷ, súc sanh.

trên khắp mặt đất, các món ăn thức uống quý lạ tự nhiên đầy đủ mà cúng dường Phật và chúng *tỳ-kheo* tăng. Lại khiến vua loài rồng cầm lọng báu mà che mát cho Phật, tất cả các vị long vương khác cũng đều cầm lọng mà che cho chư *tỳ-kheo*. Lại khiến các vị phu nhân cùng các thể nữ thảy đều cầm quạt mà hầu hai bên tả hữu, dùng quạt ấy mà quạt cho Phật. Lại khiến các vị *càn-thát-bà* trỗi lên nhạc trời, làm vui mà cúng dường Phật.

Bấy giờ, người trưởng giả kia thấy những việc ấy, khen là chưa từng có, liền sanh lòng tin sâu, kính ngưỡng đức Phật. Ông liền đến nơi Phật ngự, bạch rằng: "Nguyện đức Thế Tôn đại bi lân mẫn, nhận cho sự cúng dường của con." Khi ấy, đức Phật lặng yên mà chấp nhận.

Người trưởng giả được Phật nhận lời, tức thì quay về nhà chuẩn bị các món ăn thức uống. Xong, người liền đến thỉnh Phật. Khi ấy, Phật cùng chư *tỳ-kheo* liền đến nhà người trưởng giả ấy mà thọ nhận cúng dường. Lễ cúng dường xong, Phật vì người ấy mà thuyết pháp. Nghe pháp xong, trưởng giả được khai mở tâm ý, đắc quả *Tu-đà-hoàn*.

Bấy giờ, chư *tỳ-kheo* thấy việc biến hóa thần diệu, cho đến việc trưởng giả phát tâm cúng dường, đều khen là chưa từng có, liền thưa hỏi Phật rằng: "Bạch Thế Tôn! Do nhân duyên gì mà có được báo ứng như ngày hôm nay?"

Phật bảo chư *tỳ-kheo*: "Các ông nên chú ý lắng nghe, ta sẽ vì các ông mà phân biệt giảng nói.

"Này chư *tỳ-kheo*! Về thuở quá khứ, cách nay vô số kiếp, nước *Ba-la-nại* có Phật ra đời hiệu là Mãn Nguyện, cùng chư *tỳ-kheo* đi giáo hóa khắp nơi, đến nước của một vị vua tên là *Phạm-ma*. Vua ấy nghe tin Phật đến thì cùng với quần thần ra nghinh đón. Lễ bái rồi thỉnh Phật và chư *tỳ-kheo* tăng vào trong thành cúng dường. Đức Phật nhận lời.

Vua xuống lệnh cho quần thần sắp sửa cúng dường các món ăn thức uống ngon lạ, tinh sạch, đủ trăm mùi vị. Lễ cúng dường xong, Phật liền vì vua mà thuyết pháp. Vua nghe pháp rồi phát tâm *Bồ-đề*, nguyện thành quả Phật. Khi ấy, đức Phật Mãn Nguyện liền thọ ký cho vua rằng: 'Ông về sau sẽ thành Phật hiệu là *Thích-ca Mâu-ni*.'"

Phật bảo chư *tỳ-kheo* rằng: "Vua *Phạm-ma* thuở ấy chính là ta ngày nay. Nhờ nhân duyên cúng dường, phụng sự đức Phật Mãn Nguyện và chư tăng thuở ấy, nên trải qua bao kiếp lưu chuyển, ta chẳng bao giờ đọa vào các đường địa ngục, súc sanh, ngạ quỷ, thường hưởng những sự khoái lạc trong cõi trời, cõi người, cho đến ngày nay được quả vị *Vô thượng Bồ-đề*. Cũng vì thế mà khắp trong cõi trời người, ai ai cũng muốn đến cúng dường ta."

Các vị *tỳ-kheo* nghe Phật thuyết nhân duyên này xong thảy đều vui mừng tin nhận.

PHẨM THỨ BA
THỌ KÝ THÀNH PHẬT BÍCH-CHI

21.
VƯƠNG TỬ SANH TỪ HOA SEN

Lúc ấy, đức Phật hóa độ qua các nơi trong nước *Ma-kiệt-đề*,¹ đi đến bờ sông *Hằng*. Cách bờ sông *Hằng* chẳng bao xa, có một cảnh tháp cổ điêu tàn, hư hoại bởi mưa sa nắng táp qua thời gian, không ai trông nom, tu sửa. Chư *tỳ-kheo* thấy cảnh ấy, bạch hỏi Phật rằng: "Bạch đức Thế Tôn! Chẳng hay tháp ấy là tháp chi? Vì sao lại hoang tàn như vậy, chẳng có ai trông nom tu sửa?"

Phật bảo chư *tỳ-kheo*: "Các ông nên chú ý lắng nghe, ta sẽ vì các ông mà phân biệt giảng nói.

"Này chư tỳ-kheo! Về thuở quá khứ, vào khoảng giữa Hiền kiếp này, nước *Ba-la-nại* có một vị vua tên là *Phạm-ma-đạt-đa*.² Vua ấy trị nước đúng theo chánh pháp, nên nhân dân sung túc, giàu có, mùa màng bội thu, dân cư đông đảo, yên ổn làm ăn, chẳng có những nạn binh đao, dịch bệnh xảy ra trong xứ, lại thêm trâu bò, gia súc đều đông đúc.

Vua ấy vì không có con nên rất phiền muộn, thành tâm cầu đảo các vị thần thánh nhưng chưa thấy ứng nghiệm gì.

Thuở ấy, trong vườn hoa của vua, nhằm lúc hoa sen đua

---

¹ Magadha: Ma-kiệt-đề cũng viết; Ma-kiệt-đà, Ma-kiệt, Ma-yết-đà, Ma-già-đà, là một nước mạnh nhất ở Ấn Độ hồi thời Phật Thích-ca ra đời, kinh đô là thành Vương Xá (Rajagriha).

² Tiếng Phạn là Brahmadatta, nghĩa là của Đức Phạm Thiên ban cho.

nở. Có một búp sen hiện lên, to lớn lạ thường. Búp sen ấy càng ngày càng lớn, đến khi nở ra, bên trong thấy một hài nhi xinh đẹp ngồi theo lối kiết già, có đủ ba mươi hai tướng quý và tám mươi vẻ đẹp, trong miệng tỏa ra hơi thơm của hoa *ưu-bát-la*[1] và các lỗ chân lông đều xuất ra mùi hương *chiên-đàn*.

Bấy giờ, người làm vườn tâu lên đức vua. Vua nghe chuyện lấy làm vui mừng, liền ngự ra vườn hoa, có triều thần và các vị hậu phi theo hầu. Khi nhìn thấy đứa trẻ ấy thì vua bỗng vui mừng không tự chế được, lòng muốn chạy đến mà ôm lấy ngay. Đứa trẻ ấy vừa thấy vua liền lên tiếng nói rằng: "Vì đại vương thường cầu thỉnh, nên tôi đến đây làm con của ngài."[2]

Khi ấy, vua cùng với các vị hậu phi nghe lời ấy rồi thì thảy đều vui mừng, liền mang đứa bé về cung nuôi nấng.

Khi đứa trẻ dần dần lớn lên, mỗi khi đi đứng nơi đâu, chỗ bước chân đều nảy sinh những đóa hoa sen, còn các lỗ chân lông trong người thì tỏa ra mùi hương *chiên-đàn* thơm ngát, nhân đó mà đặt tên là Chiên Đàn Hương.[3]

Bấy giờ, đứa trẻ ấy tự quan sát thấy những chỗ mình đi qua đều nảy sinh hoa sen, mới sanh thì tươi tốt, xinh đẹp, chẳng bao lâu liền héo úa, tàn lụi. Thấy như vậy rồi, liền tự suy nghĩ, thấy thân người cũng không bền chắc, giống như vậy không khác. Nhân đó mà nhận hiểu được lý vô thường, chứng quả Phật *Bích-chi*.[4] Ngay khi ấy thân thể liền bay lên

---

[1] Gọi đủ là Ưu-đàm-bát-la hoa (Udumbara), gọi tắt là Đàm hoa, là loại hoa quý, tương truyền đến 3000 năm mới nở một lần. Khi hoa nở thì có Phật xuất thế.

[2] Đoạn này trong bản chữ Hán chép rằng đứa trẻ ấy đọc lên một bài kệ: "Đại vương thường sở cầu, cố lai xứng vương nguyện. Kiến vô tử tuất cố, kim lai vi vương tử."

[3] Tiếng Phạn là **Candana**. Hán dịch là Chiên Đàn Hương (栴檀香).

[4] Phật Bích-chi, gọi đủ là Bích-chi-ca Phật-đà (Pratyekabuddha), là quả vị Phật chứng đắc do tự quán sát lý nhân duyên và vô thường mà được giải thoát, vào thời không có Phật xuất thế, nên còn gọi là Độc giác Phật (tự giác ngộ một mình).

không trung, hiện đủ mười tám phép thần biến, rồi nhập *Niết-bàn*.

Khi ấy, vua và các vị hậu phi, cung nữ đều buồn thảm than khóc. Liền mang di thể đi thiêu hóa, thu nhặt *xá-lợi*[1] rồi lập tháp đặt vào mà thờ kính, cúng dường. Đó chính là ngôi tháp cổ mà ngày nay các ông thấy đó."

Chư *tỳ-kheo* lại hỏi Phật: "Bạch đức Thế Tôn! Chẳng hay vị Phật *Bích-chi* ấy nhờ nhân duyên phước báo gì mà được có mùi thơm *chiên-đàn* tỏa ra từ nơi thân thể như vậy?"

Phật bảo các vị *tỳ-kheo*: "Các ông nên chú ý lắng nghe, ta sẽ vì các ông mà phân biệt giảng nói.

"Này chư *tỳ-kheo*! Về thuở quá khứ, cách nay vô số kiếp, nước *Ba-la-nại* có Phật ra đời hiệu là *Ca-la-ca Tôn-đà*. Thuở ấy có một vị trưởng giả giàu có vô cùng, tài sản, châu báu không tính kể xiết. Khi ấy, ông trưởng giả chẳng may mất sớm, vợ ông và đứa con trai lại chẳng ở chung nhau. Người con trai ông trưởng giả ấy rất đam mê sắc dục, gặp một cô kỹ nữ đem lòng mê mệt. Cô đòi hỏi phải bỏ ra trăm lượng vàng thì cô mới tiếp một đêm. Cứ như vậy qua nhiều năm thì tài sản cạn kiệt hết. Ngày kia không còn đủ vàng cho cô nữa, cô không chịu tiếp. Người con ông trưởng giả mới tha thiết khẩn cầu, chỉ xin được gần cô một đêm nữa thôi. Cô kỹ nữ ấy nói rằng: 'Nếu anh có thể kiếm được một bông hoa thật đẹp mà mang đến cho tôi, thì tôi chịu tiếp anh một đêm.'

"Khi ấy, người con ông trưởng giả mới suy nghĩ rằng: 'Nay tài sản ta chẳng còn chi, đến tiền mua một cành hoa cũng không có nữa, lấy chi mà mang cho cô ấy.' Rồi lại nghĩ rằng: 'Nay trong tháp của nhà vua chắc chắn là có hoa đẹp, hay là ta vào đó lấy trộm một cành.' Nghĩ rồi làm liền.

---

[1] Di thể của những vị đã đắc đạo, khi mang đi thiêu còn lại phần không cháy mất, gọi là ngọc xá-lợi, được thờ trong các ngôi tháp, linh ứng rất rõ ràng.

"Nơi tháp của nhà vua lại có một người giữ, chẳng thể nào vào nơi cửa trước được. Người con ông trưởng giả liền lén theo lối sau, ẩn mình chờ khi thuận tiện thì đột nhập vào trong tháp, trộm lấy một cành hoa.

"Được hoa rồi mang đến chỗ cô kỹ nữ, cô liền tiếp một đêm. Ngờ đâu đến sáng hôm sau, thân thể bỗng nổi lên rất nhiều ung nhọt, đau nhức, khổ não không thể nói hết. Khi ấy mời các vị danh y đến xem bệnh liệu trị, đều nói rằng phải dùng loại *chiên-đàn* thơm quý mà tán bột rắc lên những chỗ ung nhọt ấy mới có thể khỏi.

"Người con ông trưởng giả tự nghĩ: 'Nay ta chẳng còn tiền bạc chi, lấy gì mua bột *chiên-đàn* quý ấy?' Liền bán hết nhà cửa đất đai, được sáu trăm ngàn đồng tiền vàng, mang đi mua được sáu lượng bột *chiên-đàn* thơm.

"Khi ấy, ông suy nghĩ rồi không chịu trị bệnh nữa, nói với lương y rằng: 'Nay bệnh của tôi thật là bệnh trong tâm, nếu chỉ trị ngoài thân thể làm sao dứt được?'

"Nói lời ấy xong, liền vào trong một ngôi tháp, phát lời nguyện lớn rằng: 'Đức Như Lai ngày xưa tu đủ các hạnh khổ, thệ nguyện độ hết chúng sanh trong chốn khổ ách. Nay thân thể này của con đọa vào cảnh khổ não không cùng, nguyện đức Thế Tôn đại từ lân mẫn cứu cho khỏi nạn.' Phát lời nguyện như thế rồi, liền lấy số bột *chiên-đàn* ra hai lượng, rắc lên cúng dường tháp, hai lượng mang đến trả lại giá trị cành hoa,[1] hai lượng chí tâm cúng dường Phật, cầu xin sám hối.

"Ngay khi ấy, ung nhọt tự nhiên dứt trừ, trong thân thể các lỗ chân lông đều xuất ra mùi hương thơm *chiên-đàn*. Nghe được mùi hương ấy, lòng ông vui không kể xiết.

"Từ khi phát nguyện và cúng dường như thế về sau, nhờ

---

[1] Tức là cành hoa lấy trộm trong tháp của vua.

công đức ấy mà chẳng đọa các nẻo dữ, lại khi sinh ra trong cõi trời, cõi người, mỗi nơi đi qua đều nảy sinh hoa sen xinh đẹp, từ trong lỗ chân lông lại tỏa ra mùi thơm dễ chịu.

"Này chư *tỳ-kheo*! Người con ông trưởng giả ngày trước rắc bột *chiên-đàn* cúng dường trong tháp ấy, về sau chính là vị Phật *Bích-chi* thờ trong ngôi tháp cổ đó."

Các vị *tỳ-kheo* nghe Phật thuyết nhân duyên này xong thảy đều vui mừng tin nhận.

22.
EM BÉ CÚNG HOA

Lúc ấy, đức Phật đang ở gần *thành Xá-vệ*, trong vườn Kỳ thọ Cấp Cô Độc. Bấy giờ, Phật cùng với chư *tỳ-kheo* đắp y, ôm bát vào thành *Xá-vệ* hóa trai. Đến ngõ hẻm kia gặp một người phụ nữ dắt theo đứa con nhỏ. Người phụ nữ đi đến con hẻm này thì dừng lại ngồi nghỉ trên mặt đất. Lúc đó, đứa bé nhìn thấy Phật từ xa thì bỗng sinh lòng vui mừng hớn hở, liền đòi mẹ mua cho một cành hoa. Người mẹ chiều ý mua hoa cho em. Em bé được hoa rồi thì cầm lấy, chạy đến trước chỗ Phật đang đi đến, quỳ xuống mà tung hoa lên cúng dường Phật.

Khi ấy cành hoa bay lên giữa không trung liền hóa thành một tán hoa lớn, bay che theo trên đầu Phật. Đứa bé nhìn thấy sự mầu nhiệm ấy, lòng vô cùng vui sướng, liền phát tâm *Bồ-đề*, lập lời nguyện rằng: "Do phước lành công đức cúng dường hôm nay, nguyện cho ngày sau con được đắc thành chánh giác, cứu độ chúng sanh cũng như Phật ngày nay không khác."

Khi em bé phát nguyện như vậy rồi thì đức Thế Tôn liền mỉm cười, từ nơi trán, giữa hai lông mày phóng ra một đạo hào quang năm sắc chiếu khắp thế giới, hóa hiện đủ các màu sắc, bay quanh Phật ba vòng rồi lại theo chỗ trên trán Phật mà bay trở vào.

Khi ấy, ngài *A-nan* bạch Phật rằng: "Như Lai là đấng tôn quý, chẳng bao giờ vô cớ mà cười. Nay vì nhân duyên gì mà Phật mỉm cười, xin giảng giải cho chúng con được biết."

Phật bảo *A-nan*: "Ông có nhìn thấy em bé tung hoa cúng dường ta hôm nay chăng?" *A-nan* thưa: "Bạch Thế Tôn, con đã thấy."

Phật bảo *A-nan* rằng: "Đứa bé này nhờ công đức tung hoa cúng dường ta, trong tương lai không còn bị đọa vào các đường ác nữa, lại thường được hưởng những điều khoái lạc trong cõi trời người. Trải qua ba *a-tăng-kỳ* kiếp nữa sẽ thành Phật, hiệu là Hoa Thạnh, hóa độ chúng sanh số lượng nhiều không thể tính đếm. Vì nhân duyên ấy mà ta mỉm cười."

Các vị *tỳ-kheo* nghe Phật thuyết nhân duyên này xong thảy đều vui mừng tin nhận.

23.
CÚNG DƯỜNG TRÂN BẢO

Lúc ấy, đức Phật đang *ở thành Vương Xá,* nơi tinh xá Trúc Lâm. Trong thành *Vương Xá* có một người thương chủ tên là Phù Hải, cùng với nhiều khách thương đi ra biển cả tìm châu báu. Vợ người còn trẻ, dung nhan xinh đẹp, sầu lo về nỗi chồng đi xa, đêm ngày mong mỏi cho được sớm về.

Bà liền đến đền thờ thần ngoại đạo *Na-la-diên*[1] mà khấn vái rằng: "Như ngài phò hộ cho chồng tôi an ổn mà về sớm, tôi sẽ dâng cúng các thứ vàng bạc, châu báu mà báo ơn ngài. Còn nếu chồng tôi gặp nạn chẳng về, tôi sẽ đem các thứ phân uế nhơ nhớp mà bôi trét lên tượng ngài."

Không bao lâu, chồng bà trở về được bình an vô sự. Bà liền sắp sửa các thứ châu báu, vàng bạc, cùng với một đoàn tùy tùng mang đến cúng thần *Na-la-diên*.

Trên đường đi, bà gặp Phật đang cùng với chư *tỳ-kheo* đi khất thực trong thành. Từ xa trông thấy vẻ trang nghiêm của Phật với ba mươi hai tướng tốt, tám mươi vẻ đẹp, dáng đi uy nghi, thanh thản, có hào quang rạng chiếu rực rỡ quanh thân, bà liền sanh tâm hoan lạc, vui mừng, muốn mang hết những châu báu, vàng bạc mà dâng lên cúng dường. Những người tùy tùng liền cản lại, nói rằng: "Vị này chẳng phải là thần *Na-la-diên*."

Nhưng bà chẳng nghe theo lời can ngăn ấy vì lòng bà rất kính mộ. Bà đến trước đức Thế Tôn, quỳ xuống rồi tung hết những châu báu, vàng bạc mang theo lên không trung mà cúng dường ngài. Những vàng bạc, châu báu ấy bay lên hư không bỗng nhiên biến hóa thành một cái lọng báu, bay theo che bên trên Phật.

Người phụ nữ nhìn thấy sự thần biến như vậy, lòng bà sanh ra tin kính sâu vững nơi đức Phật, liền chí thành lễ bái mà phát lời đại nguyện rằng: "Con nhờ công đức cúng dường Phật hôm nay, nguyện trong đời vị lai sẽ được thành chánh giác,[2] cứu độ chúng sanh như Phật ngày nay không khác."

Khi bà phát nguyện như vậy rồi thì đức Thế Tôn liền mỉm cười, từ nơi trán, giữa hai lông mày phóng ra một đạo hào quang năm sắc chiếu khắp thế giới, hóa hiện đủ các màu sắc,

---

[1] Tiếng Phạn là **Nārāyana**, cũng là vị thiên thần Tỳ-nữu (Viṣṇu).
[2] Tức là thành Phật.

bay quanh Phật ba vòng rồi lại theo chỗ trên trán Phật mà bay trở vào.

Khi ấy, *A-nan* bạch Phật rằng: "Như Lai là đấng tôn quý, chẳng bao giờ vô cớ mà cười. Nay vì nhân duyên gì mà Phật mỉm cười, xin giảng giải cho chúng con được biết."

Phật bảo *A-nan*: "Ông có nhìn thấy người phụ nữ cúng dường trân bảo cho ta hôm nay chăng?" *A-nan* thưa: "Bạch Thế Tôn, con đã thấy."

Phật bảo *A-nan* rằng: "Người phụ nữ này trong tương lai không còn bị đọa vào các đường ác nữa, thường được hưởng những điều khoái lạc trong cõi trời người. Trải qua ba *a-tăng-kỳ* kiếp nữa sẽ thành Phật, hiệu là Kim Luân Anh Lạc,[1] hóa độ chúng sanh số lượng nhiều không thể tính đếm. Vì nhân duyên ấy mà ta mỉm cười."

Các vị *tỳ-kheo* nghe Phật thuyết nhân duyên này xong thảy đều vui mừng tin nhận.

24.
CHÚ NGUYỆN CỨU ĐƯỢC NGƯỜI

Lúc ấy, Phật ở thành *Xá-vệ*, nơi tinh xá Trúc Lâm. Bấy giờ, trong hậu cung của vua *Ba-tư-nặc* có người cung phi già tên là Thiện Ái, tánh tình cực kỳ tham lam, bủn xỉn, ghét chuyện bố thí, chỉ ưa thích việc ngồi không mà ăn uống.

Ngài Đại *Mục-kiền-liên* muốn hóa độ cho bà lão, liền đắp y, ôm bình bát, dùng phép thần thông từ trong lòng đất mà hiện lên ngay trước mặt bà lão, xin khất thực. Bà nghe nói thì sinh tâm sân hận, chẳng chịu bố thí.

Bà ăn uống xong, trên bàn chỉ còn thừa một ít trái cây hư

---
[1] Tiếng Phạn là Cakrattalra.

thối không ăn được và ít nước rửa bát. Ngài *Mục-liên* liền đến xin những thứ ấy. Bà lão trong lòng giận dữ, lấy những thứ ấy mà thí cho.[1] Ngài *Mục-liên* nhận lấy rồi, liền nhảy vọt lên hư không, hiện đủ mười tám phép biến hóa. Khi ấy, bà lão nhìn thấy phép thần biến rồi, mới sinh lòng tin phục, kính ngưỡng, thành tâm mà sám hối.

Ngay trong đêm hôm đó bà chết đi, sanh thành loài quỷ khoáng dã nơi đồng hoang, ở dưới một cội cây, chỉ ăn trái cây và uống nước mà sống.

Qua nhiều năm như vậy. Ngày kia, vua *Ba-tư-nặc* cùng với quần thần tổ chức một cuộc săn bắn để vui chơi, rượt đuổi theo một đàn nai mà chạy đến đó, mệt và khát nước lắm. Xa trông thấy cội cây ấy thì muốn đến xem, may ra có nước uống ở đó chăng. Vừa nhắm hướng ấy chạy đến, còn cách cội cây chẳng bao xa thì bỗng có một bức tường lửa bùng lên, cản không đến gần được.

Vua nhìn nơi gốc cây thì thấy có dáng một người ngồi, liền đứng từ xa mà hỏi vọng tới: "Người là ai mà ngồi dưới gốc cây đó?" Người ấy liền đáp: "Tôi trước là cung phi trong cung vua *Ba-tư-nặc*, tên là Thiện Ái. Do tánh bủn xỉn, không ưa bố thí, nên mạng chung sanh ra chốn này. Xin đại vương rủ lòng thương, vì tôi mà thiết lễ thỉnh Phật và *tỷ-kheo* tăng cúng dường, giúp tôi thoát khỏi thân mạng khổ não này." Vua liền hỏi lại: "Ta vì ngươi mà làm việc phước, biết có kết quả gì chăng?" Người ấy liền đáp: "Tất nhiên là được, đại vương cứ làm rồi sẽ tự thấy."

Bấy giờ, vua *Ba-tư-nặc* nghe lời ấy rồi, liền ra lệnh cho quân binh của mình, cứ một trăm bước thì đặt một người đứng canh, vừa để nghe được tiếng nói của nhau. Nối từ đó mà truyền về đến tận cung vua. Vua về trong thành thiết lễ cúng dường, thỉnh Phật và chư tăng, dặn quân binh canh

---

[1] Nghĩa là ngay cả những thứ ấy, bà cũng chẳng chịu vui vẻ mà cho đi.

chừng nơi gốc cây, nếu thấy có sự ứng nghiệm thì tức tốc truyền tin về ngay cho vua biết hư thực như thế nào.

Sắp đặt xong rồi liền thỉnh Phật và chư tăng đến cúng dường, nhờ chú nguyện cho Thiện Ái. Chú nguyện vừa xong, nơi gốc cây kia hiện đủ trước mặt Thiện Ái cả trăm món ăn ngon lạ. Vua *Ba-tư-nặc* nghe quân phi báo, biết sự ứng nghiệm, sinh lòng tin phục sâu vững. Phật liền vì vua thuyết pháp, vua nghe xong đắc quả *Tu-đà-hoàn*.

Các vị tỳ-kheo nghe Phật thuyết nhân duyên này xong thảy đều vui mừng tin nhận.

25.
TRƯỞNG GIẢ CÚNG PHẬT

Lúc ấy, đức Phật đang ở gần *thành Xá-vệ*, trong vườn Kỳ thọ Cấp Cô Độc. Bấy giờ, trong thành có một người trưởng giả tên là Hàm Hương, giàu có vô cùng, tài sản của cải không sao tính kể hết. Người này bẩm tánh hiền lành, tin sâu nơi Tam bảo.

Ngày kia, ông tự suy nghĩ rằng: "Thân này của ta đây, cùng với bao nhiêu của cải, tài vật, thảy đều là hư dối, chẳng thể tồn tại vĩnh viễn được."

Nghĩ như vậy rồi, ông liền đi đến chỗ đức Phật, chí thành lễ bái, rồi đứng sang một bên mà thưa thỉnh rằng: "Nay con muốn thiết lễ cúng dường Phật và chư *tỳ-kheo* tăng. Nguyện đức Thế Tôn thương mà nhận cho." Phật liền nhận lời.

Người trưởng giả được đức Phật nhận lời rồi, liền trở về nhà, sắp đặt lễ cúng trang nghiêm, đủ các món ăn ngon lạ, tinh sạch. Xong, ông lại thân hành đến thỉnh một lần nữa rằng: "Lễ cúng dường đã chuẩn bị xong. Xin đức Thế Tôn và chư *tỳ-kheo* tăng tùy thời[1] đến dự."

Lễ cúng dường xong, ông trưởng giả trong lòng vui vẻ khôn xiết, liền sắp đặt một chỗ ngồi ở gần nơi Phật mà xin được nghe thuyết pháp. Phật liền vì ông mà thuyết pháp. Ông nghe xong rồi tâm ý khai mở, liền phát lời đại nguyện rằng: "Con nay nhờ công đức cúng dường này, nguyện trong đời vị lai sẽ thành chánh giác, độ khắp chúng sanh, giống như Phật ngày nay không khác."

Khi ông trưởng giả phát nguyện như vậy rồi thì đức Thế Tôn liền mỉm cười, từ nơi trán, giữa hai lông mày phóng ra một đạo hào quang năm sắc chiếu khắp thế giới, hóa hiện đủ các màu sắc, bay quanh Phật ba vòng rồi lại theo chỗ trên trán Phật mà bay trở vào.

Khi ấy, ngài *A-nan* bạch Phật rằng: "Như Lai là đấng tôn quý, chẳng bao giờ vô cớ mà cười. Nay vì nhân duyên gì mà Phật mỉm cười, xin giảng giải cho chúng con được biết."

Phật bảo *A-nan*: "Ông có nhìn thấy ông trưởng giả Hàm Hương đây thiết lễ trân trọng cúng dường ta hôm nay chăng?" *A-nan* thưa: "Bạch Thế Tôn, con đã thấy."

Phật bảo *A-nan* rằng: "Vị trưởng giả này nhờ công đức cúng dường ta, trong chín mươi kiếp nữa không còn bị đọa vào các đường ác nữa, lại thường được hưởng những điều khoái lạc trong cõi trời người. Khi thọ sanh lần cuối cùng sẽ thành Phật *Bích-chi*, hiệu là Hàm Hương, hóa độ chúng sanh số lượng nhiều không thể tính đếm. Vì nhân duyên ấy mà ta mỉm cười."

Các vị *tỳ-kheo* nghe Phật thuyết nhân duyên này xong thảy đều vui mừng tin nhận.

---

[1] Cách nói cung kính, nghĩa là phía gia chủ đã sắp xếp xong, nhưng Phật với chư Tăng có thể tùy tiện muốn đến lúc nào cũng được.

26.

QUA SÔNG ĐỘ NGƯỜI

Lúc ấy, đức Phật đang ở nước *Ma-kiệt-đề*, cùng chư *tỳ-kheo* đi giáo hóa trong xứ, ngày kia đến bờ sông *Hằng*. Nơi bờ sông chỗ ấy có một người đưa thuyền. Đức Phật nói với người này rằng: "Ông nên vì ta mà đưa các vị *tỳ-kheo* qua sông." Người lái đò đáp: "Ông trả bao nhiêu tiền xin nói trước rồi tôi mới thuận đưa các vị sang sông."

Đức Phật liền nói với người ấy: "Ông nên biết rằng ta đây cũng là người đưa thuyền như ông không khác. Trong cõi đời khổ não này, ta là kẻ đưa người vượt qua biển khổ sanh tử, không phải là việc đáng làm đó sao? Như *Ương-quật-ma-la*[1] lòng đầy sân hận, giết hại nhiều người, ta đã từng độ cho qua khỏi biển khổ sanh tử. Như *Ma-na-đáp-đà*[2] lòng đầy kiêu ngạo, khinh miệt mọi người, ta cũng độ cho vượt qua biển khổ sanh tử. Như *Ưu-lâu-tần-loa Ca-diếp*[3] ngu si không có trí, ta lại cũng độ cho vượt qua biển khổ sanh tử. Lại còn vô số người khác như vậy, ta cũng đã từng độ cho vượt qua biển khổ sanh tử, mà chẳng hề nói giá đòi tiền. Nay sao ông lại buộc ta phải nói giá trước rồi mới đưa người qua sông?"

Đức Phật thuyết đủ mọi lẽ với người lái đò như vậy, mà ông ta vẫn ngoan ngạnh, chẳng chịu đưa người qua sông.

Bấy giờ, nơi mé sông phía dưới gần đó, có một ông lái đò khác, nghe được những điều Phật nói, lòng sinh vui mừng, mới đến bạch Phật rằng: "Nay con xin vì Phật mà đưa chư vị *tỳ-kheo* sang sông." Đức Phật nhận lời.

---

[1] Tiếng Phạn là Aṅgulimāla.
[2] Tiếng Phạn là Mānastabdha.
[3] Tiếng Phạn là Uparivilva Kāçyapa.

Người lái đò liền chuẩn bị thuyền, mời các vị *tỳ-kheo* lên thuyền mà đưa sang sông. Khi ấy, các vị *tỳ-kheo* mới hiện thần biến, có người bay lên hư không, có người bay ra giữa sông, có người hiện lên ở bờ sông bên kia.

Lúc đó, mấy người lái đò nhìn thấy Phật và chư tăng hiện các phép thần biến, sinh lòng tin phục, kính ngưỡng, khen là việc chưa từng có, đều làm lễ Phật và chư tăng. Phật liền vì mọi người mà thuyết pháp. Nghe pháp rồi, tâm ý khai mở, đều được đắc quả *Tu-đà-hoàn*.

Bấy giờ, người lái đò lúc nãy đòi nói giá trước, giờ thấy người lái đò ở bến dưới đưa Phật với chư tăng qua sông, lại thấy được các phép thần biến, trong lòng sinh ra hổ thẹn, liền phủ phục xuống chí thành lễ bái, cầu sám hối với Phật. Lại xin thỉnh đức Phật và chư tăng về nhà dự lễ cúng dường. Phật liền nhận lời.

Người lái đò được đức Phật nhận lời, liền quay về nhà sắm sửa lễ cúng dường trang nghiêm, đủ các món ngon lạ, tinh sạch, đủ trăm mùi vị, tự thân lo lắng mọi việc để cúng dường Phật và chư *tỳ-kheo* tăng.

Lễ cúng dường xong, người liền sắp đặt một chỗ ngồi ở gần nơi Phật mà xin được nghe pháp. Khi ấy Phật vì người lái đò mà thuyết pháp. Ông nghe xong rồi tâm ý khai mở, liền phát lời đại nguyện rằng: "Con nay nhờ công đức cúng dường này, nguyện trong đời vị lai sẽ thành chánh giác, độ khắp chúng sanh, giống như Phật ngày nay không khác."

Khi ông phát nguyện như vậy rồi thì đức Thế Tôn liền mỉm cười, từ nơi trán, giữa hai lông mày phóng ra một đạo hào quang năm sắc chiếu khắp thế giới, hóa hiện đủ các màu sắc, bay quanh Phật ba vòng rồi lại theo chỗ trên trán Phật mà bay trở vào.

Khi ấy, *A-nan* bạch Phật rằng: "Như Lai là đấng tôn quý, chẳng bao giờ vô cớ mà cười. Nay vì nhân duyên gì mà Phật mỉm cười, xin giảng giải cho chúng con được biết."

Phật bảo *A-nan*: "Ông có nhìn thấy người lái đò đây sanh tâm hổ thẹn rồi phát nguyện cúng dường ta hôm nay chăng?" *A-nan* thưa: "Bạch Thế Tôn, con đã thấy."

Phật bảo *A-nan*: "Người lái đò này nhờ công đức sám hối, cúng dường ta, trong tương lai không còn bị đọa vào các đường ác nữa, lại thường được hưởng những điều khoái lạc trong cõi trời người. Trải qua ba *a-tăng-kỳ* kiếp nữa sẽ thành Phật *Bích-chi*, hiệu là Độ Sanh Tử Hải,[1] hóa độ chúng sanh số lượng nhiều không thể tính đếm. Vì nhân duyên ấy mà ta mỉm cười."

Các vị *tỳ-kheo* nghe Phật thuyết nhân duyên này xong thảy đều vui mừng tin nhận.

27.
NGƯỜI HẦU GÁI CÚNG PHẬT

Lúc ấy, đức Phật đang *ở thành Vương Xá*, trong tinh xá Trúc Lâm. Bấy giờ trong thành có một vị đại trưởng giả nuôi một cô hầu gái, bẩm tánh rất hiền lành, kính tin nơi Tam bảo.

Ngày kia, cô đang dùng bột hương *chiên-đàn* mà thoa phết các nơi trong nhà chủ, có việc phải tạm đi ra ngoài. Tình cờ nhìn thấy Phật với chư *tỳ-kheo* lúc ấy đang đi khất thực trong thành. Cô được thấy Phật thì sinh lòng vui mừng khôn xiết, liền quay trở vào nhà lấy một ít bột *chiên-đàn*, rồi đến trước Phật mà lễ bái, dùng bột *chiên-đàn* ấy mà phết lên chân Phật để cúng dường.

Khi ấy, Phật dùng thần lực làm cho mùi hương *chiên-đàn*

---

[1] Tiếng Phạn là **Saṃsārottaraṇa**, nghĩa là "qua khỏi biển trầm luân", Hán dịch là Độ Sanh Tử Hải (度生死海).

quyện lên thành những đám mây hương, bay khắp các nơi trong thành *Vương Xá*.

Cô gái nhìn thấy sự thần biến ấy, lòng sinh ra tin tưởng sâu vững và kính ngưỡng, liền gieo mình lạy Phật chí thành, phát lời nguyện rằng: "Con nay nhờ công đức cúng dường này, nguyện trong đời vị lai sẽ thành chánh giác, độ khắp chúng sanh, giống như Phật ngày nay không khác."

Khi người hầu gái phát nguyện như vậy rồi thì đức Thế Tôn liền mỉm cười, từ nơi trán, giữa hai lông mày phóng ra một đạo hào quang năm sắc chiếu khắp thế giới, hóa hiện đủ các màu sắc, bay quanh Phật ba vòng rồi lại theo chỗ trên trán Phật mà bay trở vào.

Khi ấy, *A-nan* bạch Phật rằng: "Như Lai là đấng tôn quý, chẳng bao giờ vô cớ mà cười. Nay vì nhân duyên gì mà Phật mỉm cười, xin giảng giải cho chúng con được biết."

Phật bảo *A-nan*: "Ông có nhìn thấy người hầu gái đây lấy bột *chiên-đàn* cúng dường ta hôm nay chăng?" *A-nan* thưa: "Bạch Thế Tôn, con đã thấy."

Phật bảo *A-nan* rằng: "Người hầu gái này nhờ công đức cúng dường *chiên-đàn* cho ta, trải qua trong chín mươi kiếp nữa, mỗi khi sinh ra thân thể đều thơm tho, tinh khiết, chẳng đọa vào các đường dữ, trong cõi trời người thường được hưởng những điều khoái lạc, cho đến khi thọ sanh lần cuối cùng sẽ thành Phật *Bích-chi*, hiệu là Chiên Đàn Hương.[1] Vì nhân duyên ấy mà ta mỉm cười."

Các vị *tỳ-kheo* nghe Phật thuyết nhân duyên này xong thảy đều vui mừng tin nhận.

---

[1] Tiếng Phạn là **Gandhamādana**, nghĩa là "hương thơm của chiên đàn", Hán dịch là Chiên Đàn Hương (栴檀香).

28.
NGƯỜI NGHÈO CÚNG PHẬT

Lúc ấy, đức Phật đang ở gần *thành Xá-vệ*, trong vườn Kỳ thọ Cấp Cô Độc. Trong thành có một người nghèo khổ tên là *Bạt-đề*, đi làm thuê giữ vườn cho người khác mà sinh sống.

Một ngày kia, *Bạt-đề* ươm được một cây vả[1] con, muốn đem vào trong thành mà bán. Vừa đến cửa thành thì gặp một người nói rằng: "Nếu ông đưa cây vả ấy cho ta, ta sẽ cho ông ăn một bữa ăn đủ trăm món ngon lạ." Người nghèo nghe vậy mừng lắm, đồng ý ngay. Người kia lại nói: "Ông hãy mang cây ấy mà đi theo ta, đến chỗ tinh xá Kỳ Hoàn,[2] rồi ta sẽ cho ông ăn uống." Người nghèo ấy liền nghe lời mà cùng đi. Đến tinh xá Kỳ Hoàn, nhìn thấy Phật đang ngự nơi đó, đủ ba mươi hai tướng tốt, tám mươi vẻ đẹp, hào quang chói sáng rực rỡ quanh thân, trong lòng người nghèo khổ ấy liền thấy hoan hỷ, sung sướng vô cùng. Ông liền quỳ xuống lễ bái trước Phật, dâng cây vả của mình lên mà cúng dường.

Đức Phật nhận cây vả, cầm lấy rồi cắm ngay xuống đất. Ngài dùng thần lực mà làm cho cây vả ấy trong phút chốc bỗng vụt lớn lên, cành lá tươi tốt, hoa quả sum suê, dáng vẻ xinh đẹp. Đức Thế Tôn hiện ra nơi cội cây ấy ngồi kiết già, vì chúng hội số đông đến trăm ngàn vạn người mà thuyết giảng diệu pháp.

Người nghèo khổ kia nhìn thấy phép thần biến ấy, trong lòng vui sướng không kể xiết, liền phủ phục xuống chí thành

---

[1] Cây vả nói ở đây là thứ cây có thân rất lớn, mọc gần thành Ca-tỳ-la-vệ, nơi thái tử Tất-đạt-đa ngồi tham thiền lần đầu tiên. Bản chữ Hán ghi là tiêu mộc (燋木). Cây của người giữ vườn là cây con giống, để bán cho người ta trồng.

[2] Tức là nơi Phật đang ngự ở đó.

lễ Phật, phát lời nguyện lớn rằng: "Con nay nhờ công đức cúng dường này, nguyện trong đời vị lai sẽ thành chánh giác, độ khắp chúng sanh, giống như Phật ngày nay không khác."

Khi người nghèo khổ ấy phát nguyện như vậy rồi thì đức Thế Tôn liền mỉm cười, từ nơi trán, giữa hai lông mày phóng ra một đạo hào quang năm sắc chiếu khắp thế giới, hóa hiện đủ các màu sắc, bay quanh Phật ba vòng rồi lại theo chỗ trên trán Phật mà bay trở vào.

Khi ấy, A-nan bạch Phật rằng: "Như Lai là đấng tôn quý, chẳng bao giờ vô cớ mà cười. Nay vì nhân duyên gì mà Phật mỉm cười, xin giảng giải cho chúng con được biết."

Phật bảo A-nan: "Ông có nhìn thấy người nghèo khổ cúng dường cây vả cho ta hôm nay chăng?" A-nan thưa: "Bạch Thế Tôn, con đã thấy."

Đức Phật bảo A-nan: "Người nghèo khổ này, nhờ công đức cúng dường hôm nay, trong mười ba kiếp nữa, chẳng đọa vào các đường dữ, trong cõi trời người thường được hưởng những điều khoái lạc, cho đến khi thọ sanh lần cuối cùng sẽ thành Phật *Bích-chi*, hiệu là Ly Cấu.[1] Vì nhân duyên ấy mà ta mỉm cười."

Các vị *tỳ-kheo* nghe Phật thuyết nhân duyên này xong thảy đều vui mừng tin nhận.

---

[1] Tiếng Phạn là Nirmata, nghĩa là không nhiễm bụi dơ, Hán dịch là Ly Cấu (離垢).

29.
TRƯỞNG GIẢ CÚNG DƯỜNG ÂM NHẠC

Lúc ấy, đức Phật đang ở thành *Xá-vệ*, trong vườn Kỳ thọ Cấp Cô Độc. Ngày kia, trong thành có một nhóm các vị trưởng giả ăn mặc sang trọng, dùng các món trang sức như vòng, xuyến, anh lạc, các thứ hương hoa, với đủ cả đàn ca kỹ nhạc, cùng nhau đi ra ngoài thành vui chơi giải trí. Vừa đến cửa thành thì gặp Phật cùng với chư *tỳ-kheo* đang vào thành khất thực.

Các vị trưởng giả ấy nhìn thấy Phật đủ ba mươi hai tướng tốt, tám mươi vẻ đẹp, hào quang chói sáng rực rỡ quanh thân thì ai nấy đều thấy trong lòng vui vẻ, hoan lạc. Bọn họ liền đến lễ bái trước Phật, rồi dùng đủ các môn đàn ca kỹ nhạc mà dâng lên cúng dường Phật và chư *tỳ-kheo*. Mỗi người lại dùng những hoa hương của mình mang theo mà tung lên không trung để cúng dường Phật. Những hoa hương ấy từ trên không trung bỗng nhiên hóa thành một tán hoa lớn. Phật lại dùng thần lực làm cho tán hoa ấy che phủ ra khắp cả thành *Xá-vệ*.

Những người trưởng giả kia thấy sự thần biến, đều khen là việc chưa từng có. Tất cả liền quỳ mọp xuống, chí thành lễ Phật, cùng nhau phát nguyện rằng: "Chúng con ngày nay nhờ công đức xướng nhạc cúng dường này, nguyện trong đời vị lai sẽ thành chánh giác, độ khắp chúng sanh, giống như Phật ngày nay không khác."

Khi các vị trưởng giả ấy phát nguyện như vậy rồi thì đức Thế Tôn liền mỉm cười, từ nơi trán, giữa hai lông mày phóng ra một đạo hào quang năm sắc chiếu khắp thế giới, hóa hiện đủ các màu sắc, bay quanh Phật ba vòng rồi lại theo chỗ trên trán Phật mà bay trở vào.

Khi ấy, ngài *A-nan* bạch Phật rằng: "Như Lai là đấng tôn quý, chẳng bao giờ vô cớ mà cười. Nay vì nhân duyên gì mà Phật mỉm cười, xin giảng giải cho chúng con được biết."

Đức Phật bảo *A-nan*: "Ông có nhìn thấy các vị trưởng giả đây cúng dường ta hôm nay chăng?" *A-nan* thưa: "Bạch Thế Tôn, con đã thấy."

Đức Phật liền bảo ngài *A-nan*: "Những vị trưởng giả này nhờ công đức cúng dường hôm nay, trong một trăm kiếp nữa chẳng đọa vào các đường dữ, trong cõi trời người thường được hưởng những điều khoái lạc, cho đến khi thọ sanh lần cuối cùng đều sẽ thành Phật *Bích-chi*, có cùng một hiệu như nhau là Diệu Thanh.[1] Vì nhân duyên ấy mà ta mỉm cười."

Các vị tỳ-kheo nghe Phật thuyết nhân duyên này xong thảy đều vui mừng tin nhận.

30.
NHẬN LÃNH TAM QUY

Lúc ấy, đức Phật đang ở gần *thành Xá-vệ*, trong vườn Kỳ thọ Cấp Cô Độc, cùng với chư *tỳ-kheo*. Trong thành khi ấy có một người ngu si tên là Ác Nô, tánh thường ham vui, lại hay ẩn núp những nơi vắng vẻ mà cướp đoạt của người khác, lấy đó làm kế sinh nhai.

Khi ấy có vị *tỳ-kheo* ở trong một cái động vắng vẻ bên

---

[1] Tiếng Phạn là **Valgsuvaras**, nghĩa là "những âm thanh vi diệu", Hán dịch là Diệu Âm (妙聲).

ngoài thành mà ngồi thiền, học đạo. Đến giờ ăn, ngài mới đắp y, mang bình bát vào thành khất thực. Có một ông trưởng giả, thấy vị *tỳ-kheo* tướng mạo oai nghi, sinh lòng tin phục, kính ngưỡng, liền mời vào nhà cúng dường. Xong, ông lấy ra một xấp vải tốt mà dâng cúng. Vị *tỳ-kheo* trở về chỗ ngụ, gặp Ác Nô hỏi xin xấp vải. Ngài liền trao cho.

Hôm sau, Ác Nô lại tìm đến, hỏi xin một tấm y. Ngài cũng trao cho.

Đến hôm sau nữa, vị *tỳ-kheo* đi khất thực về, ăn uống vừa xong, đã vào nghỉ ngơi. Ác Nô lại đến hỏi xin bình bát. Vị *tỳ-kheo* khi ấy tự nghĩ rằng: "Ta chỉ có mỗi một cái bát này dùng để khất thực mà nuôi sống thân mạng, tên cướp này lại muốn cướp lấy, thật là không tự biết đủ. Nay ta phải dùng phương tiện dạy dỗ, buộc nó phải thọ Tam quy y, khiến cho từ nay về sau không còn đến đây phá quấy nữa."

Nghĩ như vậy rồi, liền nói vọng ra bên ngoài động với kẻ cướp rằng: "Đợi ta một chút, ta sẽ đưa bát cho ông." Ác Nô nghe vậy liền ngồi ngoài chờ.

Vị *tỳ-kheo* lấy sợi dây thừng làm một cái thòng lọng đặt sẵn nơi lối đi phía trong. Xong rồi mới gọi kẻ cướp mà nói rằng: "Ta bây giờ mệt quá, không thể ngồi dậy được. Ông hãy tự vào đây mà lấy." Ác Nô nghe nói liền bước vào cửa trong, vị *tỳ-kheo* rút mạnh thòng lọng, bắt dính lại được. Liền đó mang trói chặt vào chân giường, rồi ra ngoài lấy một cây gậy lớn mang vào mà đánh.

Trước khi đánh, người nói to lên rằng: "Một gậy này, để ông quy y Phật." Nói rồi giáng cho một cây, đau ngất không kêu nổi. Chờ hồi lâu tỉnh lại, người mới đem điều hơn lẽ thiệt giảng nói cho nghe. Nghe rồi, chuẩn bị đánh nữa. Lần này nói to rằng: "Đánh gậy thứ hai, để ông quy y Pháp." Nói rồi giáng xuống một gậy nữa, đau đớn hơn gấp bội phần, tưởng chừng như muốn chết đi được. Lại đợi hồi lâu cho tỉnh lại, người tiếp tục giảng nói cho nghe những chỗ phải quấy ở đời. Đến lần thứ ba, trước khi đánh xuống lại nói to rằng: "Đánh gậy thứ ba, để ông quy y Tăng."

Khi ấy, tên cướp ngất đi tỉnh lại đã mấy lần, trong bụng liền nghĩ rằng: "Nay người này đánh ta đau thấu xương cốt, chẳng kêu rên nổi. Nếu chẳng chịu quy phục, để người truyền thọ đến lần thứ tư ắt là phải chết." Nghĩ như vậy rồi, liền hối hả quỳ lạy xin thọ nhận ba điều quy y ấy.

Vị *tỳ-kheo* lúc ấy mới tháo dây mà thả ra. Ác Nô phải đòn một phen suýt chết, thẳng đường chạy đến chỗ Phật, lớn tiếng kêu to rằng: "Bạch Thế Tôn, ngài thật là đại từ đại bi, dạy các vị *tỳ-kheo* truyền thọ chỉ ba điều quy y. Nếu có đến bốn quy y, chắc là tôi phải chết mất!"

Lúc bấy giờ, đức Thế Tôn biết tên cướp này tâm ý đã được điều phục, liền vì anh ta mà thuyết pháp. Ác Nô nghe pháp rồi, tâm ý khai mở, đắc quả *Tu-đà-hoàn*, cầu Phật xin được xuất gia. Phật nói: "Lành thay đó, *tỳ-kheo*!" Ngay khi ấy, râu tóc tự nhiên rụng sạch, y phục trên người hóa ra áo *cà-sa*, thành một vị *sa-môn* oai nghi đầy đủ. Lại tinh tấn tu hành, chẳng bao lâu chứng quả *A-la-hán*, có đủ Ba minh, Sáu thần thông và Tám giải thoát, khắp cõi trời, người thảy đều kính ngưỡng.

Các vị tỳ-kheo nghe Phật thuyết nhân duyên này xong thảy đều vui mừng tin nhận.

PHẨM THỨ TƯ
BỒ TÁT NHẬP THẾ

31.

VUA LIÊN HOA
NGUYỆN HÓA LÀM CÁ

Lúc ấy, đức Phật đang ở gần *thành Xá-vệ*, trong vườn Kỳ thọ Cấp Cô Độc. Bấy giờ vào mùa thu, có nhiều loại quả chín, Phật cùng với chư *tỳ-kheo* đi giáo hóa trong các xóm làng, chỉ ăn toàn các thứ quả. Các vị *tỳ-kheo* thảy đều tiêu hóa khó khăn, sinh ra lắm chứng bệnh khổ, chẳng thể ngồi thiền, niệm kinh hay tu học gì được cả.

Bấy giờ, ngài *A-nan* lễ Phật mà hỏi rằng: "Bạch Thế Tôn! Do nhân duyên phước báo gì mà Phật ăn uống hết thảy các món đều tiêu hóa tốt, chẳng sanh bệnh khổ trong thân bao giờ, nên dung mạo lúc nào cũng tươi nhuận, đẹp đẽ?"

Phật liền bảo *A-nan*: "*A-nan*! Ta nhớ lại những kiếp quá khứ, tu hạnh từ bi, thường dùng các loại thuốc men, thang dược mà bố thí cho chúng sanh. Nhờ nhân duyên ấy mà được quả báo không có bệnh, lại khi ăn uống bất cứ món chi đều tiêu hóa tốt, chẳng sinh bệnh khổ."

Khi ấy, ngài *A-nan* lại thưa hỏi tiếp: "Bạch Thế Tôn! Chẳng biết hạnh tu của Phật ngày trước đó là như thế nào? Xin đức Thế Tôn từ bi vì chúng con mà thuyết giảng cho nghe."

Phật liền bảo các vị *tỳ-kheo*: "Các ông nên chú ý lắng nghe, ta sẽ vì các ông mà phân biệt giảng nói.

"Này chư *tỳ-kheo*! Về thuở quá khứ, nước *Ba-la-nại* có vị

vua tên là Liên Hoa,¹ trị nước theo chánh pháp, nhân dân an ổn, thịnh vượng, không có nạn đao binh, chinh chiến. Trong cõi nước của ngài, các loại trâu bò, voi ngựa, gia súc thảy đều đông đúc. Xứ ấy lại có lắm thứ cây quả ngon ngọt, tươi tốt quanh năm. Khi ấy, nhân dân trong xứ do tham ăn quả cây quá nhiều, không thể tiêu hóa được, sanh ra đủ chứng bệnh khổ, da dẻ vàng vọt, mới kéo nhau đến chỗ vua mà xin thuốc trị. Khi ấy, đức vua Liên Hoa thấy dân bệnh khổ thì sinh lòng đại bi, thương xót, mới triệu tập các vị thầy thuốc lại để chế thuốc mà phân phát cho dân. Nhưng bệnh mỗi ngày một nhiều, việc trị liệu chẳng thể dứt được.

Vua Liên Hoa khi ấy mới gọi các vị thầy thuốc lại, khiển trách rằng: "Nay các ông lo lắng những việc chi khác mà không trị bệnh cho nhân dân, để mọi người phải đến chỗ ta mà cầu khẩn?"

Các vị thầy thuốc tâu lên rằng: "Tâu đại vương! Thuốc men hiện nay không có đủ nên chẳng thể trị bệnh cho dân. Ngay như trong bọn chúng tôi đây, còn phải chịu bệnh khổ, không có thuốc mà tự trị, huống gì trị bệnh cho người khác?"

Vua nghe như vậy lấy làm thất vọng, lòng thương dân vô hạn, mới hỏi các thầy thuốc: "Nay các ông bảo thiếu thuốc, vậy là thiếu món chi?" Các thầy thuốc tâu rằng: "Cần có thịt của loài cá đỏ² để làm thuốc. Mỗi người chúng tôi lâu nay đều ra công tìm kiếm mà đến nay vẫn chưa có được bao nhiêu. Chính vì vậy mà bệnh mỗi ngày một nhiều thêm, đã lắm người phải mất mạng rồi."

Khi ấy vua Liên Hoa tự nghĩ rằng: "Loài cá đỏ này, dùng câu hay lưới đều khó bắt được. Nay ta nên phát nguyện sanh ra làm thân cá ấy mà cứu độ bệnh khổ cho nhân dân."

---

[1] Tiếng Phạn là **Padmaka**, nghĩa là hoa sen, Hán dịch là Liên Hoa (蓮華).

[2] Tiếng Phạn là **Rohita**, bản chữ Hán ghi là xích ngư (赤魚), nghĩa là loài cá màu đỏ.

Nghĩ như vậy rồi, liền triệu hết các vị đại thần và thái tử đến, nói rằng: "Nay ta đem việc nước mà giao phó lại cho tất cả các ông, cùng nhau lo liệu. Phải khéo biết chăm lo cho dân, đừng làm việc chi sai trái."

Nghe vua nói lời ấy, thái tử và các vị đại thần thảy đều kinh hãi, buồn thảm sầu khóc nói chẳng nên lời. Hồi lâu, mới có một vị đại thần tâu lên rằng: "Đại thần chúng tôi cùng với thái tử chẳng biết đã làm gì nên tội mà nay đại vương nói ra lời oán hận dường ấy?"

Vua Liên Hoa đáp rằng: "Ta chẳng thấy tất cả các ông có lỗi chi cả. Chỉ có điều là ngày nay trong nước nhân dân bệnh khổ, nhiều người đã phải mạng vong, cần có thịt của loài cá đỏ để trị liệu. Ý ta muốn bỏ thân mạng này để nguyện hóa sanh làm loài cá đỏ mà trị bệnh khổ cho nhân dân trong nước. Vì thế nên mới cho gọi thái tử với tất cả các ông đến đây mà giao phó việc nước."

Bấy giờ, nghe lời ấy rồi, thái tử với các quan đại thần đều cầm lòng không được, ngửa mặt lên trời mà kêu khóc bi thảm, ôm chân vua khóc lóc nói rằng: "Hết thảy chúng tôi đây đều nương cậy vào lòng từ của đại vương che chở. Nhân dân an lạc, thịnh vượng lâu nay cũng nhờ ân đức đại vương. Cớ sao chỉ trong phút chốc, lại muốn bỏ mặc chúng tôi mà ra đi cho đành?"

Vua đáp rằng: "Việc ta làm ngày nay, cũng là vì tất cả nhân dân đó thôi. Sao các ông cố chấp không chịu hiểu cho?" Bấy giờ, thái tử và các vị đại thần hết lời can ngăn mà vua vẫn cương quyết không đổi ý.

Khi ấy, vua sắp sửa hương hoa lễ vật, lên lầu cao vọng lễ khắp bốn hướng, phát lời nguyện lớn rằng: "Tôi nay xả bỏ thân mạng này, nguyện được sanh vào dòng sông ở xứ *Ba-la-nại*, làm loài cá đỏ lớn. Người nào ăn thịt tôi thì đều trừ hết được các chứng bệnh khổ." Phát nguyện xong rồi, liền tự gieo mình từ lầu cao xuống mà bỏ mạng. Quả nhiên, vua hóa sanh nơi dòng sông làm loài cá đỏ rất lớn.

Bấy giờ, nhân dân nghe nói nơi sông ấy có loài cá đỏ lớn, liền rủ nhau mang lưới, mang câu đi tìm đánh bắt. Ăn thịt cá ấy rồi, các thứ bệnh khổ liền được trừ hết. Còn loài cá ấy, cứ chết đi rồi thì lại cũng hóa sanh trở lại nơi sông ấy để cho người ta đánh bắt. Cứ như vậy trong 12 năm, bố thí thân mạng cho chúng sanh mà không hề có chút mảy may hối hận. Qua 12 năm rồi, khi chết đi mới sinh lên cảnh trời *Đao-lợi*."

Phật lại bảo *A-nan* rằng: "Vua Liên Hoa thuở ấy, chính là ta ngày nay. Do nhân duyên xả bỏ thân mạng cứu độ chúng sanh, nên ngày nay được phước báo không chịu bệnh khổ, cho đến thành được quả Phật *Bồ-đề* mà cứu độ cho vô số chúng sanh."

Các vị *tỳ-kheo* nghe Phật thuyết nhân duyên này xong thảy đều vui mừng tin nhận.

32.
VUA PHẠM-DỰ BỐ THÍ

Lúc ấy, đức Phật đang ở gần *thành Xá-vệ*, trong vườn Kỳ thọ Cấp Cô Độc. Bấy giờ chư *tỳ-kheo* bạch Phật rằng: "Bạch Thế Tôn! Chẳng hay vì nhân duyên gì mà Phật thường tán thán, ca ngợi công đức của việc bố thí. Không biết nguyên do việc ấy thế nào, xin Phật từ bi vì chúng con mà phân biệt giảng thuyết."

Đức Thế Tôn đáp rằng: "Này chư *tỳ-kheo*! Hãy chú tâm lắng nghe, ta sẽ vì các ông mà phân biệt giảng nói.

"Này chư *tỳ-kheo*! Ta nhớ lại về thuở quá khứ cách nay vô

số kiếp, nước *Ba-la-nại* có vị vua tên là *Phạm-dự*, trị nước theo chánh pháp, nhân dân an ổn, thịnh vượng, không có nạn đao binh, chinh chiến. Trong cõi nước của ngài, các loại trâu bò, voi ngựa, gia súc, thảy đều đông đúc.

"Bấy giờ trong nước có một người *bà-la-môn* giỏi thuật chiêm tinh, tâu với vua rằng: 'Thần xem thiên văn thấy có hỏa tinh sanh lại phương này. Ứng theo điềm ấy, khắp nước sẽ phải chịu một cơn hạn hán kéo dài đến 12 năm, mùa màng chẳng thu được gì, nhân dân hết sức đói khổ.'

"Vua *Phạm-dự* nghe lời ấy rồi, trong lòng buồn bã lo âu, tự suy nghĩ rằng: 'Nay ta biết tìm cách chi để cứu nhân dân sống qua khỏi kiếp nạn này?'

"Liền cho gọi những người giỏi thuật toán số đến bảo rằng: 'Các ông hãy tính hết số dân trong nước, đem so với số lúa thóc hiện có trong các kho, rồi chia đều xem có thể cung cấp được bao lâu.'

"Những người ấy vâng lệnh vua, tổ chức một cuộc điều tra khắp nước, rồi báo với vua rằng: 'Nếu chia đều ra, phân phát cho mỗi người một thăng[1] lúa thì có thể phân phát được 6 năm. Chia như vậy cũng chẳng đủ ăn, nên số người chết chắc là nhiều lắm. Riêng phần của vua thì được chia hai thăng.' Vua liền ra lệnh cứ y vậy mà phân phát.

"Có một người *bà-la-môn* sau đó tìm đến vua, tâu rằng: 'Tâu đại vương! Chỉ có riêng mình tôi bị sót tên không được chia lúa. Mạng sống chỉ còn trong nay mai. Xin đại vương từ bi thương xót, cấp cho ít nhiều.'

"Vua *Phạm-dự* nghe nói vậy, liền tự nghĩ rằng: 'Nay người này đang cơn đói thiếu, cần ta bố thí ít nhiều. Nếu ta chẳng thể vì người mà bố thí, thì nói gì đến chuyện sau này tế độ chúng sanh, lại trong vô lượng kiếp vì chúng sanh mà chịu những sự khổ não?' Nghĩ như vậy rồi, liền giảm phần mình một nửa số lúa, bố thí cho người *bà-la-môn* ấy.

---

[1] Thăng là đơn vị đo lường ngày xưa, cũng như thùng, hộc, đấu...

"Khi ấy, lòng bố thí của vua cảm động đến cả trời đất, khiến cho cung điện của vua trời *Đế-thích* tự nhiên chấn động, chẳng được yên ổn. *Đế-thích* suy nghĩ rằng: 'Nguyên do gì mà cung điện của ta tự nhiên chấn động? Hay là do ta phước đức đã hết, mạng sắp tự diệt nên có điềm báo này?'

"Nghĩ như vậy rồi, liền dùng thần thông quán sát, thấy biết việc vua *Phạm-dự* trong cơn đói thiếu, có thể vì chúng sanh mà làm được việc rất khó làm, nên cảm ứng đến cung điện nơi cõi trời rung chuyển chấn động.

"*Đế-thích* liền nghĩ: 'Nay ta nên đến đó, thử lòng vua xem có thật như thế chăng.' Liền tự biến hình thành một người *bà-la-môn* già yếu, bệnh hoạn, chống gậy đến chỗ vua Phạm-dự mà xin ăn. Khi ấy, vua *Phạm-dự* suy nghĩ: 'Thân mạng này của ta, dẫu cho có bố thí hay không thì cuối cùng cũng đi đến chỗ chết mà thôi.' Nghĩ như vậy rồi, trong lòng vui vẻ muốn bố thí, được lợi ích cho chúng sanh thì dù chết cũng không hối hận. Còn chỉ một phần lúa duy nhất của mình, vua liền mang ra bố thí cho người *bà-la-môn* già yếu ấy.

"*Đế-thích* nhận bố thí rồi, liền hỏi vua rằng: 'Đại vương trong cơn đói khát, cơ khổ mà có thể làm được việc rất khó làm, xả bỏ cả thân mạng, như vậy ắt cầu được sanh cõi trời, hoặc cầu làm Chuyển luân Thánh vương[1] chăng, hay cầu được sự vui thú, vinh hoa nơi cõi thế?'

"Vua *Phạm-dự* đáp: 'Tôi thật chẳng cầu hết thảy những điều ấy, duy chỉ nguyện trong đời vị lai được thành chánh giác, cứu độ chúng sanh thoát mọi khổ não.'

"Phát nguyện ấy xong, *Đế-thích* liền nói: 'Lành thay, lành thay! Thật chưa từng có vậy!' Nói xong, hiện lại nguyên hình, nói với vua Phạm-dự rằng: 'Ta thật là vua trời *Đế-thích*. Nay đại vương nên truyền lệnh cho dân chúng chuẩn bị cày dọn

---

[1] Chuyển luân Thánh vương tức là vị vua cao quý hơn hết, có thể khuất phục tất cả các vua khác.

ruộng đất, trong vòng bảy ngày ta sẽ cho một cơn mưa lớn.'

"Vua *Phạm-dự* nghe vậy vui mừng khôn xiết, liền truyền rao trong dân chúng, phải cày dọn ruộng đất sẵn sàng, trong vòng bảy ngày sẽ có mưa lớn. Nhân dân được tin hết sức vui mừng, lập tức cày dọn ruộng đất chờ sẵn. Đúng bảy ngày quả nhiên trời đổ cơn mưa lớn. Năm đó mùa màng bội thu, không còn đói thiếu."

Phật lại bảo *A-nan* rằng: "Vua *Phạm-dự* thuở ấy, chính là ta ngày nay. Do nhân duyên ấy, ta thường tán thán công đức bố thí là vô cùng lớn lao, không thể nói hết."

Các vị tỳ-kheo nghe Phật thuyết nhân duyên này xong thảy đều vui mừng tin nhận.

33.
VUA THI-TỲ KHOÉT MẮT BỐ THÍ

Lúc ấy, đức Phật đang ở gần *thành Xá-vệ*, trong vườn Kỳ thọ Cấp Cô Độc. Lúc ấy, mùa an cư[1] gần mãn, mỗi ngày chư *tỳ-kheo* nhóm họp hai lần để nghe Phật thuyết pháp. Ngoài những lúc ấy ra, các *tỳ-kheo* hoặc có người lo rửa bát, giặt y, hoặc vá sửa những mảnh y cũ rách. Cứ như vậy, ai ai cũng đều có việc để làm.

Bấy giờ, trong chúng *tỳ-kheo* có một vị tên là *Thi-bà*, già quá nên mắt mờ, trải y ra đất mà vá nhưng chẳng thấy đường xâu chỉ qua lỗ kim, mới lớn tiếng nói rằng: "Có ai muốn được thêm chút công đức thì xin vì tôi mà xâu chỉ."

Khi ấy, đức Thế Tôn nghe được lời ấy, liền đến chỗ vị *tỳ-kheo*, nắm tay ông rồi lấy kim định xâu. Ông *tỳ-kheo* già

---

[1] Phật dạy phép an cư kiết hạ hằng năm, là từ rằm tháng tư cho đến rằm tháng bảy. Trong thời gian này, chư Tăng hội lại một nơi, tuyên đọc giới luật, và không đi ra khỏi khuôn viên nơi an cư. Cũng gọi là Trường hạ.

nghe biết tiếng Phật, liền bạch rằng: "Bạch Thế Tôn! Ngài từ vô số kiếp đến nay từng tu hạnh đại từ đại bi, đủ sáu pháp *ba-la-mật*,[1] các hạnh *Bồ Tát*, trừ sạch phiền não, công đức đầy đủ, tự thành quả Phật. Vì sao lại đến chỗ con mà cầu chút phước đức nhỏ bé này?"

Phật bảo vị *tỳ-kheo* ấy rằng: "Chính vì ta ngày xưa cũng đã từng nhờ ông mà tích tập công đức, lòng vẫn chưa quên, nên nay mới đến chỗ ông mà cầu làm phước."

Khi ấy, chư *tỳ-kheo* nghe lời Phật nói rất lấy làm lạ, liền thưa hỏi rằng: "Chẳng hay ngày xưa đức Thế Tôn nhờ vị *tỳ-kheo* già đây mà tích tập công đức như thế nào? Xin vì chúng con mà giảng thuyết cho nghe."

Phật liền bảo các vị *tỳ-kheo*: "Các ông nên chú ý lắng nghe, ta sẽ vì các ông mà phân biệt giảng nói.

"Này chư *tỳ-kheo*! Về thuở quá khứ, nước *Ba-la-nại* có vị vua tên là *Thi-tỳ*, trị nước theo chánh pháp, nhân dân an lạc, thịnh vượng.

"Vua *Thi-tỳ* khi ấy rất chuộng việc bố thí, cứu tế người nghèo khổ. Đối với các món tài vật, trân bảo, cho đến những thứ trong thân thể mình như đầu, mắt, tủy não, nếu có người đến xin đều vui lòng cho đi không tham tiếc.

"Lòng thành của vua như thế cảm động cả trời đất, khiến cho cung điện của vua trời *Đế-thích* tự nhiên chấn động, chẳng được yên ổn. *Đế-thích* khi ấy liền suy nghĩ: 'Nguyên do gì mà cung điện của ta tự nhiên chấn động? Hay là do ta phước đức đã hết, mạng sắp tự diệt nên có điểm báo này?' Nghĩ như vậy rồi, liền dùng thần thông quan sát, thấy biết việc vua *Thi-tỳ* chẳng tích giữ tài vật, có ai đến xin đều vui lòng bố thí cho, lòng chân thành như vậy nên cảm ứng đến cung điện nơi cõi trời rung chuyển chấn động.

---

[1] Ba-la-mật: tiếng Phạn là **pāramitā**, phiên âm đủ là ba-la-mật-đa (波羅蜜多), Hán dịch là Đáo bỉ ngạn (đến bờ bên kia), nghĩa là các pháp tu giúp người ta vượt qua biển khổ sanh tử đến được bờ bên kia, tức là được giải thoát.

"*Đế-thích* liền nghĩ: 'Nay ta nên đến đó, thử lòng vua xem hư thật như thế nào.' Nghĩ rồi liền tự biến hình thành một con ó đen rất lớn, bay xuống chỗ cung vua mà đậu, nói với vua rằng: 'Tôi từng nghe nói đại vương phát tâm bố thí, chẳng tham tiếc gì với hết thảy chúng sanh, nên mới đến đây có chuyện muốn cầu xin, mong được đại vương thuận cho.'

"Khi ấy, vua *Thi-tỳ* nghe rồi, lòng rất vui vẻ, nói với chim ó: 'Ngươi cứ tùy ý mà xin, ta chẳng tham tiếc gì.' Chim ó liền nói: 'Tôi nay chẳng cầu các thứ vàng bạc, trân bảo hay tài vật. Chỉ mong được đại vương thí cho đôi mắt, đối với tôi là món rất quý vậy.'

"Vua *Thi-tỳ* nghe lời chim ó rồi, vui vẻ thuận cho. Vua tự tay lấy con dao bén mà khoét mắt mình trao cho ó, chẳng sợ đau đớn, thậm chí trong lòng cũng không chút hối tiếc, ân hận. Bấy giờ trời đất rung chuyển, cõi đất chấn động sáu lần, hoa trời rải xuống khắp nơi.

"Chim ó lại hỏi vua rằng: 'Đại vương tự tay khoét mắt cho tôi, lòng có hối tiếc gì chăng?' Vua đáp: 'Thật không hối tiếc.' Chim ó lại hỏi: 'Nếu thật lòng vua không hối tiếc, biết lấy gì chứng tỏ?' Vua *Thi-tỳ* liền phát nguyện rằng: 'Nếu lòng tôi thật không hối tiếc, xin nguyện cho đôi mắt tôi hoàn lại như xưa.' Phát nguyện vừa xong, đôi mắt vua lập tức nguyên vẹn như xưa không khác.

"Bấy giờ *Đế-thích* mới hiện nguyên hình, lên tiếng khen ngợi rằng: 'Thật lạ lùng thay! Quả là xưa nay chưa từng có vậy! Đại vương tâm lành bố thí chẳng tiếc thân mạng như vậy, chắc là cầu được sanh cõi trời, hoặc cầu làm Chuyển luân Thánh vương, hay cầu được sự vui thú, vinh hoa nơi cõi thế?'

"Vua *Thi-tỳ* đáp: 'Tôi thật chẳng cầu hết thảy những điều ấy, duy chỉ nguyện trong đời vị lai được thành chánh giác, cứu độ chúng sanh thoát mọi khổ não.' *Đế-thích* nghe được lời nguyện ấy rồi, liền trở lại Thiên cung."

Phật lại bảo các vị tỳ-kheo rằng: "Vua *Thi-tỳ* thuở ấy, chính là ta ngày nay. *Đế-thích* hiện hình chim ó ngày trước, chính là vị *tỳ-kheo* già ngày nay đó vậy. Ta vì đời trước bố thí đôi mắt lòng không tham tiếc, nên đến ngày nay chứng thành quả Phật. Do nhân duyên ấy, dẫu đến nay đối với vị tỳ-kheo già này vẫn muốn tích tập thêm phước đức, lòng không chán nản."

Các vị tỳ-kheo nghe Phật thuyết nhân duyên này xong thảy đều vui mừng tin nhận.

34.
VUA THIỆN DIỆN XẢ THÂN CẦU PHÁP

Lúc ấy, đức Phật đang ở gần *thành Xá-vệ*, trong vườn Kỳ thọ Cấp Cô Độc. Đức Thế Tôn lấy tâm đại bi thương xót tất cả chúng hội, thường đem những chỗ pháp yếu vi diệu ngày đêm giảng thuyết cho nghe mà chưa từng thấy ngài có chút chi mỏi mệt, chán nản. Chúng *tỳ-kheo* thấy vậy liền thưa hỏi Phật rằng: "Bạch Thế Tôn! Vì sao mà ngài ngày đêm thường vì tất cả chúng hội diễn thuyết các chỗ pháp yếu, chẳng hề chán ngán, mỏi mệt như vậy?"

Phật dạy chư *tỳ-kheo*: "Các ông nên chú ý lắng nghe, ta sẽ vì các ông mà phân biệt giảng nói.

"Này chư *tỳ-kheo*! Về thuở quá khứ, nước *Ba-la-nại* có vị vua tên là Thiện Diện.[1] Thái tử con vua tên là *Tôn-đà-ly*.[2] Thuở ấy trong nước nhân dân an lạc, thịnh vượng. Vua Thiện Diện là người thông minh trí tuệ, lại yêu chuộng đạo đức,

---

[1] Tiếng Phạn là **Surupa**: nghĩa là tướng mạo tốt đẹp.
[2] Tiếng Phạn là **Sundaraka**, nghĩa là tốt tươi.

thường mong cầu được nghe diệu pháp. Vua cho đặt các thứ vàng bạc, châu báu, tài vật ở những nơi ngã tư đường, truyền rao trong dân chúng rằng, nếu ai có thể vì vua diễn thuyết diệu pháp, vua sẽ đem những vàng bạc, trân bảo, tài vật ấy mà ban thưởng cho.

"Lòng thành cầu pháp của vua chấn động đến tận thiên cung, khiến cho cung điện của *Đế-thích* rung chuyển, không được an ổn. Khi ấy, *Đế-thích* liền dùng thần lực quán sát, hiểu được nguyên nhân là do lòng cầu pháp chân thành của vua Thiện Diện cảm ứng mà có sự chấn động như vậy.

"*Đế-thích* liền hóa hình thành một quỷ *la-sát* dữ tợn, có hai răng nanh dài nhọn sắc bén, ai ai nhìn thấy đều khiếp sợ. *La-sát* bay đến nơi cung vua, cất tiếng nói lớn rằng: 'Ta có diệu pháp.' Vua nghe được, lập tức thân hành ra nghinh tiếp, xin được nghe diệu pháp. Quỷ *la-sát* nói: 'Ta thật có biết diệu pháp, nhưng nay đang cơn đói khát, chẳng thể vì vua mà diễn thuyết được.'

"Vua nghe vậy liền truyền mang đến đủ các thứ món ngon vật lạ cho *la-sát*. Quỷ ấy nói rằng: 'Ta vốn chỉ ăn được thịt sống và uống máu nóng mà thôi. Những món này chẳng phải thức ăn của ta.'

"Khi ấy, thái tử *Tôn-đà-ly* đang đứng hầu bên liền tâu rằng: 'Tâu phụ vương! Xưa nay diệu pháp rất khó được nghe. Con xin được thí thân cho vị *la-sát* này tùy ý ăn thịt uống máu, chỉ nguyện cho phụ vương được nghe diệu pháp.'

"Vua nghe thái tử phát tâm rộng lớn chẳng tiếc thân mạng, liền suy nghĩ rằng: 'Ta từ bao kiếp đến nay buộc chặt trong vòng luyến ái, khiến cho lưu chuyển sinh tử mãi mãi không cùng. Nay nếu vì được nghe diệu pháp, cũng đáng xả bỏ đứa con yêu dấu của mình vậy.' Nghĩ vậy rồi liền thuận cho thái tử được tùy ý.

"Thái tử được vua cha thuận cho, liền tự đến trước quỷ

la-sát mà nộp mạng. *La-sát* được mồi liền ngay trước mặt vua mà xé xác thái tử, uống máu, ăn thịt ra vẻ ngon lành. Ăn xong liền nói: 'Ta vẫn chưa no bụng, làm sao thuyết pháp?'

"Bấy giờ hoàng hậu đứng bên, thấy rõ việc thái tử xả thân cho *la-sát* ăn thịt, thì trong lòng tự suy nghĩ rằng: 'Con ta còn dám xả bỏ thân mạng, huống hồ thân ta, lẽ nào không dám thí xả?' Nghĩ rồi, liền y vậy mà tâu với vua. Vua thuận cho.

"Hoàng hậu được vua thuận cho, liền tự đến trước quỷ *la-sát* mà nộp mạng. *La-sát* lại xé xác ra ăn cũng giống như đã ăn thịt thái tử. Ăn xong, xem bộ vẫn còn đói khát, lại nói với vua rằng: 'Nay vua nên nộp mạng cho ta ăn luôn đi.'

"Vua Thiện Diện đáp: 'Tôi cũng chẳng tiếc gì thân mạng này. Chỉ hiềm nếu chết đi thì chưa được nghe diệu pháp. Vậy ngài hãy thuyết pháp trước đi, tôi nghe xong xin nộp mạng cho ngài ăn.'

"Khi ấy, *Đế-thích* thật biết lòng vua thành tín, liền vì vua mà đọc kệ rằng:

Ái luyến sinh sầu bi,
Ái luyến sinh sợ hãi.
Người thoát được ân ái,
Vĩnh viễn không sợ hãi.[1]

"*Đế-thích* đọc bài kệ ấy xong, liền hiện lại nguyên hình. Thái tử và hoàng hậu cũng tự nhiên hiện ra an ổn vô sự. Vua nghe được bài kệ pháp yếu ấy, càng thêm vững tin hơn nữa. Lại nhìn thấy thái tử và hoàng hậu sống lại, lòng vui mừng vô hạn, không thể nói hết."

Phật bảo các vị *tỳ-kheo* rằng: "Vua Thiện Diện thuở ấy, chính là ta ngày nay. Thái tử *Tôn-đà-ly* ngày ấy chính là *A-nan* ngày nay. Hoàng hậu thuở ấy, nay là *Da-du-đà-la*.[2] Ta

---

[1] Nội dung bài kệ này tương tự như bài kệ thứ 212 trong Kinh Pháp Cú.
[2] Công chúa Da-du-đà-la là mẹ của La-hầu-la, vợ của thái tử Tất-đạt-đa khi

ngày trước tu đạo *Bồ Tát* mà còn xả bỏ thân mạng, vợ con để được nghe pháp, huống chi ngày nay thành Phật, có lẽ nào đối với việc thuyết pháp lại sanh lòng chán nản, mỏi mệt hay sao?"

Các vị tỳ-kheo nghe Phật thuyết nhân duyên này xong thảy đều vui mừng tin nhận.

35.
THÁI TỬ CẦU PHÁP

Lúc ấy, đức Phật đang ở gần *thành Xá-vệ,* trong vườn Kỳ thọ Cấp Cô Độc. Trong thành có vị trưởng giả tên là *Tu-đạt,* bẩm tính hiền lương, tin kính Tam bảo, ngày nào cũng đến quét dọn các ngôi chùa tháp.

Một hôm người ấy có việc phải đi xa, không đến quét dọn như thường lệ. Khi ấy, Phật và các vị đại đệ tử như *Mục-kiền-liên, Xá-lợi-phất, Ca-diếp...* cùng vào trong tháp, quét dọn sạch sẽ rồi cùng ngồi quanh Phật mà nghe thuyết pháp.

Phật dạy các vị *tỳ-kheo* rằng: "Các ông nên biết, việc quét dọn chùa tháp được năm công đức lớn. Một là tự trừ được những cấu uế trong tâm, hai là trừ được sự cấu uế, bất tịnh ở bên ngoài, ba là diệt trừ được tâm kiêu mạn, bốn là điều phục được tâm mình, năm là làm tăng trưởng công đức, có thể được sinh về những cõi lành."

Khi ấy, ông trưởng giả *Tu-đạt* vừa đi xa về, liền đến tinh xá, nghe được Phật thuyết năm công đức lớn của việc quét dọn chùa tháp. Ông hết sức vui mừng, liền bạch với Phật rằng: "Nay con được nghe đức Thế Tôn thuyết năm công đức

---

Ngài còn chưa xuất gia cầu đạo.

lớn của việc quét dọn chùa tháp, thật như được thấy chư vị hiền thánh thường ở trước mặt mình."

Phật liền dạy ông *Tu-đạt* rằng: "Ta từ nhiều kiếp lâu xa đến nay cũng thường kính ngưỡng, tu tập các thiện pháp như ông ngày nay vậy. Nay ông hãy chú tâm lắng nghe, ta sẽ vì ông mà phân biệt, giảng nói.

"Về thời quá khứ cách nay đã vô số kiếp, vua xứ *Ba-la-nại* tên là *Phạm-ma-đạt-đa*, trị nước theo chánh pháp, nhân dân giàu có, cuộc sống thảy đều sung túc, đầy đủ.

"Khi ấy, hoàng hậu có thai, tự nhiên trên đỉnh đầu hóa hiện một cái lọng quý, đi đâu cũng theo che cho bà. Vua liền mời các vị thầy tướng đến xem tướng cho hoàng hậu, các vị nói rằng: 'Đứa trẻ này có phước đức rất lớn, sinh ra về sau sẽ khao khát tìm cầu diệu pháp ở khắp cả bốn phương.'

"Qua thời gian mang thai, hoàng hậu hạ sinh một thái tử dung mạo đoan trang, xinh đẹp. Nhân theo lời đoán trước của các vị thầy tướng, vua liền đặt tên là cho thái tử là Cầu Pháp.

"Thái tử dần dần lớn lên, quả thật có lòng mộ pháp vô cùng. Ngài sai người mang trân bảo, châu báu đi khắp bốn phương mà tìm cầu diệu pháp. Như vậy nhiều năm vẫn không được, thái tử hết sức buồn bã, áo não, ngày đêm buồn khóc, cảm động cả trời đất.

"Lòng thành cầu pháp của thái tử chấn động đến cung điện của vua trời *Đế-thích*, khiến cho không được an ổn. Khi ấy, *Đế-thích* liền dùng thần lực quán sát, hiểu được nguyên nhân là do lòng cầu pháp chân thành của thái tử Cầu Pháp, cảm ứng mà có sự chấn động như vậy.

"*Đế-thích* khi ấy liền nghĩ rằng: 'Ta nên hóa hình đến thử xem lòng cầu pháp của vị thái tử ấy đến mức nào.' Liền hóa hình thành một người *bà-la-môn* tìm đến gần cung vua, tự nói rằng: 'Ta có diệu pháp. Nếu ai muốn nghe ta sẽ vì người ấy mà thuyết giảng.'

"Khi ấy, thái tử nghe vậy thì vui mừng không kể xiết, thân hành đến nghinh tiếp, đón vào cung nội, mời ngồi lên ghế cao, rồi chí thành lễ bái, thưa rằng: 'Kính mong đại sư từ bi thương xót, thuyết giảng diệu pháp cho nghe.'

"Khi ấy, thầy *bà-la-môn* mới nói rằng: 'Việc cầu pháp chẳng phải dễ dàng, muốn tìm thầy cũng rất lâu mới gặp. Nay ta tuy có diệu pháp, nhưng thái tử vừa gặp đã muốn nghe, thật không phải lẽ.'

"Khi ấy, thái tử liền thưa: 'Lòng tôi chỉ muốn cầu được nghe diệu pháp. Nếu cần điều gì xin đại sư cứ nói, dù phải xả bỏ thân thể, vợ con, cho đến voi, ngựa, châu báu các thứ, tôi quyết không hề tham tiếc.'

"Thầy *bà-la-môn* liền nói: 'Những thứ mà thái tử nói đó, ta thật chẳng hề cần đến. Nhưng nếu thái tử có thể cho đào một cái hầm sâu mười trượng, chất đầy củi mà đốt cho lửa cháy rực lên trong đó, rồi tự mình nhảy vào được thì ta sẽ đem diệu pháp mà nói cho nghe.'

"Thái tử nghe thầy *bà-la-môn* nói vậy rồi trong lòng vui vẻ, liền sai đào hầm, chất củi đúng như lời dạy của ông, sẵn lòng nhảy vào hầm lửa đó.

"Khi ấy, hoàng hậu và các vị quần thần đều hay tin, vội vã đến nơi, liền can gián thái tử, lại nói với thầy *bà-la-môn* ấy rằng: 'Xin đại sư từ bi thương xót tất cả chúng tôi, đừng buộc thái tử phải nhảy vào hầm lửa, còn ngoài ra ngài muốn bất cứ điều chi, chúng tôi cũng xin đáp ứng.'

"Thầy *bà-la-môn* nói: 'Ta không ép buộc, đó là tùy ý thái tử quyết định. Chỉ làm được như vậy thì ta mới thuyết pháp cho nghe.'

"Thái tử nghe lời ấy rồi, liền nói: 'Ta từ nhiều kiếp đã qua, từng xả bỏ bao nhiêu thân mạng rồi, nhưng chưa từng có ai vì vậy mà thuyết pháp cho ta nghe. Nay đại sư đây sẽ vì ta giảng thuyết diệu pháp, thì tiếc gì thân mạng?' Nói rồi muốn nhảy vào hầm lửa.

"Khi ấy, hoàng hậu và các vị đại thần thấy thái tử chí thành cầu pháp, đã muốn nhảy vào hầm lửa, liền hết sức cản ngăn, can gián rằng: 'Xin thái tử hãy nghĩ đến tất cả chúng tôi. Lẽ nào vì lời nói của một người mà xả bỏ hết thảy?'

"Thái tử đáp rằng: 'Ta từ vô số kiếp đến nay, cũng từng trải qua các cảnh địa ngục, ngạ quỷ, súc sanh, chịu bao khổ não, lửa dữ đốt thiêu, đói rét khốn khổ, đau đớn không sao nói hết, thân mạng mất đi chưa từng được sự lợi ích, chưa từng vì pháp. Nay sao mọi người lại can gián ta bỏ thân hư giả này mà cầu được đạo *Vô thượng Bồ-đề*? Nay ta xả bỏ thân này, nguyện được đạo lớn mà cứu độ hết thảy chúng sanh thoát khỏi biển khổ sanh tử.'

"Nói như vậy rồi quyết định liều chết, liền nói với thầy *bà-la-môn* rằng: 'Xin đại sư vì tôi nói pháp trước, nghe xong sẽ nhảy vào hầm lửa. Vì nếu chết rồi sợ chẳng nghe được pháp.'

"Khi ấy, thầy *bà-la-môn* liền vì thái tử mà thuyết kệ rằng:

> *Tâm thường tu lòng từ,*
> *Trừ bỏ ý ghét giận.*
> *Lòng bi thương chúng sanh,*
> *Nhỏ lệ như mưa lớn.*
>
> *Người tu pháp đại bi,*
> *Cùng ta đều đắc pháp.*
> *Cứu độ khắp muôn loài,*
> *Ấy là hạnh Bồ Tát.*

"Khi ấy, thái tử nghe thuyết kệ rồi vui mừng khôn xiết,

liền giữ lời hứa tự mình nhảy vào hầm lửa. Khi ấy, hầm lửa bỗng nhiên hóa thành ao sen, thái tử nhảy vào trong đó, ngồi trên một đóa sen thật lớn. Khắp cõi đất đều chấn động, từ trên trời rơi xuống những loại hoa thơm mà cúng dường người.

"Thầy bà-la-môn hiện lại nguyên hình là *Đế-thích*, khen ngợi thái tử Cầu Pháp, hỏi rằng: 'Thái tử ngày nay không sợ nạn khổ, vì lòng cầu pháp chẳng tiếc thân mạng, ngài có nguyện được điều chi chăng?'

"Thái tử đáp: 'Lòng tôi muốn cầu được đạo *Vô thượng Bồ-đề*, độ thoát chúng sanh khỏi biển khổ sanh tử.'

"*Đế-thích* nghe xong hết lòng tán thán, khen là việc chưa từng có, rồi từ biệt trở về thiên cung.

"Vua *Phạm-ma* cùng quần thần thấy việc cầu pháp của thái tử như vậy, đều khen là việc chưa từng có, mọi người đều sanh lòng vui mừng, hoan hỷ, cùng nhau đưa thái tử trở về cung nội."

Phật lại bảo chư *tỳ-kheo* rằng: "Vua *Phạm-ma* thuở ấy, nay chính là vua *Tịnh-phạn*. Hoàng hậu thuở ấy, nay là hoàng hậu *Ma-da*. Thái tử Cầu Pháp nay chính là ta đây."

Khi Phật thuyết nhân duyên cầu pháp này, trong chúng hội nhiều người đắc quả *Tu-đà-hoàn, Tư-đà-hàm, A-na-hàm, A-la-hán*, cho đến có người phát tâm cầu quả Phật *Bích-chi*, có người phát tâm cầu quả vị *Vô thượng Bồ-đề*.

Các vị tỳ-kheo nghe Phật thuyết nhân duyên này xong thảy đều vui mừng tin nhận.

36.
NGƯỜI CẢN ĐƯỜNG PHẬT

Lúc ấy, đức Phật đang ở gần *thành Xá-vệ*, trong vườn Kỳ thọ Cấp Cô Độc. Hôm đó, Phật cùng chư *tỳ-kheo* đắp y, mang bát vào thành khất thực như thường lệ. Đến một ngõ hẻm kia, gặp một người *bà-la-môn* cản đường lại. Người này lấy ngón tay vạch lên mặt đất một lằn ngang, nói rằng: "Nếu các người muốn đi qua khỏi đây, phải nộp cho ta đủ số 500 đồng bạc."

Bấy giờ, đức Thế Tôn cùng chư *tỳ-kheo* mặc nhiên đứng lặng giữa đường, không bước đến được.

Tin Phật bị cản đường lan ra khắp nơi, đến tai vua *Ba-tư-nặc* cùng các vị thân hào *Tỳ-xá-khư, Phú-lan-na*... Những người này, ai cũng mang đủ số bạc đến cho người *bà-la-môn* ấy, nhưng ông ta đều không chịu nhận.

Ông trưởng giả *Tu-đạt* nghe việc Phật gặp nạn cản đường của người *bà-la-môn* như vậy, liền mang đến đủ số 500 đồng bạc đến mà đưa cho. Người *bà-la-môn* ấy nhận bạc và để cho Phật đi qua.

Bấy giờ, chư vị *tỳ-kheo* thấy sự kỳ quái ấy, liền thưa hỏi Phật: "Bạch Thế Tôn! Do nhân duyên gì mà Thế Tôn gặp phải nạn cản đường của người *bà-la-môn* đây và mặc nhiên chấp nhận; lại do nhân duyên gì mà ông ta không chịu nhận bạc của ai, chỉ nhận của trưởng giả *Tu-đạt*?"

Phật bảo chư *tỳ-kheo*: "Các ông hãy chú tâm lắng nghe, ta sẽ vì các ông mà phân biệt giảng nói.

"Về thuở quá khứ cách đây đã vô số kiếp, xứ *Ba-la-nại* có vị vua tên là *Phạm-ma-đạt-đa*. Thái tử con vua tên là Thiện Sanh, một hôm cùng các vị thân hữu đi dạo chơi trong thành, gặp một đám đổ súc sắc ăn tiền bên đường, cả nhóm liền ghé lại xem chơi. Khi ấy, có vị công tử con quan phụ tướng đại thần cùng đi, liền vào chơi và đặt cuộc thua mãi đến số 500 đồng bạc. Vị công tử ấy chẳng chịu chung tiền. Thái tử Thiện Sanh thấy vậy liền nói với người đổ súc sắc: 'Ông cứ yên tâm, nếu người này không trả, ta sẽ trả thay cho.'

"Về sau, vị công tử ấy ỷ thế lực nên chẳng chịu trả tiền cho người đổ súc sắc ấy. Còn thái tử cũng vô tình quên mất lời nói của mình.

"Từ đó đến nay dẫu rằng đã qua vô số kiếp, người đổ súc sắc ấy vẫn thường theo đuổi mà đòi món nợ xưa."

Phật lại bảo chư *tỳ-kheo*: "Thái tử Thiện Sanh thuở ấy, chính là ta ngày nay đây. Vị công tử con quan phụ tướng, nay là trưởng giả *Tu-đạt*, còn người *bà-la-môn* cản đường ta hôm nay chính là người đổ súc sắc ăn tiền 500 đồng bạc ngày xưa.

"Vì vậy, các ông nên nhớ, khi mắc nợ người khác, bất cứ là nợ gì, hãy sớm lo mà trả. Ta chỉ nợ một lời nói mà đến nay thành Phật cũng không thoát khỏi nạn vừa rồi."

Các vị tỳ-kheo nghe Phật thuyết nhân duyên này xong thảy đều vui mừng tin nhận.

37.
PHẬT ĐỘ TU-BẠT-ĐÀ

Lúc ấy, Phật ở thành *Câu-thi-na*, giữa hai cây sa-la, sắp nhập *Niết-bàn*. Khi ấy, có ông *Tu-bạt-đà* nghe Phật sắp nhập *Niết-bàn* liền cùng với một nhóm người khác, cả thảy 500 người cùng tìm đến chỗ Phật, chí thành lễ bái cầu xin xuất gia nhập đạo.

Phật bảo những người ấy rằng: "Lành thay đó, *tỳ-kheo*!" Liền đó, râu tóc đều rụng hết, áo *cà-sa* hiện nơi thân, hóa thành 500 vị *sa-môn* oai nghi, đức hạnh. Phật liền vì mọi người khai diễn thuyết pháp, khiến cho tâm ý khai mở, thảy đều có chỗ đắc pháp.

Khi ấy, chư vị *tỳ-kheo* thấy việc như vậy liền thưa hỏi Phật: "Bạch Thế Tôn! Chẳng hay nhóm 500 người bọn ông *Tu-bạt-đà* đây, trước đã trồng căn lành chi mà lúc Phật sắp nhập *Niết-bàn* còn thuyết pháp cứu độ cho họ không hề mỏi mệt."

Phật dạy: "Chẳng phải ngày nay họ mới được cứu độ. Trong đời quá khứ, ta cũng đã từng cứu độ cho họ như vậy."

Các vị *tỳ-kheo* nghe nói đều lấy làm lạ, liền thưa hỏi xin Phật thuyết cho nghe nhân duyên thời quá khứ. Phật bảo chư *tỳ-kheo*: "Các ông hãy chú tâm lắng nghe, ta sẽ vì các ông mà phân biệt giảng nói.

"Về thuở quá khứ cách đây đã vô số kiếp, xứ *Ba-la-nại* có vị vua tên là *Phạm-ma-đạt-đa*, cùng dẫn theo nhiều người ra khỏi thành dạo chơi, đến một vùng núi kia có con suối rất lớn, gặp một bầy nai, liền mang cung tên cùng nhau đuổi bắn.

"Khi ấy, con nai chúa trong bầy liền dẫn cả bầy cùng chạy trốn, nhưng gặp suối nước lớn cản ngang không sao qua được, cả bầy đều cầm chắc phải bỏ mạng. Nai chúa thấy vậy liền bảo 500 con nai trong bầy rằng: 'Nay ta lấy thân mình làm cầu nối, bắc ngang qua suối, các ngươi hãy giẫm trên thân ta mà qua suối nhanh kẻo chết.'

"Nói rồi, nai chúa hóa hình to lớn, bốn chân dạng ra đạp tỳ hai bên bờ suối. Cả bầy nai cùng giẫm trên lưng nai chúa mà sang được bờ bên kia. Khi ấy, da thịt nai chúa bị chân của cả bầy nai giẫm đạp lên, tróc ra từng mảng, đau đớn không nói hết. Đến chừng không chịu được nữa, đã muốn thu mình lại thì nhìn thấy trên bờ vẫn còn một con nai mẹ, vì dẫn theo một nai con nên chậm chạp chưa qua kịp. Nai chúa lại gắng hết sức mình để chịu đựng, chờ cho hai mẹ con nai qua thoát đến bờ bên kia. Quá sức đau đớn, khi ấy nai chúa liền bỏ mạng, sinh lên cảnh trời *Đao-lợi.*"

Phật bảo chư *tỳ-kheo*: "Nai chúa thuở ấy chính là ta ngày nay. Trong đời quá khứ, còn mang thân thú vật, ta đã tu hạnh đại từ bi, chẳng kể khổ nạn, quên thân mình mà cứu độ chúng sanh. Huống chi nay ta thành Phật, vượt trên *Ba cõi*, lẽ nào lại mỏi mệt trong việc cứu độ chúng sanh hay sao?"

Phật lại nói: "Bầy nai 500 con thuở ấy, chính là nhóm 500 người của ông *Tu-bạt-đà* ngày nay, vừa được ta độ cho xuất gia làm *tỳ-kheo* đó."

Khi ấy, chư *tỳ-kheo* lại thưa hỏi: "Bạch Thế Tôn! Chẳng hay nhóm ông *Tu-bạt-đà* 500 người đây nhờ phước báo gì mà nay được gặp Phật, lại được xuất gia đắc đạo?"

Phật bảo chư *tỳ-kheo*: "Các ông hãy chú tâm lắng nghe, ta sẽ vì các ông mà phân biệt giảng nói. Vào giữa Hiền kiếp này, xứ *Ba-la-nại* có vị Phật xuất thế hiệu là *Ca-diếp.* Phật hóa độ chúng sanh đã lâu, pháp duyên đã mãn, liền muốn nhập *Niết-bàn.* Khi ấy có 500 vị *tỳ-kheo* cùng nhau ngồi thiền học đạo trong chốn núi sâu, không hay biết việc Phật sắp nhập *Niết-bàn.*

"Bấy giờ, có mấy vị thần cây nơi ấy, biết Phật sắp nhập *Niết-bàn* nên buồn thảm khóc lóc, nhỏ lệ xuống chỗ các vị *tỳ-kheo* đang ngồi thiền.

"Các vị *tỳ-kheo* liền hỏi mấy vị thần cây rằng: 'Hôm nay vì sao mà các ngài buồn khóc nhỏ lệ như vậy?' Mấy vị thần cây đáp: 'Đức Phật *Ca-diếp* sắp nhập *Niết-bàn* nên chúng tôi buồn khóc.'

"Chư *tỳ-kheo* nghe vậy thì kinh hoàng, sửng sốt, trong

lòng sầu não không sao nói hết, liền hỏi các vị thần cây rằng: 'Nay chúng tôi đang ở xa quá, biết làm sao gặp được đức Thế Tôn lần cuối trước khi ngài nhập *Niết-bàn?*'

"Các vị thần cây đáp: 'Nếu các ngài muốn đến đó, chỉ việc nhắm mắt lại, thần lực của chúng tôi có thể giúp đưa các ngài đi.'

"Chư *tỳ-kheo* nghe vậy liền nhắm mắt cả lại. Trong phút chốc, bỗng thấy mình được đưa đến ngay trước chỗ Phật *Ca-diếp*. Các vị liền đối trước Phật mà sám hối hết thảy tội lỗi ác nghiệp từ muôn đời. Nhờ công đức tu tập từ kiếp trước như thế, nên nay các vị lại được gặp ta mà xuất gia, đắc đạo."

Phật bảo chư *tỳ-kheo*: "Năm trăm *tỳ-kheo* thuở ấy, chính là nhóm năm trăm người của ông *Tu-bạt-đà* ngày nay đó."

Các vị *tỳ-kheo* nghe Phật thuyết nhân duyên này xong thảy đều vui mừng tin nhận.

38.
THỎ THIÊU THÂN CÚNG DƯỜNG

Lúc ấy, đức Phật đang ở thành *Xá-vệ*, trong vườn Kỳ thọ Cấp Cô Độc. Trong thành có vị trưởng giả tên *Bạt-đề* phát tâm xuất gia nhập đạo, nhưng lại thường ưa tham gia những chuyện thế sự, ba nghiệp[1] chẳng được thanh tịnh.

Khi ấy, đức Thế Tôn quán sát căn cơ, biết *tỳ-kheo Bạt-đề* đã đến lúc hóa độ được, liền bảo ngài *A-nan*: "Ông đi gọi *tỳ-kheo Bạt-đề* đến gặp ta."

A-nan vâng lời Phật đi tìm gọi *tỳ-kheo Bạt-đề* đến. Phật

---

[1] Ba nghiệp: tức là thân, miệng và ý, do ba tác nhân này mà tạo hết thảy các nghiệp thiện, ác.

dạy *tỳ-kheo Bạt-đề* rằng: "Ông nên tìm vào chỗ rừng núi vắng vẻ mà ngồi thiền học đạo ít lâu."

Tỳ-kheo Bạt-đề vâng lời Phật, tìm vào nơi rừng núi vắng vẻ chuyên tâm tọa thiền, học đạo, không bao lâu liền đắc quả *A-la-hán*.

Các vị *tỳ-kheo* thấy việc như vậy đều lấy làm lạ, thưa hỏi Phật rằng: "Bạch Thế Tôn! Chẳng biết vị *tỳ-kheo Bạt-đề* này trước đây đã tạo các nghiệp thiện ác như thế nào mà nay nghe lời Phật dạy, tu tập chẳng bao lâu chứng được thánh quả?"

Phật nói: "Chẳng phải nay ta mới hóa độ cho *Bạt-đề*. Trong quá khứ ta cũng đã từng hóa độ cho người ấy."

Khi ấy, chư *tỳ-kheo* đều thắc mắc muốn được nghe nhân duyên quá khứ Phật hóa độ cho *Bạt-đề*. Phật liền bảo chư *tỳ-kheo*: "Các ông hãy chú tâm lắng nghe, ta sẽ vì các ông mà phân biệt giảng nói.

"Vào giữa Hiền kiếp này, xứ *Ba-la-nại* có một vị tiên tu tập trong chốn núi rừng thâm sâu vắng vẻ, chỉ ăn các thứ trái cây rừng, uống nước suối. Trải qua nhiều năm gặp nắng hạn khô cằn, hoa quả trong rừng chẳng còn cho người ăn no bụng nữa, liền có ý xuống nơi thôn xóm mà khất thực.

"Bấy giờ có vị *Bồ Tát* hiện thân làm vua loài thỏ ở nơi khu rừng ấy. Vua thỏ dẫn một bầy thỏ đi tìm nước uống, thấy vị tiên đang muốn bỏ rừng xuống xóm thôn khất thực, liền đón lại thưa rằng: 'Tôi có lễ cúng dường, sáng sớm ngày mai mong được ngài đến thọ nhận.'

"Khi ấy, vị tiên suy nghĩ rằng: 'Chắc vua thỏ đã gặp con thú nào bỏ mạng, có thể làm thức ăn cho ta, nên muốn mang đến cúng dường. Vậy ta nên nhận lời.' Nghĩ rồi liền nhận lời.

"Sáng hôm sau, vua thỏ tập trung hết loài thỏ trong rừng lại, cùng thỉnh vị tiên ấy đến, rồi đứng trước tất cả mà thuyết pháp cho nghe. Xong rồi, vua thỏ đốt lên một đống lửa to, tự nhảy vào lửa thiêu thân mình để cúng dường thịt cho vị tiên.

"Ngay khi ấy, vị tiên tỉnh ngộ lẽ vô thường, trong lòng vô cùng cảm kích, nói to lên rằng: 'Đại sư! Sao chỉ trong phút chốc đành bỏ tôi mà đi, khiến tôi chẳng còn được nghe thuyết pháp nữa!' Nói rồi khóc lóc thảm thiết, nằm lăn lộn trên đất chẳng muốn dậy nữa.

"Bấy giờ cõi đất chấn động, chư thiên rải hoa trời xuống cúng dường, phủ trên xác vua thỏ.

"Vị tiên không đành lòng ăn thịt vua thỏ, liền thiêu lấy *xá-lợi* rồi dựng tháp thờ kính, cúng dường."

Phật bảo chư *tỳ-kheo*: "Bồ Tát hiện thân vua thỏ ngày xưa, nay là ta đây. Vị tiên ngày ấy, nay là *tỳ-kheo* Bạt-đề đó. Ngày trước người nhận lời ta mà đến nghe pháp, nên nay nhờ nhân duyên ấy mà được gặp ta và xuất gia đắc đạo."

Các vị tỳ-kheo nghe Phật thuyết nhân duyên này xong thảy đều vui mừng tin nhận.

39.
NGƯỜI MẸ GIẾT CON

Khi ấy, Phật ở thành Xá-vệ, trong vườn Kỳ thọ Cấp Cô Độc. Bấy giờ *Đề-bà-đạt-đa* đem lòng hiềm hận, nhiều lần ám hại đức Thế Tôn, lại dùng những lời độc ác mà thóa mạ ngài, nhưng đức Thế Tôn vẫn không hề có chút oán hận nào đối với người ấy.

Chư tỳ-kheo thấy vậy lấy làm kỳ lạ, liền thưa hỏi Phật rằng: "Bạch Thế Tôn! *Đề-bà-đạt-đa* sân nhuế ác tâm, nhiều lần mưu hại, nhưng Phật chẳng hề sanh tâm oán hận *Đề-bà-đạt-đa*, chẳng hay trong quá khứ có nhân duyên gì, xin đức

Thế Tôn thuyết giảng cho được biết?"

Phật nói: "Chẳng phải đến bây giờ người ấy mới xúc phạm, mạ nhục ta. Trong thời quá khứ cũng đã từng làm việc ấy, nhưng ta thường nhẫn chịu."

Chư *tỳ-kheo* đều thưa thỉnh xin được nghe những nhân duyên thời quá khứ. Phật bảo chư *tỳ-kheo*: "Các ông hãy chú tâm lắng nghe, ta sẽ vì các ông mà phân biệt giảng nói.

"Này các *tỳ-kheo*! Vào giữa Hiền kiếp này, nước *Ba-la-nại* có vua tên là *Phạm-ma-đạt-đa*, trị nước theo chánh pháp, nhân dân giàu có, đời sống sung túc.

"Vua ấy có hai vợ. Vị phu nhân thứ nhất tên là Thiện Ý, vị thứ hai tên là Tu Thiện Ý. Vị thứ nhất tánh tình hiền thuận, rất hợp ý vua, nhưng lại không có con. Phu nhân thứ hai tánh tình ác độc, sân hận, nhưng sanh được một người con trai cực kỳ thông minh, hiếu thuận, được vua hết lòng thương yêu, cho học đủ các môn kinh thư, luận điển.

"Ngày kia vua cùng phu nhân Thiện Ý ra ngoài thành dạo chơi, dẫn theo cả vương tử. Hôm ấy vua rất vui, trong lòng nghĩ nhớ đến phu nhân Tu Thiện Ý nên sai người mang đến cho một ít rượu thịt để tỏ lòng chia sẻ.

"Chẳng ngờ phu nhân nghe biết vua dạo chơi với phu nhân Thiện Ý, có dẫn theo cả con mình thì sanh lòng ghen tức cực kỳ, trong lúc có sứ giả của vua đó lớn tiếng thóa mạ rằng: 'Ta chỉ muốn cắt cổ đứa con ấy để lấy máu mà uống, quyết chẳng uống rượu của vua ban.'

"Sứ giả trở về y lời tâu lại với vua, vua nổi trận lôi đình truyền bắt vương tử mang đến đó, xem thử phu nhân có dám cắt cổ con mà uống máu như lời độc địa ấy chăng. Chẳng ngờ phu nhân Tu Thiện Ý nghe lệnh vua thì lòng ghen tức chưa nguôi, liền thản nhiên sai người cắt cổ vương tử. Khi ấy, vương tử quỳ trước mẹ, chấp tay mà thưa rằng: "Con thật chẳng có lỗi chi, vì sao đến có sự này?" Mẹ trả lời rằng: "Đó là lệnh của cha con, con có chết cũng chẳng phải lỗi nơi ta." Vương tử nghe vậy, liền thưa với mẹ xin sám hối tất cả lỗi lầm đã mắc phải. Phu nhân Tu Thiện Ý khi ấy dửng dưng không nghe, lệnh cho người cắt cổ con mà lấy máu. Vương tử mạng chung, trong lòng không chút oán hận nên sinh lên cõi trời *Đao-lợi*."

Phật lại bảo chư tỳ-kheo: "Người mẹ nhẫn tâm giết con thuở ấy nay chính là *Đề-bà-đạt-đa*. Vương tử bị giết không chút oán hận, nay là ta đây. Ngày xưa ta còn là phàm phu, bị *Đề-bà-đạt-đa* ác hại như vậy còn không có lòng oán hận, huống chi nay đã thành Phật, vượt trên *Ba cõi*,[1] lẽ nào lại không thể lấy tâm từ bi mà tha thứ cho *Đề-bà-đạt-đa* sao?"

Các vị tỳ-kheo nghe Phật thuyết nhân duyên này xong thảy đều vui mừng tin nhận.

40.
TÊN CƯỚP LÂU-ĐÀ

Khi ấy, đức Phật đang ở thành *Xá-vệ*, trong vườn Kỳ thọ Cấp Cô Độc. Trong thành có một kẻ cướp tên là *Lâu-đà*, thường mang khí giới, cung tiễn, núp ở những nơi vắng vẻ mà cướp đoạt người, lấy đó làm nghề sinh sống.

Một ngày kia, *Lâu-đà* chẳng gặp ai để cướp, trong bụng đói khát chẳng có gì ăn. Xa xa chợt trông thấy một vị *tỳ-kheo* mang bát đi khất thực, vừa từ trong thành trở ra. *Lâu-đà* liền nghĩ: "Ông thầy tu kia đi khất thực, trong bát chắc là có thức ăn, ta phải đến cướp lấy. Nếu ông ta đã ăn hết rồi thì ta mổ bụng mà lấy thức ăn vậy."

---
[1] Ba cõi: Dục giới, Sắc giới và Vô sắc giới.

Nghĩ như vậy rồi, liền nhắm hướng vị *tỳ-kheo* ấy mà đi đến. Gần đến nơi, trong lòng dụ dự nên dừng lại một chút.

Bấy giờ, vị *tỳ-kheo* ấy biết tâm ý của kẻ cướp *Lâu-đà*. Ngài liền nghĩ rằng: "Nếu ta cứ mặc nhiên mà đi, kẻ ấy muốn đoạt thức ăn sẽ đến hại mạng ta, tạo tội nặng nề, phải đọa vào đường ác không sao cứu được. Chi bằng ta lên tiếng trước mà gọi người đến, thí cho thức ăn này."

Nghĩ vậy rồi liền lớn tiếng gọi *Lâu-đà*: "Ông kia, hãy mau đến đây. Ta muốn bố thí thức ăn này cho ông."

Khi ấy, *Lâu-đà* lấy làm lạ, tự suy nghĩ rằng: "Quái lạ, sao vị *tỳ-kheo* này từ xa vừa thấy ta đã biết là đói khát mà gọi đến cho ăn?" Tuy vậy, *Lâu-đà* đang quá đói nên liền nhanh chân đi lại.

Vị *tỳ-kheo* bố thí thức ăn cho *Lâu-đà* rồi, tên cướp được no bụng liền sinh lòng hoan hỷ. *Tỳ-kheo* nhân đó thuyết diễn pháp yếu cho nghe, liền được đắc quả *Tu-đà-hoàn*. Khi ấy mới phát tâm xuất gia nhập đạo, tu tập rất tinh cần, chẳng bao lâu được đắc quả *A-la-hán*.

Các vị *tỳ-kheo* nghe Phật thuyết nhân duyên này xong thảy đều vui mừng tin nhận.

PHẨM THỨ NĂM
LÀM ÁC ĐỌA NGẠ QUỶ

41.
PHÚ-NA-KỲ ĐỌA NGẠ QUỶ

Lúc ấy, đức Phật đang ở gần thành *Vương Xá*, trong tinh xá Trúc Lâm. Bấy giờ, hai vị đại đức là *Xá-lợi-phất* và *Mục-kiền-liên* tự phát nguyện trước mỗi bữa ăn đều nhập định quán sát các chốn địa ngục, súc sanh, ngạ quỷ, rồi sau mới ăn. Các ngài làm như thế là muốn khiến cho tất cả chúng sanh đều biết sợ đường sanh tử luân hồi mà cầu đạo giải thoát *Niết-bàn*.

Ngày kia, ngài *Mục-kiền-liên* quán sát thấy một ngạ quỷ thân hình như cây đuốc cháy, bụng lớn như quả núi mà cổ họng thì nhỏ như cây kim, tóc dài phủ xuống khắp mình. Khắp thân ngạ quỷ ấy liên tục bị lửa dữ thiêu đốt nóng nảy, chạy tránh khắp nơi mà chẳng khỏi, chỉ cầu được những thứ phân dơ và nước tiểu để làm món ăn thức uống, nhưng tìm mãi suốt ngày chẳng khi nào có được.

Khi ấy, ngài *Mục-kiền-liên* liền hiện thân đến trước ngạ quỷ ấy, lên tiếng hỏi rằng: "Ngày trước người đã tạo những ác nghiệp gì mà nay thọ khổ báo thế này?" Ngạ quỷ ấy đáp: "Nơi có mặt trời chiếu rọi thì chẳng cần đến đèn đuốc. Nay có đức Như Lai Thế Tôn đang tại thế, ngài nên tự đến đó hỏi. Tôi đang cơn đói khát, chẳng thể trả lời ngài được."

Ngài *Mục-kiền-liên* liền đi đến chỗ Phật, muốn hỏi xem nhân duyên nghiệp báo của ngạ quỷ ấy trước đây là như thế nào.

Bấy giờ, Phật đang thuyết pháp giữa đại chúng, nhìn thấy *Mục-kiền-liên* từ ngoài đi vào liền lên tiếng hỏi rằng: "Hôm nay ông đã thấy điều gì lạ?" *Mục-kiền-liên* đáp: "Đệ tử hôm nay thấy một ngạ quỷ thân thể cháy đỏ, chạy khắp đông tây, thọ khổ vô lượng. Chẳng biết ngạ quỷ ấy ngày trước đã tạo ác nghiệp gì mà nay thọ thân khổ não như thế?"

Phật bảo *Mục-kiền-liên*: "Ông hãy chú tâm lắng nghe, ta sẽ vì ông mà phân biệt giảng nói.

"Vào giữa Hiền kiếp này, trong thành *Xá-vệ* có một vị trưởng giả giàu có, của cải không sao tính đếm hết. Ông thường thuê người làm công việc ép mía nấu đường, nhờ đó mà thành nhà hào phú giàu có.

Có vị Phật *Bích-chi* bị bệnh nặng, thầy thuốc bảo phải dùng nước mía ép uống với thuốc mới khỏi bệnh. Vị Phật *Bích-chi* liền ôm bát đến nhà trưởng giả ấy mà xin nước mía ép. Ông trưởng giả nhìn thấy vị Phật *Bích-chi* dung mạo oai nghi đẹp đẽ, sinh lòng kính ngưỡng, liền đến chào và thưa hỏi: "Ngài cần điều chi?" Phật *Bích-chi* nói: "Ta có chút bệnh cần dùng nước mía ép, đến chỗ thí chủ để xin một bát."

Người trưởng giả nghe xong lấy làm vui vẻ, quay sang nói với người vợ là *Phú-na-kỳ*: "Ta có chút việc gấp phải đi ngay, bà hãy lấy nước mía ép mà cúng dường cho vị tăng này." Người vợ nói: "Ông cứ yên tâm đi công việc, tôi sẽ tự lo việc cúng dường."

Nói rồi bước ra đón lấy bình bát của vị Phật *Bích-chi* ấy, mang ra chỗ khuất rồi tiểu tiện vào, xong mới lấy nước mía ép mà đổ thêm lên trên. Phật *Bích-chi* nhận bình bát lại đã biết ngay sự việc, liền ném bát lên không trung. Bình bát trút sạch chất ô uế trong đó rồi tự quay về chỗ ngài.

Bà *Phú-na-kỳ* ấy về sau mạng chung đọa làm ngạ quỷ, thường chịu cảnh đói khát, khốn khổ. Do nhân duyên như trên mà phải chịu những khổ não ấy.

Phật nói với *Mục-kiền-liên* rằng: "Người vợ trưởng giả tên *Phú-na-kỳ* ngày trước chính là ngạ quỷ mà ông đã gặp."

Phật thuyết nhân duyên đọa ngạ quỷ của *Phú-na-kỳ*, chư *tỳ-kheo* trong chúng hội liền lìa bỏ lòng tham lam, sân hận, lánh sợ đường sinh tử, có người đắc quả *Tu-đà-hoàn*, có người đắc quả *Tư-đà-hàm*, có người đắc quả *A-na-hàm*, có người đắc quả *A-la-hán*, lại có nhiều người phát tâm cầu quả Phật *Bích-chi*, cũng có người phát tâm cầu quả Vô thượng *Bồ-đề*.

Các vị tỳ-kheo nghe Phật thuyết nhân duyên này xong thảy đều vui mừng tin nhận.

42.

THAM LAM ĐỌA NGẠ QUỶ

Lúc ấy, đức Phật đang *ở thành Vương Xá, núi Kỳ-xà-quật*. Tôn giả *Mục-kiền-liên* ngồi thiền dưới một gốc cây kia, quán sát thấy một ngạ quỷ thân như cây đuốc cháy, bụng như quả núi lớn, cổ họng lại nhỏ như cây kim, tóc dài phủ khắp cả mình, cả thân người đều bốc lửa thiêu đốt không lúc nào ngưng nghỉ, kêu gào than khóc, chạy khắp bốn phương tìm những phân dơ để làm thức ăn mà tìm hoài chẳng gặp, đói khát khổ não cùng cực.

Ngài *Mục-kiền-liên* liền hiện thân đến trước ngạ quỷ ấy, hỏi rằng: "Ngày trước người tạo những ác nghiệp chi mà nay chịu quả báo khổ não như thế?" Ngạ quỷ đáp: "Nay đang có đức Như Lai tại thế, ngài nên đến đó mà hỏi. Tôi hiện đang đói khát, chẳng thể trả lời ngài được."

Khi ấy, ngài *Mục-kiền-liên* liền đến chỗ Phật để hỏi nguyên do tác nghiệp ngày trước của ngạ quỷ ấy.

Phật bảo *Mục-kiền-liên*: "Ông hãy chú tâm lắng nghe, ta sẽ vì ông mà phân biệt giảng nói.

"Về thuở quá khứ cách đây đã vô số kiếp, xứ *Ba-la-nại* nhân dân hòa thuận, sung túc, chẳng có nạn binh đao tranh chấp.

"Bấy giờ có vị trưởng giả tên là Hiền Thiện, tâm tánh nhu hòa, hiền hậu, có lòng tin sâu nơi Tam bảo, thường làm việc bố thí, cúng dường, khắp nơi đều nghe tiếng.

"Có vị *tỳ-kheo* đi khất thực, nhân đến nhà trưởng giả Hiền Thiện. Ông ân cần đón rước vào nhà, gọi vợ ra căn dặn rằng: 'Tôi có chút việc phải đi ngay, bà hãy thay tôi mang thức ăn ra cúng dường vị *tỳ-kheo* này.' Người vợ đáp: 'Ông không phải lo lắng, tôi sẽ làm việc đó.'

"Nhưng lòng người đàn bà ấy tham lam lắm, nên khi chồng đi rồi, liền tự nghĩ rằng: 'Hôm nay nếu cho ông ấy thức ăn, chắc rằng ngày sau lại đến nữa, những người như thế này thật là đáng ghét.' Nghĩ vậy rồi, liền giả vờ mời vị *tỳ-kheo* ấy vào phòng trong, xong khóa cửa nhốt lại suốt ngày chẳng cho ăn uống gì cả.

"Do nhân duyên tạo nghiệp ấy mà qua vô lượng kiếp phải đọa làm thân ngạ quỷ, thọ khổ như vậy."

Phật lại bảo *Mục-kiền-liên* rằng: "Người vợ trưởng giả ngày trước ác tâm bỏ đói vị *tỳ-kheo* ấy, nay chính là ngạ quỷ mà ông gặp đó. Do vậy, *tỳ-kheo* các ông nên tu hạnh bố thí, chẳng nên giữ tâm tham lam, bủn xỉn."

Phật thuyết nhân duyên đọa ngạ quỷ của *Phú-na-kỳ*, chư *tỳ-kheo* trong chúng hội liền lìa bỏ lòng tham lam, sân hận, lánh sợ đường sinh tử, có người đắc quả *Tu-đà-hoàn*, có người đắc quả *Tư-đà-hàm*, có người đắc quả *A-na-hàm*, có người đắc quả *A-la-hán*, lại có nhiều người phát tâm cầu quả Phật *Bích-chi*, cũng có người phát tâm cầu quả *Vô thượng Bồ-đề*.

Các vị tỳ-kheo nghe Phật thuyết nhân duyên này xong thảy đều vui mừng tin nhận.

43.

LOÀI QUỶ KHÁT NƯỚC

Lúc ấy, đức Phật đang ở tại thành *Vương Xá*, tinh xá Trúc Lâm. Tôn giả *Mục-kiền-liên* khi ấy tọa thiền dưới một cội cây, quán sát thấy một ngạ quỷ thân hình như cây đuốc cháy đỏ, bụng như hòn núi lớn mà cổ họng nhỏ như cây kim, tóc dài phủ khắp thân hình. Khắp người ngạ quỷ ấy đều rực lửa, thiêu đốt không ngừng, khát nước kêu khóc muốn chết. Ngạ quỷ ấy chạy tìm nước uống, đến chỗ sông suối nào thì ở đó nước đều tự nhiên cạn khô. Gặp khi trời đang mưa lớn, mà nước mưa vừa chạm thân ngạ quỷ liền hóa thành lửa đỏ, vẫn không có được chút nước nào vào miệng.

Ngài *Mục-kiền-liên* liền hiện thân đến trước ngạ quỷ ấy, hỏi rằng: "Ngày trước người tạo những ác nghiệp chi mà nay chịu quả báo khổ não như thế?" Ngạ quỷ đáp: "Tôi đang khát nước muốn chết được, chẳng thể trả lời ngài. Ngài nên đến chỗ Phật mà hỏi."

Khi ấy, ngài *Mục-kiền-liên* liền đến chỗ Phật để hỏi nguyên do tác nghiệp ngày trước của ngạ quỷ ấy.

Phật bảo *Mục-kiền-liên*: "Ông hãy chú tâm lắng nghe, ta sẽ vì ông mà phân biệt giảng nói.

"Vào giữa Hiền kiếp này, xứ *Ba-la-nại* có vị Phật xuất thế hiệu là *Ca-diếp*. Khi ấy, có một thầy *tỳ-kheo* trên đường hành hóa, gặp lúc nắng gắt khô khát lắm, muốn tìm một chỗ xin nước uống.

"Bấy giờ có cô gái tên là Ác Kiến đang xách nước chỗ một cái giếng. *Tỳ-kheo* liền đến đó xin nước. Cô gái đáp rằng: "Dù ông có khát nước đến chết tôi cũng chẳng thể lấy nước này cho ông được. Nếu tôi cho ông, chẳng phải là sẽ giảm bớt số nước của tôi đó sao?" Nói vậy rồi nhất định chẳng cho *tỳ-kheo* uống nước.

"Lòng cô gái ấy cực kỳ tham lam, bủn xỉn, nên về sau có bao nhiêu người đến xin nước uống, cô cũng đều chẳng thí cho một ai. Đến khi mạng chung, do nghiệp duyên ấy mà phải đọa làm thân ngạ quỷ, chịu khổ não như thế, dù trong người khô khát muốn chết được nhưng chẳng bao giờ được uống nước."

Phật bảo *Mục-kiền-liên*: "Cô gái tên Ác Kiến ngày đó, chính là ngạ quỷ khát nước mà ông nhìn thấy."

Phật thuyết nhân duyên đọa ngạ quỷ của Ác Kiến rồi, chư *tỳ-kheo* trong chúng hội liền lìa bỏ lòng tham lam, sân hận, lánh sợ đường sinh tử, có người đắc quả *Tu-đà-hoàn*, có người đắc quả *Tư-đà-hàm*, có người đắc quả *A-na-hàm*, có người đắc quả *A-la-hán*, lại có nhiều người phát tâm cầu quả Phật *Bích-chi*, cũng có người phát tâm cầu quả *Vô thượng Bồ-đề*.

Các vị *tỳ-kheo* nghe Phật thuyết nhân duyên này xong thảy đều vui mừng tin nhận.

44.
PHẨN DƠ TRONG BÁT

Lúc ấy, đức Phật đang *ở thành Vương Xá,* trong tinh xá Trúc Lâm. Tôn giả *Mục-kiền-liên* một hôm hóa trai xong, đến cội cây lớn ngồi tham thiền. Khi nhập vào đại định, ngài quán sát thấy một ngạ quỷ thân thể cực kỳ xấu xí, chẳng thể đến gần được.

Ngài *Mục-kiền-liên* liền hiện thân đến trước ngạ quỷ ấy, hỏi rằng: "Ngày trước người tạo những ác nghiệp chi mà nay chịu quả báo thân thể xấu xí chẳng ai đến gần được như thế?" Ngạ quỷ đáp: "Ngài nên tự đến hỏi Phật."

Khi ấy, ngài *Mục-kiền-liên* liền đến chỗ Phật, thưa hỏi rằng: "Bạch Thế Tôn! Hôm nay con ngồi thiền quán sát thấy một ngạ quỷ thân thể cực kỳ xấu xí, dơ nhớp, chạy khắp nơi tìm phân người mà ăn, xem là món ngon nhất, nhưng chẳng bao giờ tìm được. Chẳng biết nguyên do nghiệp báo này là do việc làm như thế nào từ ngày trước?"

Phật bảo *Mục-kiền-liên*: "Ông hãy chú tâm lắng nghe, ta sẽ vì ông mà phân biệt giảng nói.

"Về thuở quá khứ cách đây đã vô số kiếp, xứ *Ba-la-nại* có vị Phật *Bích-chi* ra đời. Ngài ở nơi thanh vắng trải tòa cỏ mà ngồi thiền, gặp khi thân thể có bệnh, thầy thuốc bảo dùng thịt làm thuốc có thể khỏi bệnh.

"Phật *Bích-chi* theo lời thầy thuốc, mang bát vào trong thành đến nhà một người trưởng giả tên là Kiết Thiện xin món thịt. Khi ấy, trưởng giả nói với người vợ là *Bàn-đà-la* rằng: 'Tôi nay có việc gấp phải đi ra ngoài, bà hãy lo việc cúng dường cho vị *tỳ-kheo* này.' Người vợ trả lời: 'Ông cứ yên lòng ra đi, để việc ấy tôi lo.'

"Ông trưởng giả liền ra đi. *Bàn-đà-la* khi ấy sinh tâm tham lam, suy nghĩ rằng: 'Nếu hôm nay ta lấy thức ăn mà cho người này, ắt ngày mai ông ta lại đến nữa. Hạng người này thật là đáng ghét lắm.'

"Nghĩ như vậy rồi liền nhận lấy bát của Phật *Bích-chi*, mang đến chỗ khuất đại tiện vào đó, rồi lấy cơm mà phủ lên trên, mang ra trao cho Phật *Bích-chi*. Phật *Bích-chi* biết rõ sự việc, lặng lẽ đổ bát rồi đi ra.

"Do tạo nghiệp duyên như thế, trải qua vô lượng kiếp phải đọa làm thân ngạ quỷ đói khát, muốn ăn các thứ phân dơ nhưng chẳng bao giờ được có mà ăn."

Phật bảo *Mục-kiền-liên*: "Người vợ trưởng giả ngày xưa

đại tiện vào bình bát của Phật *Bích-chi*, nay là ngạ quỷ đói đi tìm phân dơ mà ông gặp đó."

Phật thuyết nhân duyên đọa ngạ quỷ của *Bàn-đà-la* rồi, chư *tỳ-kheo* trong chúng hội liền lìa bỏ lòng tham lam, sân hận, lánh sợ đường sinh tử, có người đắc quả *Tu-đà-hoàn*, có người đắc quả *Tư-đà-hàm*, có người đắc quả *A-na-hàm*, có người đắc quả *A-la-hán*, lại có nhiều người phát tâm cầu quả Phật *Bích-chi*, cũng có người phát tâm cầu quả *Vô thượng Bồ-đề*.

Các vị *tỳ-kheo* nghe Phật thuyết nhân duyên này xong thảy đều vui mừng tin nhận.

45.

NĂM TRĂM NGẠ QUỈ

Lúc ấy, đức Phật đang ở gần thành *Vương Xá*, trong tinh xá Trúc Lâm. Đại đức *Mục-kiền-liên* một hôm mang bát vào thành khất thực, vừa đến cửa thành thì gặp 500 ngạ quỷ cũng từ ngoài đi vào thành.

Đám ngạ quỷ ấy gặp tôn giả *Mục-kiền-liên* thì mừng rỡ, bạch với ngài rằng: "Xin tôn giả mở lòng từ bi thương xót nhớ lấy tên chúng tôi, đến nói với những thân quyến của chúng tôi rằng: Vì chúng tôi chẳng làm việc thiện, chẳng hay bố thí, nên nay phải đọa làm thân ngạ quỷ đói khát. Xin tôn giả lại vì chúng tôi nhận lấy tiền bạc nơi những thân quyến ấy mà thiết lễ cúng dường Phật với chư tăng. Nếu như tiền bạc chẳng đủ, xin tôn giả mở lòng quyên góp thêm của bá tánh cho đầy đủ lễ cúng, chú nguyện cho chúng tôi được thoát khỏi thân ngạ quỷ này."

Tôn giả *Mục-kiền-liên* thương xót những ngạ quỷ khốn

khổ ấy, liền nhận lời cầu thỉnh. Ngài lại hỏi: "Các ông ngày trước đã tạo những ác nghiệp gì mà chịu khổ báo như thế này?"

Các ngạ quỷ đồng thanh đáp rằng: "Chúng tôi ngày trước đều là con nhà trưởng giả trong thành *Vương Xá*. Vì kiêu căng, ngã mạn, sống phóng túng buông thả, chẳng tin nơi Tam bảo, chẳng thích việc bố thí, làm phước thiện. Mỗi khi thấy có các thầy sa-môn đi khất thực trong thành, đã không thí cúng, còn ngăn cản những người khác không cho thí cúng, khiến các vị chẳng còn đường sống. Thường nói với bá tánh trong thành rằng: "Nếu thí cho các ông ấy, ngày sau các ông ấy lại đến nữa, chẳng biết bao giờ mới đủ." Do những nghiệp duyên như vậy, nên khi mạng chung thảy đều đọa sinh làm loài ngạ quỷ, thọ khổ não không cùng.'

Ngài *Mục-kiền-liên* liền bảo các ngạ quỷ rằng: "Ta sẽ vì các ông mà lo việc thiết lễ cúng dường. Đến lúc đó, các ông nên tự đến dự lễ."

Đám ngạ quỷ thưa rằng: "Chúng tôi do tội nghiệp nặng nề, dẫu nay mang thân hình ngạ quỷ, nhưng thân thể như cây đuốc cháy, bụng như hòn núi lớn, cổ họng nhỏ như cây kim, tóc dài che phủ khắp mình, cả người lúc nào cũng bị lửa dữ thiêu đốt, bốn phương cầu tìm đồ ăn thức uống rốt cùng đều chẳng bao giờ tìm được, dẫu có các món ngon vật lạ bày ra trước mắt, tự nhiên cũng hóa thành máu huyết nhơ nhớp chẳng thể ăn được. Như vậy làm sao mà có thể đến dự hội được?"

Khi ấy, ngài *Mục-kiền-liên* vì các ngạ quỷ ấy đến nói với những người quyến thuộc. Những người này nghe vậy đều buồn thương áo não, cùng nhau hợp sức lo việc thiết lễ cúng dường.

Ngài *Mục-kiền-liên* sau đó mới nhập định, muốn tìm xem các ngạ quỷ hiện nay đang ở nơi đâu. Ngài quán sát khắp cùng thế giới, lại quán sát cả đến những cõi miền trên, miền dưới, chẳng nơi nào tìm thấy.

Thấy việc lạ kỳ, ngài *Mục-kiền-liên* liền tìm đến chỗ Phật thưa hỏi: "Bạch Thế Tôn! Con nay vì một nhóm 500 ngạ quỷ, quyên góp của người thân thuộc cùng bá tánh để lo việc thiết hội cúng dường tạo phước, cầu cho họ thoát thân ngạ quỷ. Giờ đây nhập định quán sát khắp cùng thế giới chẳng nơi nào nhìn thấy các ngạ quỷ ấy, chẳng biết giờ đây họ đọa lạc đến chốn nào?"

Phật nói: "Những ngạ quỷ ấy trôi dạt theo gió nghiệp lực, không phải sức của hàng thanh văn các ông nhìn thấy được. Tuy nhiên, những ngạ quỷ ấy mong nhờ việc thiết hội cúng dường, tội cũ tất nhiên trừ diệt. Khi ấy ta có thể khiến họ đến chỗ hội cúng."

Ngài *Mục-kiền-liên* vì các ngạ quỷ thiết hội cúng dường Phật và chư tăng. Phật dùng thần lực khiến cho các ngạ quỷ hiện đến nơi thiết hội, lại khiến cho hết thảy nhân dân trong thành đều nhìn thấy rõ hình trạng xấu xí, ghê tởm của các ngạ quỷ ấy. Nhìn thấy như vậy rồi, rất nhiều người lìa bỏ lòng tham lam, sân hận, lánh sợ đường sinh tử, có người đắc quả *Tu-đà-hoàn*, có người đắc quả *Tư-đà-hàm*, có người đắc quả *A-na-hàm*, có người đắc quả *A-la-hán*, lại có nhiều người phát tâm cầu quả Phật *Bích-chi*, cũng có người phát tâm cầu quả *Vô thượng Bồ-đề*.

Đức Thế Tôn lại vì các ngạ quỷ ấy mà thuyết pháp, trong tâm họ liền tự lìa bỏ hết tham lam, sân hận, khởi lòng tin tưởng sâu vững nơi Tam bảo. Ngay trong đêm đó tất cả đều mạng chung, sinh lên cõi trời *Đao-lợi*.

Các vị thiên tử[1] mới thác sinh này liền tự suy nghĩ rằng: "Không biết chúng ta đã tạo nghiệp lành gì mà được sinh lên

---

[1] Thiên tử ở đây nghĩa là một vị sinh ra trên cõi trời.

cõi trời này?" Liền tự quán sát, nhớ biết nhân duyên nhờ có tôn giả *Mục-kiền-liên* thiết hội cúng dường Phật và chư tăng nên các vị được sinh lên cõi trời. Khi ấy, tất cả đều nghĩ rằng: "Nay chúng ta nên đến tạ ơn ngài."

Nghĩ như vậy rồi liền từ cõi trời hiện xuống, hào quang quanh thân, mang theo các thứ anh lạc, hương hoa cõi trời, cùng đến cúng dường Phật và tôn giả *Mục-kiền-liên*. Cúng dường xong, cùng ngồi nơi chỗ Phật mà nghe thuyết pháp, tâm ý khai mở rồi thảy đều có chỗ đắc hoạch đạo quả, cùng lễ Phật rồi quay về cõi trời.

Phật bảo tôn giả *Mục-kiền-liên*: "Năm trăm vị thiên tử này chính là năm trăm ngạ quỷ ngày trước đó."

Các vị tỳ-kheo nghe Phật thuyết nhân duyên này xong thảy đều vui mừng tin nhận.

46.
BÀ MẸ BỎN SẺN

Lúc ấy, đức Phật đang ở thành *Vương Xá*, trong tinh xá Trúc Lâm. Trong thành có một vị trưởng giả giàu có vô cùng, lại chọn được người vợ cũng thuộc dòng cao sang quyền quý.

Khi ấy, người vợ mang thai đủ ngày tháng sanh được một đứa con trai, hình dung xinh đẹp, khôi ngô ít có. Cha mẹ đều vui vẻ, nhân đó mới đặt tên là *Ưu-đa-la*.[1]

Dần dần khôn lớn, không may người cha mất sớm. *Ưu-đa-la* khi ấy suy nghĩ rằng: "Cha ta trước đây chuyên đường buôn bán kiếm lãi, nhờ đó mà dựng thành gia nghiệp. Ta nay

---

[1] Tiếng Phạn là Ultara.

không nên đi theo đường ấy, mà nên kính tin Phật pháp." Nghĩ vậy rồi liền thưa với mẹ xin được xuất gia tu học.

Người mẹ đáp rằng: "Cha con đã chết, nay ta chỉ còn có mỗi một mình con, sao nay con lại muốn bỏ ta mà ra đi xuất gia. Ta còn sống đây ngày nào, quyết không thuận cho con xuất gia. Mai sau ta có chết rồi thì con tùy ý."

Ưu-đa-la không thỏa ý nguyện, liền nói với mẹ: "Nếu mẹ không cho con xuất gia, con sẽ dùng thuốc độc tự vẫn."

Mẹ khuyên dỗ rằng: "Con đừng nói vậy. Mẹ nghĩ con không cần phải xuất gia nhập đạo. Từ nay về sau nếu con muốn thỉnh các vị *sa-môn*, *bà-la-môn* đến cúng dường, ta đều chiều ý."

Ưu-đa-la nghe vậy cũng nguôi ngoai. Từ đó thường thỉnh các vị tỳ-kheo tăng về nhà cúng dường.

Người mẹ thấy các vị *tỳ-kheo* thường đến nhà thọ nhận cúng dường nhiều lần, sinh lòng tham tiếc, không vui. Lâu dần bà buông ra nhiều lời nhục mạ, xúc xiểm các vị.

Có lần *Ưu-đa-la* đi vắng chẳng có nhà, bà mẹ liền lấy một ít thức ăn đổ cho rơi vãi trên mặt đất. *Ưu-đa-la* trở về, bà lại nói rằng: "Khi con đi chẳng có nhà, mẹ có thỉnh các vị tỳ-kheo đến nhà cúng dường đầy đủ các món ăn ngon lạ." Nói rồi dẫn *Ưu-đa-la* đến chỗ thức ăn đổ mà chỉ cho xem, nói: "Con xem, thức ăn thừa rơi vãi cũng vẫn còn đó." *Ưu-đa-la* nghe và thấy như vậy thì tin là thật và lấy làm vui mừng, hoan hỷ.

Đến khi người mẹ mạng chung, do tạo ác nghiệp như thế mà phải đọa làm thân ngạ quỷ. Còn *Ưu-đa-la* không còn vướng bận gia đình liền xuất gia nhập đạo, tinh cần tu tập, đắc quả *A-la-hán*. Ngày kia, khi đang ngồi thiền trong một hang động nơi bờ sông, có một ngạ quỷ miệng phun ra lửa, thân thể nóng khát, hiện đến nơi ấy mà nói rằng: "Ta là mẹ của con đây."

Tỳ-kheo *Ưu-đa-la* lấy làm kinh quái, nói rằng: "Mẹ ta sanh tiền thường làm việc bố thí, cúng dường tỳ-kheo tăng, làm sao có thể thọ quả báo làm thân ngạ quỷ được?"

Ngạ quỷ đáp rằng: "Quả thật là mẹ đây. Ngày xưa mẹ tham lam, bủn xỉn, chưa từng thật lòng cúng dường *tỳ-kheo* tăng, chỉ dối gạt con đó thôi. Chính vì vậy mà phải sinh làm thân ngạ quỷ, đã 20 năm nay chưa từng được món ăn thức uống gì vào miệng. Khi đến bờ sông, nước sông liền khô kiệt; gặp quả trên cây, cây với quả đều khô chết. Mẹ nay đói khát, khổ sở vô cùng, chẳng thể dùng lời mà nói ra cho hết được."

Tỳ-kheo *Ưu-đa-la* lại hỏi: "Nguyên do thật sự là thế nào?" Ngạ quỷ đáp: "Tuy mẹ có vì con mà làm việc bố thí, nhưng trong tâm tham lam, keo kiệt, thường tiếc rẻ những thứ mang ra cúng dường. Vì thế mà chẳng có lòng cung kính đối với các vị *tỳ-kheo* tăng, lại nhiều lần nặng lời mạ nhục, xúc phạm. Nay nếu con vì mẹ mà thiết lễ cúng dường Phật và chư tăng, vì mẹ mà sám hối các ác nghiệp, thì mẹ có thể nhờ đó mà thoát được thân ngạ quỷ này."

Ưu-đa-la khi ấy hết lòng thương mẹ, liền đi quyên góp vật thực khắp nơi trong thành, thiết lễ cúng dường thỉnh Phật và chư tăng đến thọ nhận. Lễ cúng dường xong, ngạ quỷ liền hiện thân đến giữa chúng hội mà sám hối các ác nghiệp.

Đức Thế Tôn khi ấy vì ngạ quỷ mà khai diễn thuyết pháp. Nghe Phật thuyết pháp rồi, ngạ quỷ tự thấy xấu hổ vì những nghiệp ác đã tạo, ngay trong đêm đó mạng chung, lại sinh làm loài ngạ quỷ phi hành.[1]

Khi ấy, ngạ quỷ phi hành hiện hào quang quanh thân, có đủ các món trang sức quý báu, đẹp đẽ, hiện đến chỗ *Ưu-đa-la* mà nói rằng: "Mẹ nay vẫn chưa thoát được thân ngạ quỷ. Con

---

[1] Ngạ quỷ phi hành: loài ngạ quỷ có thể đi lại trên không, cũng có hình thể xinh đẹp như chư thiên cõi trời, nhưng không đủ phước đức nên vẫn thường phải chịu đói khát.

nên vì mẹ thiết lễ cúng dường tăng chúng khắp bốn phương, mẹ có thể nhờ đó mà thoát thân ngạ quỷ."

Ưu-đa-la nghe vậy rồi, lại một lần nữa quyên góp vật thực nhiều nơi, thiết lễ cúng dường thỉnh chư tăng bốn phương cùng thọ nhận. Lễ cúng dường xong, ngạ quỷ phi hành liền hiện đến trước chúng hội, sám hối các ác nghiệp đã tạo. Ngay trong đêm đó liền mạng chung, sinh lên cõi trời *Đao-lợi*.

Khi ấy, vị chư thiên mới sinh lên cõi trời ấy liền tự hỏi: "Ta đã tạo được phước đức gì mà nay được sinh lên cõi trời này?" Rồi tự quán sát, nhớ lại việc tỳ-kheo *Ưu-đa-la* vì mình hai lần thiết hội cúng dường Phật và chư tăng, nhờ đó mà được thoát thân ngạ quỷ, sinh lên cõi trời. Nhớ lại rồi, liền tự nghĩ rằng: "Nay ta nên đến đó báo ơn Phật và tỳ-kheo *Ưu-đa-la*."

Nghĩ rồi, liền hiện thân trang nghiêm đẹp đẽ của chư thiên, mang theo những hoa hương, trân bảo ở cõi trời, hiện đến chỗ Phật và tỳ-kheo *Ưu-đa-la* mà cúng dường. Lễ cúng dường xong, liền ngồi lại một bên nghe Phật thuyết pháp. Nghe rồi được khai mở tâm ý, chứng quả *Tu-đà-hoàn*, liền lễ bái Phật rồi quay về cõi trời.

Khi Phật thuyết nhân duyên đọa ngạ quỷ của người mẹ *Ưu-đa-la*, chư tỳ-kheo trong chúng hội liền lìa bỏ lòng tham lam, sân hận, lánh sợ đường sinh tử, có người đắc quả *Tu-đà-hoàn*, có người đắc quả *Tư-đà-hàm*, có người đắc quả *A-na-hàm*, có người đắc quả *A-la-hán*, lại có nhiều người phát tâm cầu quả Phật *Bích-chi*, cũng có người phát tâm cầu quả Vô thượng Bồ-đề.

Các vị tỳ-kheo nghe Phật thuyết nhân duyên này xong thảy đều vui mừng tin nhận.

47.
NGẠ QUỶ MÙ

Lúc ấy, Phật ở thành *Xá-vệ*, trong vườn Kỳ thọ Cấp Cô Độc. Tôn giả *A-nan* đắp y mang bát vào thành khất thực, thấy một ngạ quỷ thân như cây đuốc cháy, bụng như quả núi lớn, cổ họng như cây kim, lại mù lòa. Các loài quạ, ó trên không, chó dữ dưới đất đều đua theo mà cắn xé thịt ngạ quỷ ấy, khiến cho đau đớn than khóc không lúc nào nguôi.

Tôn giả *A-nan* liền hiện đến trước ngạ quỷ ấy, hỏi rằng: "Ngày trước người đã tạo những ác nghiệp gì mà nay thọ khổ báo như thế này?"

Ngạ quỷ đáp: "Khi mặt trời chiếu sáng thì chẳng cần đến đèn đuốc. Nay đức Thế Tôn đang tại thế, ngài nên đến hỏi thì sẽ biết."

Khi ấy, ngài *A-nan* liền đến chỗ Phật, kể rõ sự tình và thưa hỏi nhân duyên tạo nghiệp của ngạ quỷ ấy.

Phật bảo *A-nan*: "Ông hãy chú tâm lắng nghe, ta sẽ vì ông mà phân biệt giảng nói.

"Vào giữa Hiền kiếp này, xứ *Ba-la-nại* có Phật ra đời hiệu là *Ca-diếp*, cùng các vị *tỳ-kheo* đi giáo hóa khắp nơi, đến khu vườn Lộc. Khi ấy, có người phụ nữ đang mang thai, được nhìn thấy chân thân Phật oai nghi tốt đẹp, ba mươi hai tướng tốt, tám mươi vẻ đẹp, lòng rất hoan hỷ, sinh lòng tin kính sâu vững nơi Phật pháp.

Nhờ nhân duyên ấy, bà sinh hạ một bé gái dung nhan xinh đẹp, nết na thùy my, thông minh hơn người. Qua nhiều năm, dần dần lớn lên được có nhân duyên gặp Phật, sinh lòng tin sâu vững liền thưa với cha mẹ xin được xuất gia nhập đạo. Cha mẹ hết lời khuyên can ngăn cản đều không được, buộc phải đồng ý cho xuất gia làm *tỳ-kheo ni*. Khi ấy, cha mẹ thương con nên bỏ tiền xây dựng một ngôi chùa thật lớn làm nơi cho cô tu tập, lại thỉnh nhiều vị *tỳ-kheo ni* oai đức khác cùng đến ở.

Qua một thời gian, vị *tỳ-kheo ni* con nhà trưởng giả ấy phạm vào giới luật. Chư *tỳ-kheo ni* họp bàn quyết định trục xuất cô ra khỏi chùa. Cô sinh lòng hổ thẹn, chẳng dám trở về nhà, đến nương náu ở nhà người khác. Khi ấy, cô sinh tâm sân hận, nói ra lời này: "Nơi ấy thật là nhà của ta, do mẹ cha ta tạo dựng. Vì sao giờ các người ấy sinh lòng bội bạc mà đuổi ta đi, tự chiếm lấy chỗ ở?"

Nói như vậy rồi, liền đi nói với mọi người rằng các vị *tỳ-kheo ni* ở chùa ấy có rất nhiều lỗi lầm, tà ác, chẳng chịu tự làm lấy mà ăn chỉ biết nhờ vào bá tánh. Cô lại thề độc là từ nay về sau dẫu thọ thân nơi nào cũng không thấy mặt các vị *tỳ-kheo ni* ấy nữa.

Phát lời thề độc như vậy rồi, sau đó mạng chung đọa làm thân ngạ quỷ, lại phải bị mù lòa."[1]

Phật bảo *A-nan*: "Người con gái nhà trưởng giả xuất gia phạm giới luật bị trục xuất khỏi chùa, lại sanh ác tâm mạ lỵ, báng bổ chư *tỳ-kheo ni*, nay chính là ngạ quỷ mù lòa mà ông vừa gặp đó."

Phật thuyết nhân duyên ngạ quỷ mù lòa này xong, chư *tỳ-kheo* thảy đều tự biết phòng hộ các nghiệp thân, miệng, ý, lánh sợ đường sinh tử, có người đắc quả *Tu-đà-hoàn*, có người đắc quả *Tư-đà-hàm*, có người đắc quả *A-na-hàm*, có người đắc quả *A-la-hán*, lại có nhiều người phát tâm cầu quả Phật *Bích-chi*, cũng có người phát tâm cầu quả *Vô thượng Bồ-đề*.

Các vị *tỳ-kheo* nghe Phật thuyết nhân duyên này xong thảy đều vui mừng tin nhận.

---

[1] Nghiệp báo mù lòa là do lời thề độc "không thấy mặt các tỳ-kheo ni ấy nữa".

48.
XUẤT GIA CHẲNG BỎ LÒNG THAM

Lúc ấy, đức Phật đang ở gần *thành Xá-vệ*, trong vườn Kỳ thọ Cấp Cô Độc. Trong thành có một người trưởng giả tên *Nhã-đạt-đa*, giàu có vô cùng.

Một lần, ông trưởng giả này có dịp đến tinh xá Kỳ Hoàn, nhìn thấy đức Thế Tôn đủ ba mươi hai tướng tốt, tám mươi vẻ đẹp, hào quang rực rỡ quanh thân, liền sinh lòng kính ngưỡng. Được nghe Phật thuyết pháp rồi, ông phát tâm muốn xuất gia nhập đạo.

Khi ấy, ông về hội họp tất cả thân quyến, trình bày ý nguyện xuất gia của mình. Ai nấy đều hoan hỷ tán trợ. Ông liền đến tinh xá Kỳ Hoàn cầu Phật xin xuất gia. Phật bảo ông rằng: "Lành thay đó, *tỳ-kheo!*" Liền khi đó, râu tóc tự rụng, áo *cà-sa* hiện nơi thân, thành một vị *sa-môn* oai nghi đức hạnh.

Bấy giờ nhân dân trong thành nghe tin ông *Nhã-đạt-đa* giàu có vô cùng, nay bỏ nhà ra đi xuất gia nhập đạo, thì hết lòng ngưỡng mộ, tranh nhau cúng dường các thứ phẩm vật, áo và bình bát cho ông.[1]

Khi ấy, ông tự sinh tâm phân biệt, thấy mình được nhiều phẩm vật cúng dường hơn mà phải chia đều với các vị *tỳ-kheo* khác thì khởi lòng tham tiếc, không muốn xả bỏ. Bởi vậy, ông mới mang giấu những y và bát mà người ta cúng cho mình đi, chẳng chịu chia cho những người đồng tu.[2]

---

[1] Khi Phật vừa thành lập giáo hội, chưa có quy định số lượng y và bình bát mỗi tỳ-kheo nhận lãnh của đàn việt. Về sau, để ngăn ngừa tâm tham trước, Phật chế định không cho phép tỳ-kheo được nhận và tích lũy nhiều y và bình bát.

[2] Tâm tham lam thật là vi tế, đáng sợ. Vị trưởng giả này đã bỏ cả gia tài to lớn ra đi xuất gia cầu đạo, nhưng khi chấp lấy những phẩm vật cúng dường là "của mình" thì lại sinh tham tiếc không thể đem ra chia sẻ.

Do tâm tham lam đó, khi mạng chung ông phải sinh vào loài ngạ quỷ, lại quay trở về ngay mà bám giữ những y bát của mình.

Khi các vị *tỳ-kheo* đồng tu thấy ông đã chết, liền mở cửa phòng mà vào, định mang thi hài của ông đi an táng, đồng thời dọn lấy những y bát, liền nhìn thấy một ngạ quỷ thân hình như cây đuốc cháy, hình dáng thật khiếp sợ, ôm giữ lấy những y bát chẳng cho ai đến gần.

Bấy giờ, các vị *tỳ-kheo* liền đem mọi việc đến trình với Phật. Đức Thế Tôn liền cùng chư *tỳ-kheo* đến đó. Ngài bảo ngạ quỷ ấy rằng: "Ông chẳng biết xấu hổ hay sao? Ngày trước ông xuất gia nhập đạo, chẳng bỏ tâm tham lam, bám giữ vật chất lợi dưỡng, chẳng biết bố thí, nên mới sinh làm thân ngạ quỷ, hình mạo xấu xí. Nay sao chẳng biết tự hổ thẹn, lại quay về đây mà bám giữ lấy y bát." Phật lại dùng nhiều cách dẫn dụ, giảng giải cho nghe về sự tai hại của tâm tham lam, là nguyên nhân đưa đẩy chúng sanh vào các đường ác.

Ngạ quỷ nghe Phật thuyết pháp rồi, tâm ý khai mở, sinh lòng hổ thẹn, liền xả bỏ y bát mà trao cho tăng chúng. Nửa đêm hôm đó, ngạ quỷ mạng chung, lại sinh làm loài ngạ quỷ phi hành, thân thể xinh đẹp đoan trang chẳng khác gì chư thiên cõi trời, lại có cả hào quang chiếu quanh thân, liền đến tinh xá Kỳ Hoàn mà lễ Phật, nghe Phật thuyết pháp, rồi hoan hỷ lễ bái mà đi.

Sáng hôm sau, các vị *tỳ-kheo* liền đến thưa hỏi Phật rằng: "Bạch Thế Tôn! Đêm hôm qua có hào quang chiếu sáng nơi tinh xá, chẳng hay đó là các vị Phạm thích, Tứ thiên vương, hay đại *Bồ Tát* từ phương khác đến nghe pháp?"

Phật dạy rằng: "Chẳng phải Thích phạm, chẳng phải thiên vương, quỷ thần, *Bồ Tát*. Ấy là trưởng giả *Nhã-đạt-đa* ngày trước, thoát thân ngạ quỷ, giờ thác sanh làm ngạ quỷ phi hành, đến đây lễ bái cúng dường ta. Vì vậy mà có ánh hào quang chiếu sáng như vậy."

Phật thuyết nhân duyên này xong, chư *tỳ-kheo* trong chúng hội liền lìa bỏ lòng tham lam, sân hận, lánh sợ đường sinh tử, có người đắc quả *Tu-đà-hoàn*, có người đắc quả *Tư-đà-hàm*, có người đắc quả *A-na-hàm*, có người đắc quả *A-la-hán*, lại có nhiều người phát tâm cầu quả Phật *Bích-chi*, cũng có người phát tâm cầu quả Vô thượng *Bồ-đề*.

Các vị tỳ-kheo nghe Phật thuyết nhân duyên này xong thảy đều vui mừng tin nhận.

49.
NGẠ QUỶ ĂN THỊT CON

Lúc ấy, đức Phật đang ở gần thành *Vương Xá*, trong tinh xá Trúc Lâm. Tôn giả *Na-la-đạt-đa* sau khi đi khất thực, đến một gốc cây kia ngồi xuống dùng cơm. Cơm xong, ngài bỗng nhìn về thấy tinh xá Kỳ Hoàn bao phủ một màu đỏ bầm như máu. Lấy làm quái lạ, ngài vội vã đến xem.

Khi đi gần về hướng ấy, ngài nhìn thấy một ngạ quỷ thân hình chỉ còn da bọc lấy xương, mỗi ngày đêm lại sinh ra đến năm trăm đứa con. Lúc sinh nở đau đớn khó khăn, khí lực cạn kiệt, nên sinh con ra rồi thì thương yêu bịn rịn lắm, nhưng trong người đói khát cùng cực chẳng có gì ăn uống, túng thế phải ăn thịt hết cả năm trăm đứa con ấy, mà vẫn chưa thấy no đủ. Ngạ quỷ ấy cứ sinh con ra lại ăn trở vào, lại sinh ra năm trăm đứa con khác, ngày đêm nối tiếp nhau như thế mãi mãi, không lúc nào dừng nghỉ.

Tôn giả *Na-la-đạt-đa* liền hiện đến trước ngạ quỷ ấy, hỏi rằng: "Ngày trước người đã tạo những ác nghiệp gì mà nay thọ khổ báo như thế này?"

Ngạ quỷ đáp: "Nay đức Thế Tôn đang tại thế, ngài nên tự đến hỏi sẽ được ngài giảng nói cho nghe."

Khi ấy, ngài *Na-la-đạt-đa* liền đến chỗ Phật, kể rõ sự tình và thưa hỏi nhân duyên tạo nghiệp của ngạ quỷ ấy.

Phật bảo *Na-la-đạt-đa*: "Ông hãy chú tâm lắng nghe, ta sẽ vì ông mà phân biệt giảng nói.

"Vào giữa Hiền kiếp này, xứ *Ba-la-nại* có một người trưởng giả giàu có vô cùng, nhưng không con nối dõi. Người ấy đi cầu khẩn nhiều nơi, cúng bái hết thảy các vị thần thánh, cầu cho có con mà cầu mãi chẳng được.

"Khi ấy, người trưởng giả mới dan díu với một cô tớ gái, cưới làm vợ bé, chẳng bao lâu thì có thai. Chẳng ngờ vợ cả thấy cô này có thai thì sinh lòng ghen ghét, mới dùng thuốc độc lén bỏ vào thức ăn, khiến cho bị sẩy thai.

"Những người thân quyến của cô vợ bé tức giận lắm. Họ biết sự việc nhưng không có chứng cứ, nên họp nhau mang theo gậy gộc, đao búa, kéo đến chỗ bà vợ cả mà hành hung, quyết hỏi cho ra lẽ.

"Vợ cả hoảng sợ lắm, muốn thú thật thì sợ phải đòn đến chết, nên cứ chối quanh không nhận, lại bị đánh đau quá, liền thề độc rằng: "Nếu ta thật có làm chuyện ác như vậy thì khi bỏ thân này sẽ bị đọa làm thân ngạ quỷ, mỗi ngày đêm sinh ra năm trăm đứa con, sinh ra lại ăn thịt con trở vào mà chẳng bao giờ được no đủ."

Những người kia nghe lời thề độc đến như vậy thì cũng hoang mang, nên thôi không làm dữ nữa, liền thả bà ra.

Phật bảo *Na-la-đạt-đa*: "Người vợ cả của ông trưởng giả ngày đó, dùng thủ đoạn độc ác khiến người khác phải sẩy thai, nay thọ quả báo sanh làm thân ngạ quỷ mà ông nhìn thấy đó. Do phát lời thề độc, nên nay cứ mỗi ngày đêm phải sinh ra năm trăm đứa con, sinh ra lại ăn vào, chẳng thấy no đủ."

Phật thuyết nhân duyên ngạ quỷ này xong, chư *tỳ-kheo* thảy đều tự lìa bỏ tâm ganh ghét, tật đố, lánh sợ đường sinh tử, có người đắc quả *Tu-đà-hoàn*, có người đắc quả *Tư-đà-hàm*, cho đến có người phát tâm cầu quả *Vô thượng Bồ-đề*.

Các vị tỳ-kheo nghe Phật thuyết nhân duyên này xong thảy đều vui mừng tin nhận.

50.
NGƯỜI XẤU NHƯ QUỶ

Lúc ấy, đức Phật đang ở gần thành *Tỳ-xá-ly*, ven sông *Di-hầu*. Trong thành có một trưởng giả tên là *Giá-la*, vừa gặp được một người vừa ý, mới cưới làm vợ.

Người vợ khi mang thai, bỗng nhiên trở nên hôi hám lạ thường, chẳng ai dám đến gần. Người chồng hỏi: "Ngày trước bà không hôi hám thế này, sao nay bỗng nhiên thay đổi, trở nên hôi hám đến thế?" Vợ đáp rằng: "Điều này chắc hẳn là do đứa con đang mang trong bụng. Do nghiệp lực của nó mà khiến ra có chuyện như vậy."

Khi đủ ngày tháng, bà hạ sinh một bé trai hình dung cực kỳ xấu xí, khó coi. Lại khi sinh ra có phân dơ bao quanh người, hôi hám cùng cực. Dần dần lớn lên, cứ muốn tìm đến những chỗ dơ nhớp có phân người, khuyên can, dạy dỗ cũng chẳng rời xa những nơi ấy được.

Cha mẹ, thân thuộc họ hàng thấy sự kỳ quái, dơ nhớp như vậy dần dần không chịu nổi, xô đuổi ra chỗ xa vắng, chẳng cho về nhà nữa. Từ đó thằng bé lang thang tìm những chỗ dơ nhớp mà ở, ăn phân dơ, uống nước tiểu người, xem đó là những món ngon lạ nhất. Nhân dân đều nghe biết, gọi nó là quỷ *Diêm-bà-la*.[1]

---

[1] Tiếng Phạn là **Jambāla**, nghĩa là loài quỷ ưa thích nơi dơ nhớp.

Trong xứ ngày ấy có một thầy ngoại đạo đi du phương, tình cờ gặp *Diêm-bà-la*, liền thốt ra lời này: "Lành thay!" *Diêm-bà-la* từ bé đến lớn chưa từng được ai thân cận, gần gũi, ngay cả đến cha mẹ còn xa lánh, nên nghe thầy ngoại đạo nói lời thân mật với mình thì vui mừng không kể xiết, liền quỳ dưới chân thầy mà cầu xin được thâu nhận làm đệ tử.

Thầy ngoại đạo nhận *Diêm-bà-la* làm đệ tử, dạy phải sống lõa thể,[1] lấy tro hòa nước bôi trét lên khắp người, gọi đó là phép tu tịnh hạnh.

Diêm-bà-la tuy nghe theo thầy, nhưng vẫn không bỏ được tập tính cũ, thường tìm đến ở những nơi dơ nhớp và ăn phân người, uống nước tiểu. Những kẻ đồng tu ngoại đạo thấy vậy thì la mắng thậm tệ, hoặc có khi lấy gậy gộc mà đuổi đánh. Nhiều lần như vậy, *Diêm-bà-la* sợ quá trốn ra bờ sông, tìm được một cái hang sâu mà lánh vào đó, đêm đêm mới rời hang mà đi kiếm ăn.

Nơi bờ sông ấy có 500 ngạ quỷ hình thể cực kỳ xấu xí, gớm ghiếc. Đám ngạ quỷ ấy thấy *Diêm-bà-la* đến ở gần bên nhưng vẫn thản nhiên, không hề chê bai hay mắng nhiếc gì. *Diêm-bà-la* thấy vậy mừng lắm, thường nghĩ rằng: "Ta sống với loài người từ bao lâu nay, chỉ toàn nghe những lời chê bai, la mắng, lại còn đòn roi đánh đập, xô đuổi, khổ não cùng cực. Thật chẳng bằng như nay sống chung với lũ quỷ này, thoát được những nạn khổ ấy."

Không ngờ lũ quỷ ấy tuy chẳng chê bai hình dạng của *Diêm-bà-la*, nhưng khi thấy chàng ta tìm ăn phân người, uống nước tiểu thì thảy đều ghê sợ, chẳng muốn ở gần, mới rủ nhau bỏ đi nơi khác. *Diêm-bà-la* buồn rầu thảm thiết, nói rằng: "Ta mang thân xấu xí, chưa từng có bạn hữu. Nay gặp được các ông tưởng là cùng chung thân phận, có thể sống với

---

[1] Lõa thể: trần truồng, không mặc quần áo.

nhau mà chia sẻ vui buồn. Ngờ đâu nay các ông cũng muốn bỏ ta mà đi." Nói như vậy rồi, trong lòng đau đớn khôn nguôi, nằm lăn trên đất chẳng muốn dậy.

Đức Thế Tôn ngày đêm thường lấy tâm đại bi quán sát chúng sanh, biết nơi nào có thể độ thoát được đều tùy duyên mà đến cứu độ cho. Bấy giờ Phật thấy biết *Diêm-bà-la* sầu khổ cùng cực, biết là cơ duyên đã đến nên hiện thân đến nơi ấy mà thuyết pháp cho nghe.

Diêm-bà-la được nghe Phật thuyết pháp rồi, sinh lòng vui mừng khôn xiết. Lại được thấy thân Phật với ba mươi hai tướng tốt, tám mươi vẻ đẹp, hào quang chiếu sáng quanh thân rực rỡ, trong lòng vô cùng hoan hỷ, liền quỳ xuống chí thành lễ Phật, thưa rằng: "Bạch Thế Tôn! Người hạ tiện, xấu xí, dơ nhớp như con đây, có thể nào xuất gia được chăng?"

Phật dạy *Diêm-bà-la* rằng: "Trong đạo pháp của ta, không có hạng người nào mà lại không được xuất gia cả."

Diêm-bà-la nghe vậy thì vui mừng khôn xiết, liền quỳ lạy, cầu thỉnh xin được xuất gia nhập đạo. Bấy giờ, đức Thế Tôn liền nói rằng: "Lành thay đó, *tỳ-kheo*!" Tức thì râu tóc tự nhiên rụng sạch, áo *cà-sa* hiện nơi thân, thành một vị *sa-môn* oai nghi đầy đủ.

Diêm-bà-la được Phật độ cho xuất gia rồi, trong lòng hoan hỷ, liền đọc kệ rằng:

Nay nhờ ơn Phật,
Được tròn sở nguyện.
Bỏ thân dơ nhớp,
Được thành sa-môn.

Phật bảo *Diêm-bà-la* rằng: "Ông nay đã được xuất gia thành đệ tử của ta rồi đó."

Diêm-bà-la từ đó chuyên cần tu tập, chẳng bao lâu chứng quả *A-la-hán*, có đủ Ba minh, Sáu phép thần thông, hàng trời người thảy đều kính ngưỡng.

Bấy giờ, các *tỳ-kheo* thấy việc như thế, liền thưa hỏi Phật rằng: "Bạch Thế Tôn! Chẳng hay *tỳ-kheo Diêm-bà-la* đây trước đã tạo những ác nghiệp gì mà nay phải chịu khổ báo như vậy? Lại có nhân duyên gì được gặp Phật và tu tập sớm đắc đạo quả?"

Phật liền đọc cho chư *tỳ-kheo* nghe bài kệ rằng:

Đã tạo nghiệp thiện, ác,
Trăm kiếp đều chẳng mất.
Đều do nghiệp, nhân duyên,
Nên chịu quả như thế.

Chư *tỳ-kheo* nghe kệ rồi, liền thưa hỏi rằng: "Bạch Thế Tôn! Chẳng hay nhân duyên quá khứ như thế nào? Xin vì chúng con giảng giải cho được biết."

Phật bảo chư *tỳ-kheo*: "Các ông hãy chú tâm lắng nghe, ta sẽ vì các ông mà phân biệt giảng nói. Vào giữa Hiền kiếp này, tuổi thọ con người kéo dài đến bốn mươi ngàn năm. Khi ấy, xứ *Ba-la-nại* có Phật ra đời hiệu là *Ca-la-ca Tôn-đà*, cùng với các vị *tỳ-kheo* đi giáo hóa khắp nơi, đến một nước tên là Bảo Điện.

"Vua nước ấy liền cùng với quần thần ra khỏi thành nghinh tiếp Phật, thỉnh Phật vào thành thọ nhận cúng dường trong ba tháng. Phật nhận lời.

"Nhà vua được Phật nhận lời, liền truyền cho sắp xếp, chuẩn bị đầy đủ mọi thứ để cúng dường. Lại cho xây dựng một khu tự viện rất nhiều phòng ốc dành cho chư tăng, thỉnh một vị *tỳ-kheo* đứng đầu coi sóc, quản lý mọi việc.

"Ngày nọ, có vị *tỳ-kheo* đã chứng quả *A-la-hán* đi hành hóa phương xa, ghé vào tự viện ấy. Những người thiện tín đang làm công việc trong tự viện, nhìn thấy oai nghi của vị *A-la-hán* đều vui mừng chiêm ngưỡng, thỉnh vào phòng trong nấu nước thơm cúng dường cho ngài tắm rửa, lại lấy các thứ bột hương *chiên-đàn* quý giá để bôi lên thân ngài.

Bấy giờ vị *tỳ-kheo* chủ trì nơi ấy vừa đi ra ngoài về, thấy việc như vậy thì sinh lòng ganh ghét, sân hận, liền buông lời thóa mạ rằng: "Ông là người xuất gia, sao dám lấy hương thơm của người khác mà dùng trên thân mình như vậy?"

Vị A-*la-hán* nghe lời nói đó, liền lấy lòng từ bi mà thương xót cho vị *tỳ-kheo* ấy, biết rằng ông ta sẽ phải thọ khổ báo vì lời nói ấy. Ngài muốn giúp ông sinh lòng hối cải để giảm bớt tội nghiệp, nên liền bay lên giữa hư không, hiện đủ mười tám phép thần biến. Vị *tỳ-kheo* kia thấy vậy vô cùng hổ thẹn, hối hận, liền lễ bái cầu xin sám hối.

Do nghiệp duyên như thế, đã năm trăm kiếp qua rồi, người ấy vẫn thường phải thọ thân xấu xí, dơ nhớp, chẳng ai dám đến gần."

Phật bảo chư *tỳ-kheo*: "*Tỳ-kheo* buông lời xúc phạm vị A-*la-hán* ngày xưa, nay chính là *tỳ-kheo Diêm-bà-la* đó. Nhờ khi ấy đã sám hối với vị A-*la-hán* kia, nên nay mới được gặp ta và xuất gia đắc đạo."

Phật thuyết nhân duyên của *Diêm-bà-la* rồi, chư *tỳ-kheo* thảy đều tự biết phòng hộ các nghiệp thân, miệng, ý, lìa bỏ lòng ganh ghét, sân hận, lánh sợ đường sinh tử, có người đắc quả *Tu-đà-hoàn*, có người đắc quả *Tư-đà-hàm*, có người đắc quả *A-na-hàm*, có người đắc quả *A-la-hán*, lại có nhiều người phát tâm cầu quả Phật *Bích-chi*, cũng có người phát tâm cầu quả *Vô thượng Bồ-đề*.

Các vị tỳ-kheo nghe Phật thuyết nhân duyên này xong thảy đều vui mừng tin nhận.

PHẨM THỨ SÁU
CHƯ THIÊN CÚNG DƯỜNG

51.
HÓA THÂN LÀM RẮN ĐỘC

Lúc ấy, đức Phật đang ở gần thành *Vương Xá*, trong tinh xá Trúc Lâm. Trong thành có một người trưởng giả tên là Hiền Diện, giàu có vô cùng. Người này tánh tình gian hiểm, tham lam, keo kiệt, chưa từng làm việc bố thí giúp người, thậm chí cho đến các loài chim thú cũng xô đuổi chẳng cho đến gần nhà. Mỗi khi có các vị *tỳ-kheo* đến nhà khất thực, ông đều dùng lời độc ác, thóa mạ mà xô đuổi. Người ấy chỉ lo việc tích lũy của cải làm giàu, chẳng tu hạnh bố thí.

Đến khi mạng chung, trưởng giả ấy phải sinh làm thân rắn độc, lại quay về nhà mà canh giữ gia sản. Mỗi khi có ai đến gần đều giận dữ rượt đuổi. Rắn ấy độc hiểm đến nỗi chỉ trừng mắt nhìn cũng đủ làm người bỏ mạng.

Vua *Tần-bà-sa-la* nghe chuyện rắn độc sinh trong nhà trưởng giả Hiền Diện, đã hại mạng rất nhiều người, trong lòng lo sợ lắm, suy nghĩ rằng: "Con rắn ấy độc hiểm như vậy, nếu không trừ đi ắt còn làm hại nhiều người hơn nữa. Nhưng nó hung dữ đến thế, làm sao trừ được? Nay chắc rằng chỉ có đức Thế Tôn mới điều phục được nó mà thôi."

Vua liền cùng với quần thần đi đến chỗ Phật, lễ bái cúng dường rồi bạch Phật rằng: "Bạch Thế Tôn! Nay trong thành có một con rắn độc sinh vào nhà trưởng giả Hiền Diện, hại mạng đã nhiều người. Kính mong Như Lai từ bi thu phục nó mà cứu nạn cho bá tánh." Đức Phật yên lặng nhận lời.

Hôm sau, đức Thế Tôn đắp y, mang bát đi vào thành, thẳng đến chỗ rắn độc đang ở. Rắn thấy Phật đến thì ngóc cao đầu, phùng mang phóng đến, ý muốn hại Phật. Phật liền dùng tâm từ bi mà đưa năm ngón tay chỉ vào rắn độc, tức thời phóng ra năm đạo hào quang ngũ sắc, chiếu khắp thân hình rắn độc. Khi ấy, tâm sân hận, ác độc của rắn độc bỗng nhiên tiêu tan, tự thấy khoan khoái dễ chịu, không còn có ý muốn hại người nữa.

Khi ấy, đức Phật biết rắn độc đã được điều phục, liền nói lớn rằng: "Ông vốn trước kia là trưởng giả Hiền Diện, do tâm tham lam, sân hận mà nay phải thọ quả báo sinh làm rắn độc, thân thể xấu xí, tánh tình độc ác. Nay sao ông không biết tự hối lỗi xưa, lại còn tạo thêm nghiệp ác, dùng nọc độc mà hại người, càng thêm tệ ác. Cứ như vậy thì trong tương lai không thể tránh được việc nhận lãnh khổ não cùng cực."

Rắn độc được nghe lời Phật, ác chướng tiêu trừ, tự nhiên nhớ biết được kiếp trước của mình, do tâm tham lam tạo các ác nghiệp nên nay nhận chịu khổ báo làm thân rắn độc. Nhớ biết được như vậy rồi liền sinh lòng tin tưởng sâu vững nơi Phật pháp.

Phật lại bảo rắn độc: "Ông ngày trước làm người, vì chẳng tin theo lời ta nên mới phải rơi vào ác đạo. Ngày nay nên biết hối cải, vâng thuận theo lời dạy của ta."

Khi ấy, rắn bỗng nhiên thốt được tiếng người, đáp lời Phật rằng: "Xin tùy Phật dạy, con chẳng dám làm sai."

Phật bảo: "Tâm ông nếu đã thuần thục, hãy chui vào bình bát của ta đây."

Phật vừa dứt lời, rắn liền hóa hình chui vào bình bát của Phật, cùng theo về tinh xá Trúc Lâm.

Bấy giờ, nhân dân khắp thành *Vương Xá* đều nghe biết việc đức Phật thu phục rắn độc tự chui vào bình bát, liền lũ lượt kéo nhau đến xem. Do thần lực của Phật, rắn độc nằm trong bát nhìn ra thấy dân chúng kéo đến xem, liền sinh tâm hổ thẹn, trong đêm hôm đó trút bỏ thân rắn, thác sinh lên cõi trời *Đao-lợi*.

Khi sinh lên đó rồi, tự nghĩ rằng: "Ta đã tạo phước duyên gì mà được sinh lên cõi trời này?" Nghĩ rồi liền tự quán sát, nhớ lại nhân duyên đọa làm thân rắn độc, nhờ Phật cứu độ nên ác nghiệp tiêu trừ được sinh lên cõi trời.

Vị thiên tử này liền hiện thân trang nghiêm, mang những hương hoa, trân bảo của cõi trời mà đến chỗ Phật, lễ bái, cúng dường rồi chắp tay đứng hầu sang một bên. Phật nhân đó liền thuyết pháp cho nghe, khiến tâm ý được khai mở, đắc quả *Tu-đà-hoàn*. Thiên tử liền đọc kệ tán thán Phật rằng:

*Đức đại thánh cao siêu,
Công đức đều đầy đủ.
Soi sáng người mê tối,
Khiến được đắc quả Phật.
Trừ sạch các phiền não,
Vượt qua biển sinh tử.
Nay nhờ ân đức Phật,
Vĩnh viễn lìa ác đạo.*

Vị thiên tử ấy tán thán Phật rồi, liền chí thành lễ bái rồi từ biệt trở về thiên cung.

Sáng hôm sau, vua *Tần-bà-sa-la* đến chỗ Phật rất sớm, thưa hỏi rằng: "Bạch Thế Tôn! Đêm qua có hào quang chiếu sáng nơi tinh xá này, chẳng hay đó là các vị Thích phạm,[1] Chuyển luân thánh vương, hay hai mươi tám bộ quỷ thần đến nghe pháp?"

---

[1] Tức là các vị vua cõi trời.

Phật nói: "Chẳng phải Thích phạm, thiên thần đến nghe pháp. Ấy là trưởng giả Hiền Diện tham lam ngày trước, nay đã được sinh lên cõi trời nên đến cúng dường ta. Do đó mà có ánh hào quang ấy."

Phật thuyết nhân duyên trưởng giả Hiền Diện xong, chư *tỳ-kheo* trong chúng hội liền lìa bỏ lòng tham lam, sân hận, lánh sợ đường sinh tử, có người đắc quả *Tu-đà-hoàn*, có người đắc quả *Tư-đà-hàm*, có người đắc quả *A-na-hàm*, có người đắc quả *A-la-hán*, lại có nhiều người phát tâm cầu quả Phật *Bích-chi*, cũng có người phát tâm cầu quả *Vô thượng Bồ-đề*.

Các vị tỳ-kheo nghe Phật thuyết nhân duyên này xong thảy đều vui mừng tin nhận.

52.
CẬU BÉ ĐƯỢC SINH LÊN CÕI TRỜI

Lúc ấy, đức Phật đang ở gần *thành Xá-vệ*, trong vườn Kỳ thọ Cấp Cô Độc. Trong thành có một người *bà-la-môn* làm ruộng. Người ấy cưới được một cô vợ cũng hợp ý với mình, không bao lâu sinh được một bé trai kháu khỉnh, đặt tên là Nguyệt Quang.[1] Lớn dần lên, dung mạo đoan trang, ai thấy cũng đều yêu mến.

Một hôm, cậu bé Nguyệt Quang có dịp đi chơi với trưởng giả *Tu-đạt*, được ông dẫn đến tinh xá Kỳ Hoàn nghe Phật thuyết pháp. Do có túc duyên từ nhiều kiếp, cậu nhận hiểu được nghĩa lý của một bài kệ bốn câu. Đêm hôm ấy về nhà, mạng chung sinh lên cõi trời *Đao-lợi*.

Bấy giờ, cha mẹ cậu bé Nguyệt Quang vô cùng đau khổ,

---

[1] Tiếng Phạn là Candara, nghĩa là ánh sáng mặt trăng, Hán dịch là Nguyệt Quang (月光).

than khóc thảm thiết, đến nghĩa địa rồi ôm xác cậu mà kêu gào, chẳng chịu về nhà. Bằng hữu quyến thuộc khuyên can đều chẳng được.

Lòng bi lụy ấy cảm ứng đến tận cõi trời, khiến cho cung điện của vị thiên tử Nguyệt Quang khi ấy phải chấn động, không được an ổn. Người liền tự quán sát biết được nguyên nhân, thấy cha mẹ đời trước của mình hiện vẫn còn ôm xác mà kêu gào nơi nghĩa địa, chẳng chịu về nhà.

Thiên tử Nguyệt Quang khi ấy liền từ cõi trời hiện xuống, hóa hình thành một vị tiên nhân đi lại chỗ cha mẹ mình đang khóc lóc. Tiên nhân ấy vừa đi vừa lấy lửa mà tự đốt thân mình.

Người cha lấy làm lạ liền hỏi rằng: "Bạch đại đức, người lấy lửa nóng đốt thân mình khổ sở như vậy, có sở nguyện gì hay chăng?"

Tiên nhân đáp: "Ta cầu sẽ được làm vua một cõi, có xe đi làm bằng vàng ròng, trang hoàng bằng các món trân bảo, mặt trời mặt trăng phải theo hầu hai bên ta, lại sai bốn vị thiên vương kéo xe của ta đi du hành khắp bốn cõi thiên hạ. Người thấy như vậy chẳng thích lắm sao?"

Người *bà-la-môn* cha của Nguyệt Quang liền đáp rằng: "Tôi nghĩ dù ông có ngày đêm chịu khổ lửa nóng đốt thân như vậy cho đến cả trăm năm, thì sở nguyện của ông cũng chẳng thể nào thành tựu được."

Khi ấy, tiên nhân liền hỏi lại: "Thế hai ông bà ở nơi nghĩa địa này mà ôm cái xác chết ấy, có sở nguyện gì chăng?"

Vợ chồng người *bà-la-môn* đáp: "Đây là đứa con duy nhất mà chúng tôi yêu quý. Nay nó bỏ chúng tôi mà đi. Chúng tôi ôm xác này cầu mong nó sống lại."

Tiên nhân liền nói: "Ta nghĩ dù hai ông bà có ôm tử thi ấy mà gào khóc suốt đêm ngày, kéo dài cho đến cả trăm năm, thì sở nguyện ấy cũng không thể nào thành tựu được."

139

Khi ấy, người *bà-la-môn* nghe được lời nói của tiên nhân rồi, liền tự thấy hổ thẹn, biết được sự phi lý của mình, liền thôi không còn gào khóc nữa. Khi ấy, tiên nhân liền hiện lại nguyên hình thiên tử cõi trời, nói với cha mẹ rằng: "Ta chính là đứa con duy nhất của hai người đây. Nhờ duyên lành được nghe pháp Phật, nên mạng chung đã sinh lên cõi trời *Đao-lợi*. Nay muốn cho cha mẹ đừng âu sầu khổ não nữa nên mới từ cõi trời mà hiện xuống đây."

Vợ chồng người *bà-la-môn* nghe biết như vậy rồi, vui mừng khôn xiết. Khi ấy, vị thiên tử hóa hiện đủ các thứ hương hoa, trân bảo, khuyên hai người nên cùng đi đến cúng dường Phật.

Đến nơi, lễ bái cúng dường Phật xong, liền cùng nhau ngồi lại nghe pháp. Phật vì mọi người mà thuyết pháp Tứ diệu đế, khiến tất cả đều đồng thời đắc quả *Tu-đà-hoàn*.

Bấy giờ, các vị *tỳ-kheo* thấy vậy liền thưa hỏi Phật: "Bạch Thế Tôn! Vị thiên tử này nhờ nhân duyên gì mà có thể khuyên can cha mẹ đời trước, lại được nghe pháp Phật mà đắc quả?"

Phật bảo chư *tỳ-kheo*: "Không phải chỉ đến ngày nay người này mới khuyên giải giúp ích cho cha mẹ. Trong đời quá khứ cũng đã từng vì cha mẹ mà khuyên giải làm cho không còn sầu não."

Chư *tỳ-kheo* lại thưa hỏi: "Chẳng biết nhân duyên quá khứ như thế nào, xin được Thế Tôn giảng giải cho nghe."

Phật bảo chư *tỳ-kheo*: "Các ông hãy chú tâm lắng nghe, ta sẽ vì các ông mà phân biệt giảng nói. Về thuở quá khứ cách đây đã vô số kiếp, xứ *Ba-la-nại* có một người ngu si thường làm chuyện trộm cắp, tà dâm, dối gạt người khác, bị quan binh truy nã bắt được, giải lên cho vua.

"Vua xét hỏi tội trạng, người ấy thú thật đủ mọi điều, liền xử tội chém.

"Bấy giờ, đứa con trai của người ấy tánh nết nhân từ, hiền thuận, nhu hòa, lại hiếu kính với cha mẹ, nhân dân cả nước đều biết. Người con ấy vì thương cha nên đến khẩn cầu nhà vua xin tội cho cha. Vua chẳng thuận cho. Lại khẩn khoản cầu xin đến lần thứ ba, vua không nỡ giết liền truyền tha tội."

Phật bảo chư *tỳ-kheo*: "Kẻ tội nhân suýt chết ngày ấy, nay chính là người *bà-la-môn* cha của Nguyệt Quang. Người con hiền đức, hiếu thuận ấy nay là vị thiên tử đây. Do nhân duyên có một lần vào thời Phật *Ca-diếp* ra đời đã thọ Tam quy y, nên đến nay được gặp ta, nghe pháp mà đắc đạo."

Phật thuyết nhân duyên cậu bé Nguyệt Quang sinh lên cõi trời rồi, trong chúng hội có người đắc quả *Tu-đà-hoàn*, cho đến có người phát tâm cầu quả *Vô thượng Bồ-đề*.

Các vị tỳ-kheo nghe Phật thuyết nhân duyên này xong thảy đều vui mừng tin nhận.

53.
HÁI HOA CÚNG PHẬT

Lúc ấy, đức Phật đang ở thành *Xá-vệ*, trong vườn Kỳ thọ Cấp Cô Độc. Trong thành, các vị trưởng giả hào phú tụ tập nhau cùng đi lên chỗ nguồn suối nước, tổ chức đàn ca, hát xướng, vui chơi cùng nhau trong một lễ hội gọi là "Lễ hoa *Sa-la*".

Khi ấy, trong hội đồng cử ra một người vào rừng hái hoa sa-la về để kết thành những tràng hoa đẹp. Người này đi hái hoa xong, trên đường về mang hoa đến chỗ lễ hội thì gặp Phật đang đi khất thực. Ông này nhìn thấy Phật dung mạo từ hòa, dáng đi thanh thản, lại có đủ các tướng tốt, các vẻ đẹp, oai nghi rực rỡ với hào quang chiếu sáng quanh thân, trong lòng liền sinh ra sự tin phục, kính ngưỡng vô hạn. Ông liền quỳ xuống, chí thành lễ bái đức Thế Tôn, rồi mang hết những hoa sa-la tươi đẹp vừa mới hái về đó cúng dường lên Phật.

Sau đó, ông trở lại vào rừng để hái số hoa sa-la khác mà mang về cho lễ hội. Khi ông leo lên cây, rủi bị cành cây gãy, té rơi xuống đất, liền mạng chung sinh về cõi trời *Đao-lợi*. Ở nơi đó, nhờ phước báu dâng hoa cúng dường Phật, nên cung điện của người trang nghiêm sạch đẹp, kết toàn bằng hoa sa-la tỏa hương thơm ngát.

Vua cõi trời là *Đế-thích* thấy sự lạ lùng như vậy, liền đến hỏi rằng: "Ông từ chốn nào, tạo phước nghiệp gì mà được thác sinh về đây?"

Người ấy đáp rằng: "Tôi ở chốn *Diêm-phù-đề* hái hoa *sa-la*, gặp Phật liền dùng hoa ấy mà cúng dường. Nhờ công đức ấy được thác sinh về đây."

Đế-thích thấy vị thiên tử mới thác sinh này dung nhan kỳ tuyệt, chư thiên chẳng ai bằng, liền đọc kệ tán thán rằng:

> *Thân như sắc vàng ròng,*
> *Chói sáng cực tươi đẹp.*
> *Dung mạo rất đoan chánh,*
> *Chư thiên chẳng ai bằng.*

Vị thiên tử ấy liền đọc kệ đáp rằng:

> *Tôi nhờ ân đức Phật,*
> *Dâng cúng hoa sa-la.*
> *Nhờ thiện duyên như thế,*
> *Nay hưởng quả như thế.*

Đọc kệ như thế rồi, liền cùng với *Đế-thích* hiện đến nơi chỗ Phật, lễ bái cúng dường rồi ngồi sang một bên. Phật liền vì mọi người mà thuyết pháp, nghe pháp rồi tâm ý khai mở, bao nhiêu tà kiến, ác nghiệp liền được phá trừ, vị thiên tử ấy được đắc quả *Tu-đà-hoàn,* liền đọc kệ tán thán Phật rằng:

Đức đại thánh Thế Tôn,
Tối thượng chẳng ai bằng.
Thầy dạy cùng cha mẹ,
Chẳng bằng công đức Phật.

Làm khô nước bốn bể,[1]
Vượt qua núi trắng xương.[2]
Đóng cửa ba nẻo ác,
Khai mở ba cửa lành.

Vị thiên tử ấy đọc kệ tán thán Phật rồi, liền lễ bái rồi quay về cõi trời.

Sáng sớm hôm sau, chư *tỳ-kheo* thưa hỏi Phật rằng: "Bạch Thế Tôn! Đêm qua có hào quang chiếu sáng tinh xá Kỳ Hoàn, chẳng hay đó là các vị Thích phạm, Chuyển luân thánh vương, hay hai mươi tám bộ quỷ thần đến nghe pháp?"

Phật nói: "Chẳng phải Thích phạm, thiên thần, tứ thiên vương đến nghe pháp. Ấy là người hái hoa sa-la cúng dường ta hôm trước, nay đã được sinh lên cõi trời nên lại đến cúng dường ta. Do đó mà có ánh hào quang ấy."

Các vị tỳ-kheo nghe Phật thuyết nhân duyên này xong thảy đều vui mừng tin nhận.

---

[1] Ý ca ngợi rằng Phật có thể làm được những việc rất khó làm.
[2] Vòng luân hồi từ vô thủy đến nay đã qua vô số kiếp, nên mỗi chúng sanh đều trải qua nhiều tiền thân đến nỗi, nếu gom hết xương cốt của mình trong nhiều đời lại sẽ thành một núi xương cao ngất. Câu này ý ca ngợi rằng Phật đã vượt ra khỏi vòng sinh tử, chẳng còn phải thọ thân vì nghiệp lực.

54.
LIỄU MÌNH QUÉT THÁP PHẬT

Lúc ấy, Phật ở gần thành *Vương Xá*, trong tinh xá Trúc Lâm. Vua *Tần-bà-sa-la* rất ngưỡng mộ Phật pháp, mỗi ngày ba lần cùng với các quan thuộc đến lễ bái Phật.

Về sau, vua mỗi ngày một già yếu, thân thể nhọc mệt chẳng thể đến lễ bái Phật hằng ngày được. Các quan đại thần liền tâu vua rằng: "Đại vương nên cầu xin một ít tóc và móng tay của Phật, mang về trong cung lập tháp thờ phụng để ngày ngày chiêm ngưỡng, lễ bái được gần gũi hơn."

Vua nghe theo, liền đến lễ Phật xin được thỉnh tóc và móng tay. Phật liền ban cho. Vua mang về lập tháp trong nội cung, hương đèn, hoa quả mỗi ngày ba lần dâng cúng, chí thành lễ bái.

Thời gian sau, thái tử *A-xà-thế* nghe lời xúi giục của *Đề-bà-đạt-đa*, giết vua mà lên ngôi, lại truyền khắp trong cung không ai được đến tháp ấy mà lễ bái, cúng dường hương đèn hoa quả gì nữa cả. Ai trái lệnh xem như phạm tội chết.

Đến ngày rằm tháng bảy là ngày chư tăng tự tứ,[1] có một cung nữ tên là Công Đức Ý, tự suy nghĩ rằng: "Đại vương ngày trước tạo lập tháp này để ngày ngày lễ bái. Nay đã lâu chẳng ai quét dọn, hương đèn, thành ra dơ nhớp, u ám. Ta nay nên liều bỏ thân này mà quét dọn, đốt hương đèn, dâng hoa cúng dường."

Nghĩ vậy rồi liền vào tháp quét dọn sạch bụi bặm, đốt hương đèn lên sáng rực, lại dâng các thứ hương hoa cúng dường. Vua *A-xà-thế* khi ấy đang ở trên lầu cao, nhìn xa thấy

---

[1] Phật chế lệ an cư hàng năm của chư tăng, đến ngày rằm tháng bảy thì mãn, chư tăng tập trung để cùng nhau kiểm lại kết quả tu tập của mình, ấy là ngày tự tứ.

trong tháp hương đèn sáng rực, liền sai người đến xem ai là người cả gan dám chống lệnh vua. Người đi xem về thưa lại rằng đó là người cung nữ tên Công Đức Ý. Vua truyền dẫn đến để xét hỏi nguyên do.

Khi ấy, cung nữ Công Đức Ý đối trước mặt vua mà nói rằng: "Tháp ấy do đại vương ngày xưa tạo dựng, làm chỗ để quy ngưỡng, cúng dường. Nay gặp ngày lành nên tôi quét dọn sạch sẽ và đốt hương đèn cúng dường."

Vua *A-xà-thế* nghe lời ấy, liền hỏi rằng: "Ông có nghe lệnh cấm của ta chăng?" Công Đức Ý đáp: "Tôi có nghe. Nhưng đại vương ngày nay mới trị nước, chẳng hơn được tiên vương."

A-xà-thế nghe vậy cực kỳ giận dữ, liền rút gươm mà tự tay chém chết Công Đức Ý. Nhờ công đức xả thân cúng dường tháp Phật, người liền được sinh lên cõi trời *Đao-lợi*, có hào quang quanh thân chiếu sáng hơn một do-tuần.[1]

Khi ấy, vua trời *Đế-thích* và chư thiên đều tụ họp lại để chiêm ngưỡng hào quang của vị thiên tử mới này, đều hỏi rằng: "Người tạo pháp lành gì được sinh về đây? Nhờ đâu mà có hào quang nơi thân thể sáng rực hơn hẳn chư thiên cõi này?"

Vị thiên tử ấy liền đọc kệ đáp rằng:

Đức Như Lai ra đời,
Như mặt trời soi sáng.
Chiếu rọi nơi u tối,
Làm cho đều sáng rỡ.

Gặp Phật sinh hoan hỷ,
Tâm xấu ác tự trừ,

---

[1] Đơn vị đo chiều dài ngày xưa ở Ấn Độ, tiếng Phạn là yojana. Các sách cũ ghi không thống nhất, có sách ghi là 40 dặm, có sách nói 30 dặm, lại có sách nói chỉ có 16 dặm. Sự sai lệch này có thể là vì tính trừu tượng khi thiết lập đơn vị, bởi một do-tuần được quy ước là 8 câu-lư-xá, mà một câu-lư-xá là đoạn đường dài mà người ta có thể nghe được tiếng con trâu lớn rống. Cách quy ước như vậy nên không thể thống nhất với nhau cũng là dễ hiểu.

Lành thay, đấng vô thượng,
Ruộng phước[1] cho muôn loài.

Lòng thành tu phước đức,
Chẳng tiếc giữ thân mạng.
Dù bị giết nơi ấy,
Được sinh cõi trời này.

Vị thiên tử đọc kệ rồi, liền cùng với *Đế-thích* và chư thiên hiện đến cúng dường Phật, đủ các thứ hương hoa, trân bảo nơi cõi trời. Khi ấy, hào quang chư thiên chiếu sáng rực rỡ tinh xá Kỳ Hoàn. Các vị lễ Phật rồi đều yên lặng ngồi sang một bên.

Phật vì chư thiên thuyết pháp Tứ diệu đế. Vị thiên tử ấy nghe pháp rồi tâm ý liền được khai mở, đắc quả *Tu-đà-hoàn*, tự khởi lên ý niệm này: "Ta nhớ lại từ muôn kiếp đến nay, những thân mạng đã trải qua, nếu tích tụ lại thì xương trắng chất cao hơn núi, nước mắt khổ đau nhiều hơn biển lớn, chết đi sống lại chẳng biết đã bao lần. Nay thật là đã được thoát ly vòng sinh tử ấy."

Nghĩ như vậy rồi, liền chí thành lễ Phật mà quay về cõi trời.

Sáng hôm sau, chư *tỳ-kheo* thưa hỏi Phật rằng: "Bạch Thế Tôn! Đêm qua hào quang rực rỡ chiếu sáng khác thường nơi tinh xá này, chẳng hay đó là các vị Thích phạm, tứ thiên vương, hay hai mươi tám bộ quỷ thần đến đây nghe pháp?"

Phật nói: "Chẳng phải Thích phạm, thiên thần, tứ thiên vương đến nghe pháp. Ấy là người cung nữ của vua *Tần-bà-sa-la*, liều mình quét tháp Phật, bị vua hại chết liền sinh lên cõi trời *Đao-lợi*, nay đến cúng dường ta. Do đó mà có ánh hào quang ấy."

Phật thuyết nhân duyên được sinh lên cõi trời của người

---

[1] Ruộng phước, vẫn thường được dùng từ Hán Việt là "phước điền", nghĩa là nơi để người ta gieo cấy nhân lành vào đó, có thể nảy nở mà sinh phước đức.

cung nữ Công Đức Ý, chư *tỳ-kheo* trong chúng hội có người đắc quả *Tu-đà-hoàn*, có người đắc quả *Tư-đà-hàm*, có người đắc quả *A-na-hàm*, có người đắc quả *A-la-hán*, lại có nhiều người phát tâm cầu quả Phật *Bích-chi*, cũng có người phát tâm cầu quả *Vô thượng Bồ-đề*.

Các vị tỳ-kheo nghe Phật thuyết nhân duyên này xong thảy đều vui mừng tin nhận.

55.
CÔ GÁI NGHÈO CÚNG PHẬT

Lúc ấy, đức Phật đang ở gần *thành Xá-vệ*, trong vườn Kỳ thọ Cấp Cô Độc. Trong thành có ông trưởng giả tên là *Tu-đạt*.[1] Lòng ông chân thành mộ đạo, đã cúng dường, bố thí tài vật rất nhiều. Ông tự suy nghĩ rằng: "Như ta đây giàu có vô cùng, nên cho dù cúng Phật cả khu tinh xá Kỳ Hoàn, cho đến trăm ngàn lượng vàng, cũng chẳng lấy gì làm khó. Nếu ta có thể khuyên những nghèo khổ, bần cùng mà dành dụm chút ít tiền của dùng vào việc bố thí, cúng dường, điều đó mới thật là rất khó. Nhưng nếu làm được, ắt sẽ được công đức rất lớn."

Nghĩ như vậy rồi, liền đem ý nghĩ ấy mà tâu với vua *Ba-tư-nặc*. Vua cũng tán thành, liền sai người đi khắp trong thành đánh trống[2] rao rằng: "Trong bảy ngày nữa, trưởng giả *Tu-đạt* sẽ cưỡi con voi trắng lớn mà đi quyên góp tiền của bố thí ở khắp nơi trong thành, khuyến khích những người nghèo cố gắng tu hạnh bố thí, cho dù tài vật ít đến đâu cũng đều có thể mang ra bố thí, sẽ được phước đức vô cùng."

---

[1] Cũng đọc là Tu-đạt-đa, chính là ông Cấp Cô Độc, người đã xây dựng và cúng dường tinh xá Kỳ Hoàn cho Phật và chư tăng.

[2] Người sứ giả của vua mang theo một cái trống, đánh lên mấy hồi để nhân dân chú ý đến, rồi mới đọc lời thông báo hay chỉ lệnh của vua. Đây là một cách thông tin vào thời ấy.

Nhân dân trong thành khi ấy vui mừng nghe theo lời khuyến hóa của trưởng giả *Tu-đạt*, chen nhau mà góp tài vật để làm việc bố thí. Có người góp y phục, vải vóc, có người góp vàng bạc, châu báu, cho đến các thứ đồ trang sức hay vật thực. Ai nấy đều tùy theo gia cảnh của mình mà vui vẻ góp phần bố thí.

Bấy giờ, trong thành có một cô gái rất nghèo, làm thuê trong ba tháng mới dành dụm mua được một tấm vải, định may áo mặc vì áo cũ đã rách nát cả rồi.

Cô gái nghèo thấy trưởng giả *Tu-đạt* đi quyên góp tiền của trong dân chúng, liền hỏi người chung quanh rằng: "Ông trưởng giả ấy giàu có chẳng ai bằng, sao nay lại đói thiếu đến nỗi phải đi xin của người khác?"

Mọi người bảo cô rằng: "Ông ấy thật chẳng phải đói khổ, chỉ vì lòng thương muốn khuyến khích mọi người cùng làm việc bố thí tu phước, nên đi quyên góp tài vật ấy để thỉnh Phật và chư tăng mà cúng dường."

Khi ấy, cô gái nghèo nghe nói rồi thì trong lòng vui vẻ vô cùng, tự nghĩ rằng: "Ta đời trước chẳng biết bố thí tu phước, nên đến nay mới chịu cảnh nghèo khổ bần cùng như thế này. Nay nếu không biết lo tu phước, sợ rằng ngày sau còn khốn khổ hơn nữa."

Rồi cô lại nghĩ: "Phật pháp ra đời ở thế gian là khó gặp. Ta nay rất muốn thỉnh Phật với chư tăng mà cúng dường, nhưng chẳng có chút tài vật nào, làm sao làm được? Trên người ta giờ đây lại chỉ có một tấm vải định dùng che thân, nếu góp vào để bố thí thì thân thể phải lõa lồ. Bằng nếu không bố thí, sau này tất chẳng còn hy vọng gì nữa. Thân ta đã cùng khổ thế này, trước sau cũng đến một nước chết mà thôi, vậy nay nên xả bỏ mà bố thí."

Nghĩ rồi, cô liền lấy tấm vải ra, ngồi bên song cửa sổ, đợi ông *Tu-đạt* cưỡi voi đi ngang qua thì ném ra. Ông *Tu-đạt* nhận được tấm vải mà không biết ai gửi cúng, liền sai người vào nhà ấy mà hỏi, gặp cô gái nghèo ngồi trong cửa sổ, không một mảnh vải che thân, liền báo lại với ông *Tu-đạt*. Ông lên tiếng khen rằng: "Thật lành thay! Đáng khen lắm thay!" Liền cởi ngay mấy tấm áo quý đang mặc trên người cùng những đồ phục sức quý giá, sai người mang cho cô gái ấy. Cô nhận được rồi liền vui mừng nói rằng: "Ta nay phát tâm bố thí, liền được quả báo hiện tiền, huống chi là trong đời vị lai."

Qua nhiều ngày sau, cô gái nghèo ấy mạng chung, sinh lên cõi trời *Đao-lợi*. Vị thiên tử mới sinh này tự suy nghĩ rằng: "Không biết trước đây ta tạo phước đức gì mà được sinh lên cõi trời này?" Liền tự quán sát, nhớ lại tiền thân là cô gái nghèo hèn cùng khổ, nhờ bố thí cúng dường một tấm vải mà được phước sinh lên cõi trời, liền hiện xuống thành *Vương Xá*, muốn báo ơn Phật và ông trưởng giả *Tu-đạt*.

Khi ấy, vị thiên tử này hiện thân trang nghiêm đẹp đẽ, mang theo những hương hoa, trân bảo từ cõi trời, đến cúng dường Phật và trưởng giả *Tu-đạt*. Lễ bái cúng dường xong, liền ngồi sang một bên nghe pháp. Phật thuyết pháp Tứ diệu đế cho nghe rồi, tâm ý liền khai mở, đắc quả *Tu-đà-hoàn*, liền lễ Phật rồi quay về cõi trời.

Sáng hôm sau, chư *tỳ-kheo* thưa hỏi Phật rằng: "Bạch Thế Tôn! Đêm qua có hào quang chiếu sáng ở chỗ Phật, chẳng hay đó là các vị Thích phạm, Chuyển luân thánh vương, hay hai mươi tám bộ quỷ thần đến nghe pháp?"

Phật nói: "Chẳng phải Thích phạm, thiên thần, tứ thiên vương đến nghe pháp. Ấy là cô gái nghèo nghe lời khuyên của ông *Tu-đạt* mà bố thí một tấm vải, nay được sinh lên cõi trời, lại đến cúng dường ta. Do đó mà có ánh hào quang ấy."

Các vị tỳ-kheo nghe Phật thuyết nhân duyên này xong thảy đều vui mừng tin nhận.

56.
CHIM KÉT THỈNH PHẬT

Lúc ấy, đức Phật đang ở gần *thành Xá-vệ*, trong vườn Kỳ thọ Cấp Cô Độc. Mùa an cư vừa mãn, Phật cùng chư *tỳ-kheo* ra khỏi thành đi giáo hóa ở những vùng xa xôi.

Bấy giờ, vua *Tần-bà-sa-la* cùng với quần thần đều mong mỏi được gặp lại Phật, mới cùng nhau ra bên ngoài thành mà vọng bái, khấn nguyện rằng: "Đức Như Lai Thế Tôn hiện nay chẳng biết ở đâu, xin ngài mở lòng từ bi thương xót, trở về đây nhận sự cúng dường của chúng con."

Phật biết được tâm nguyện khát ngưỡng của vua, liền cùng chư *tỳ-kheo* nhắm hướng nước *Ma-kiệt-đề*[1] mà quay về.

Trên đường, đến khu rừng kia có một bầy chim két rất đông, trong đó có một con được tôn là vua két. Vua két nhìn thấy Phật từ xa đi lại liền bay đến nghinh tiếp. Vua két thưa với Phật rằng: "Xin thỉnh đức Thế Tôn và chư *tỳ-kheo* tăng ghé lại khu rừng chỗ chúng con ở mà nghỉ lại một đêm." Phật liền nhận lời.

Vua két được Phật nhận lời, liền trở về khu rừng của mình, gọi cả bầy chim két cùng ra nghênh tiếp Phật và chư *tỳ-kheo* tăng. Phật và chư tăng vào rừng rồi, dọn chỗ dưới các gốc cây trong rừng mà ngồi thiền.

Vua két nhìn thấy Phật và chư tăng tọa thiền dưới gốc cây, trong lòng vô cùng vui mừng hoan hỷ, nên suốt đêm không ngủ, bay quanh trên trời canh chừng các loại chim chóc, cầm thú, cho đến chó sói, cọp beo, sư tử... chẳng để cho quấy nhiễu Phật và chư *tỳ-kheo*.

---

[1] Thành Vương Xá thuộc nước Ma-kiệt-đề, là vương quốc của vua Tần-bà-sa-la.

Đến rạng sáng, Phật và chư tăng ra đi, vua két liền bay trước dẫn đường, thẳng đến thành *Vương Xá* mà báo trước với vua *Tần-bà-sa-la*: "Đức Thế Tôn và chư *tỳ-kheo* đang trên đường về tới, đại vương cùng quần thần nên chuẩn bị các thứ phẩm vật cúng dường và cho người đi nghinh tiếp."

Vua *Tần-bà-sa-la* nghe tin vui mừng khôn xiết, liền cùng quần thần kéo ra ngoài thành một quãng xa để nghinh tiếp.

Đêm hôm đó, vua két mạng chung, sinh lên cõi trời *Đao-lợi*. Vừa sinh ra đã cao lớn như đứa bé tám tuổi, liền tự suy nghĩ rằng: "Không biết ta đã tạo phước lành gì mà nay được sinh lên cõi trời này." Rồi tự quán sát, nhớ lại thân trước là vua két, do công đức thỉnh Phật và chư tăng nghỉ lại trong rừng một đêm nên được sinh lên cõi trời. Biết như vậy rồi, liền muốn hiện đến cúng dường báo ân Phật.

Vị thiên tử ấy liền tự hiện thân trang nghiêm đẹp đẽ, mang theo những hoa hương, trân bảo cõi trời, hiện đến chỗ Phật mà lễ bái, cúng dường. Phật thuyết pháp cho nghe rồi, thiên tử ấy được đắc quả *Tu-đà-hoàn*, liền chí thành lễ Phật rồi quay về cõi trời.

Sáng hôm sau, chư *tỳ-kheo* thưa hỏi Phật rằng: "Bạch Thế Tôn! Đêm qua có hào quang chiếu sáng ở chỗ Phật, chẳng hay đó là các vị Thích phạm, Chuyển luân thánh vương, hay hai mươi tám bộ quỷ thần đến nghe pháp?"

Phật nói: "Chẳng phải Thích phạm, thiên thần, tứ thiên vương đến nghe pháp. Ấy là vua của loài chim két, nhờ công đức thỉnh ta với chư tăng nghỉ lại một đêm nên mạng chung được sinh lên cõi trời *Đao-lợi*, nay hiện đến đây lễ bái cúng dường ta. Do đó mà có ánh hào quang ấy."

Các vị tỳ-kheo lại thưa hỏi rằng: "Bạch Thế Tôn! Vị thiên tử ấy trước đã tạo nghiệp gì phải sinh làm thân chim két, lại nhờ phước lành gì mà nay nghe pháp được đắc quả?"

Phật bảo chư *tỳ-kheo*: "Các ông hãy chú tâm lắng nghe,

ta sẽ vì các ông mà phân biệt giảng nói. Vào giữa Hiền kiếp này, xứ *Ba-la-nại* có một vị Phật ra đời hiệu là *Ca-diếp*. Trong pháp hội của ngài có một vị trưởng giả thọ trì năm giới.[1] Người ấy có lần phạm vào một giới, nên về sau phải sinh làm thân chim két. Nhờ bốn giới kia được trọn vẹn, nên lại được gặp Phật, nghe pháp chứng quả."

Phật bảo chư *tỳ-kheo*: "Người cư sĩ trưởng giả ngày ấy, chính là thân vua két, nay được sinh lên cõi trời đó."

Các vị tỳ-kheo nghe Phật thuyết nhân duyên này xong thảy đều vui mừng tin nhận.

57.
SỨ GIẢ THỈNH PHẬT

Lúc ấy, Phật ở gần thành *Vương Xá*, trong tinh xá Trúc Lâm. Mùa an cư vừa mãn, Phật cùng chư *tỳ-kheo* ra khỏi thành đi giáo hóa ở những vùng xa xôi.

Bấy giờ, ông trưởng giả *Tu-đạt* tâu lên vua *Ba-tư-nặc* rằng: "Chúng ta đã lâu không được gặp Phật. Xin đại vương cho sứ giả sang thành *Vương Xá* thỉnh Phật về đây để chúng ta cùng lễ bái cúng dường."

Vua *Ba-tư-nặc* nghe lời tâu hợp ý, liền sai sứ giả sang thành *Vương Xá* vấn an Phật, bày tỏ lòng vua với bá tánh đều mong nhớ, nguyện được thấy Phật trở lại thành *Xá-vệ* mà lễ bái cúng dường.

Sứ giả đến nơi trình tâm nguyện của vua *Ba-tư-nặc* lên đức Phật, Phật liền nhận lời.

Sứ giả quay về tâu lên vua *Ba-tư-nặc* là đức Phật đã

---

[1] Năm giới của người cư sĩ tại gia là: Không sát sinh, không trộm cắp, không tà dâm, không nói dối và không uống rượu.

nhận lời. Vua rất vui mừng, liền truyền đưa xe theo sứ giả ấy sang thành *Vương Xá* mà đón Phật. Sứ giả đến nơi thưa thỉnh rằng: "Đại vương lòng thành truyền cho xe đến đón, xin đức Thế Tôn từ bi thương xót, cho sứ giả này được dùng xe đưa ngài về thành *Xá-vệ*."

Phật nói rằng: "Ta có đủ sáu phép thần thông,[1] bảy phép giác chi,[2] tám phần thánh đạo,[3] năm loại xe pháp.[4] Thần lực như vậy sao phải dùng đến xe vua?"

Vị sứ giả ấy ba lần cầu thỉnh, xin Phật lên xe để mình đưa đi, không cần dùng đến các phép thần túc.

Khi ấy, Phật cảm lòng thành của sứ giả, liền chấp nhận lên xe để người đưa đi. Khi lên xe rồi, Phật dùng thần thông

---

[1] Sáu phép thần thông tự tại của một vị Phật là:
1. Thần cảnh thông (神境通), cũng còn gọi là Thân thông (身通), Thân như ý thông (身如意通), Thần túc thông (神足通).
2. Thiên nhãn thông (天眼通): có thể nhìn thấy toàn bộ tiến trình lưu chuyển của chúng sinh qua 6 cõi luân hồi.
3. Thiên nhĩ thông (天耳通): có thể nghe được toàn thể những tiếng khổ vui mà chúng sinh trải qua trong 6 cõi luân hồi.
4. Tha tâm thông (他心通): năng lực nhận biết tâm niệm của tất cả chúng sinh trong 6 cõi luân hồi.
5. Túc mệnh thông (宿命通): còn gọi là Túc trú thông (宿住通): năng lực nhận biết mọi sự việc xảy ra trong vô lượng kiếp trước mà chúng sinh đã trải qua, cũng như biết được toàn bộ thọ mệnh của chúng sinh trong trong 6 cõi luân hồi.
6. Lậu tận thông (漏盡通): năng lực chuyển hoá toàn bộ phiền não trong ba cõi, thế nên không còn là đối tượng của sinh diệt trong ba cõi nữa.

[2] Bảy giác chi, còn gọi là bảy phần giác. Đó là: 1.Trạch pháp (擇法) 2. Tinh tấn (精進) 3. Hỷ (喜) 4. Khinh an (輕安) 5. Niệm (念) 6. Định (定) 7. Xả (捨).

[3] Hay còn gọi là Bát chánh đạo. Đó là: Chánh kiến, chánh tư duy, chánh ngữ, chánh nghiệp, chánh mạng, chánh tinh tấn, chánh niệm, chánh định.

[4] Ngũ diễn hay ngũ thừa, là năm pháp giáo hóa của Phật, được ví như năm loại xe đưa người đến giải thoát. Đó là: 1. Nhân thừa: thọ giữ năm giới cấm, được sinh làm thân người. 2. Thiên thừa: làm mười điều lành, được sinh lên cõi trời. 3. Thanh văn thừa: học và hành pháp Tứ diệu đế, chứng đắc bốn thánh quả, từ Tu-đà-hoàn cho đến A-la-hán. 4. Duyên giác thừa: học và hành pháp Thập nhị nhân duyên, chứng đắc quả Bích-chi Phật. 5. Bồ Tát thừa: học và hành sáu pháp Ba-la-mật, chứng đắc quả Phật.

khiến cho cả người và xe đều vượt lên hư không mà đi, trong phút chốc đến thành *Xá-vệ*, chỗ vua *Ba-tư-nặc* đang vọng thỉnh.

Trong đêm hôm đó, vị sứ giả thỉnh Phật ấy mạng chung, sinh lên cõi trời *Đao-lợi*, tự suy nghĩ rằng: "Không biết trước đây ta tạo phước đức gì được sinh lên cõi trời này?" Liền tự quán sát, nhớ lại tiền thân là sứ giả của vua *Ba-tư-nặc*, nhờ hết lòng thỉnh Phật mà được phước sinh lên cõi trời, liền hiện xuống thành *Xá-vệ* muốn báo ơn Phật.

Khi ấy, vị thiên tử này hiện thân trang nghiêm đẹp đẽ, mang theo những hương hoa, trân bảo từ cõi trời, đến lễ bái cúng dường Phật. Lễ bái cúng dường xong, liền ngồi sang một bên nghe pháp. Phật thuyết pháp Tứ diệu đế cho nghe rồi, tâm ý liền khai mở, đắc quả *Tu-đà-hoàn*, liền lễ Phật rồi quay về cõi trời.

Sáng hôm sau, chư *tỳ-kheo* thưa hỏi Phật rằng: "Bạch Thế Tôn! Đêm qua có hào quang chiếu sáng ở nơi tinh xá, chẳng hay đó là các vị Thích phạm, tứ thiên vương, hay hai mươi tám bộ quỷ thần đến nghe pháp?"

Phật nói: "Chẳng phải Thích phạm, thiên thần, tứ thiên vương đến nghe pháp. Ấy là vị sứ giả của vua *Ba-tư-nặc* hôm trước mang xe đến thỉnh ta. Nhờ thiện tâm ấy, nay được sinh lên cõi trời, nên đến cúng dường ta. Do đó mà có ánh hào quang ấy."

Các vị tỳ-kheo nghe Phật thuyết nhân duyên này xong thảy đều vui mừng tin nhận.

58
PHẬT ĐỘ TRÂU NƯỚC HUNG DỮ

Lúc ấy, Phật cùng với chư *tỳ-kheo* đi giáo hóa, ngang qua nước *Kiều-tát-la*, đến một vùng đầm lầy. Ở đó có một bầy 500 con trâu, trong đó có một con cực kỳ hung dữ, lại có 500 người chăn trâu.

Khi thấy Phật từ xa đi lại, những người chăn trâu liền la lớn lên rằng: "Xin đức Thế Tôn đừng qua lối này. Trong bầy trâu ấy có một con cực kỳ hung dữ, thường hại mạng người, không thể đi qua được!"

Phật bảo những người chăn trâu rằng: "Các ông chớ lo lắng. Con trâu dữ ấy nếu muốn làm hại, ta có thể tự lo liệu được."

Liền đó, trâu dữ từ xa phóng tới, đuôi cong lên trời, hai sừng cúi xuống, nhắm ngay mình Phật mà lao đến. Khi ấy, Phật liền đưa năm ngón tay ra, hóa hiện năm con sư tử oai vệ hầu quanh Phật, lại bốn phía hiện ra những hầm lửa lớn, lửa cháy dậy trời. Con trâu dữ kinh hoàng khiếp sợ, quay vòng không còn biết đường nào trốn chạy nữa.

Bỗng nó thấy ngay trước mặt Phật có một chỗ trống có thể đến tránh né được, vội chạy đến đó, liền thấy thân thể mát mẻ, yên ổn, không còn lo sợ hoảng hốt nữa. Trâu vui mừng quỳ xuống, thè lưỡi liếm trên bàn chân Phật. Rồi lại ngẩng đầu lên mà nhìn Phật, trong lòng vui mừng không kể xiết.

Phật biết trâu dữ đã được điều phục, liền đọc kệ cho trâu nghe rằng:

> *Tâm dữ, khởi ác ý,*
> *Muốn đến đây hại ta.*
> *Lòng thành, mong đắc thắng,*
> *Quay lại liếm chân ta.*

Khi con trâu dữ ấy nghe Phật đọc kệ rồi, trong lòng sinh ra xấu hổ, bỗng nhiên tâm địa trở nên sáng suốt, nghiệp chướng trừ diệt, chợt nhớ lại kiếp trước khi làm thân người đã tạo rất nhiều ác nghiệp. Nhớ lại như vậy rồi trong lòng buồn bã, hối hận và xấu hổ, liền bỏ ăn suốt mấy ngày liền.

Trâu nhịn đói mà chết, ác nghiệp đã dứt, nhờ phước lành gặp Phật nên liền được sinh lên cõi trời *Đao-lợi*. Vừa sinh ra đã cao lớn như đứa trẻ được tám tuổi, trong tâm tự suy nghĩ rằng: "Không biết trước đây ta tạo phước đức gì mà được sinh lên cõi trời này?" Liền tự quán sát, nhớ lại tiền thân là con trâu hung dữ, nhờ được Phật hóa độ cho mà được sinh lên cõi trời, liền hiện xuống chỗ Phật, mang theo những hương hoa, trân bảo từ cõi trời đến cúng dường Phật.

Lễ bái cúng dường xong, liền ngồi sang một bên nghe pháp. Phật thuyết pháp Tứ diệu đế cho nghe rồi, tâm ý liền khai mở, đắc quả *Tu-đà-hoàn*, liền lễ Phật rồi quay về cõi trời.

Sáng hôm sau, những người chăn trâu liền đến thưa hỏi Phật rằng: "Bạch Thế Tôn! Đêm qua có hào quang chiếu sáng ở chỗ Phật, chẳng hay đó là các vị Thích phạm, tứ thiên vương, hay hai mươi tám bộ quỷ thần đến nghe pháp?"

Phật nói: "Chẳng phải Thích phạm, thiên thần, tứ thiên vương đến nghe pháp. Ấy là con trâu dữ hôm trước, được ta độ thoát sinh lên cõi trời, nay đến cúng dường ta. Do đó mà có ánh hào quang ấy."

Bấy giờ, những người chăn trâu nói với nhau rằng: "Đến như con trâu hung dữ ấy mà gặp Phật rồi còn được sinh lên cõi trời, huống chi như chúng ta đây, đã được làm người lẽ nào không biết cố gắng mà tu thiện?"

Nói như vậy rồi, liền cùng nhau sắm sửa các món ăn thức uống, lễ vật, hương đèn, thỉnh Phật và chư *tỳ-kheo* đến cúng dường. Lễ cúng dường xong, nghe Phật thuyết pháp, tâm ý được khai mở, mỗi người đều có chỗ chứng đắc, liền cầu Phật xin được xuất gia nhập đạo.

Phật liền nói với những người chăn trâu ấy rằng: "Lành thay đó, *tỳ-kheo!*" Tức thì râu tóc đều tự nhiên rụng mất, áo *cà-sa* hiện nơi thân, thành những vị *sa-môn* oai nghi đầy đủ. Sau đó chuyên cần tu tập nên chẳng bao lâu đều được đắc quả *A-la-hán*, có đủ Ba minh, sáu phép thần thông, tám môn giải thoát, trong cõi trời người thảy đều kính ngưỡng.

Khi ấy, chư *tỳ-kheo* thấy việc như vậy liền thưa hỏi Phật rằng: "Bạch Thế Tôn! Con trâu và năm trăm người chăn trâu ấy đã tạo nghiệp lành dữ như thế nào mà nay thọ những quả báo sai khác nhau như vậy?"

Phật bảo chư *tỳ-kheo*: "Các ông muốn hiểu nhân duyên tác nghiệp của con trâu và những người chăn trâu ấy, hãy nghe bài kệ này:

Đã tạo nghiệp thiện, ác,
Trăm kiếp đều chẳng mất.
Đều do nghiệp, nhân duyên,
Nên chịu quả như thế.

Chư *tỳ-kheo* lại thưa hỏi rằng: "Chẳng biết nhân duyên đời quá khứ như thế nào, xin Như Lai từ bi giảng giải cho biết."

Phật bảo chư *tỳ-kheo*: "Các ông hãy chú tâm lắng nghe, ta sẽ vì các ông mà phân biệt giảng nói. Vào giữa Hiền kiếp này, xứ *Ba-la-nại* có vị Phật ra đời hiệu là *Ca-diếp*. Trong chúng hội của ngài có một vị *tỳ-kheo* tinh thông cả kinh, luật và luận. Vị *tỳ-kheo* này cùng với 500 người đệ tử đi hành hóa ở phương xa. Trong lúc luận đàm, nói pháp, có những đệ tử cật vấn *tỳ-kheo* ấy mấy chỗ không nói được. Vị ấy liền sinh tâm sân nhuế, dùng lời thô ác mà mắng rằng: 'Các ông chẳng có chút hiểu biết gì, lại theo mà vấn nạn ta, có khác nào con trâu dữ chỉ biết gặp người là húc?"

"Bấy giờ 500 vị đệ tử nghe lời ấy rồi đều giận dỗi, không thèm cãi lại, nhận là đúng vậy không sai. Nói rồi liền bỏ thầy *tỳ-kheo* ấy mà đi, chẳng theo học nữa.

"Do nhân duyên ấy, đã năm trăm kiếp rồi đều phải sinh làm thân trâu dữ, lại do nghiệp lực mà luôn cùng sinh ra một nơi với những người chăn trâu kia, cho đến ngày nay gặp ta mới được độ thoát."

Phật bảo chư *tỳ-kheo*: "Vị *tỳ-kheo* ác khẩu ngày ấy, chính là con trâu hung dữ nhất trong bầy. Năm trăm đệ tử, nay là năm trăm người chăn trâu đó."

Phật thuyết nhân duyên nghiệp báo của con trâu dữ và những người chăn trâu rồi, chư *tỳ-kheo* trong chúng hội đều tự biết phòng hộ ba nghiệp thân, miệng và ý, lánh sợ đường sinh tử, có người đắc quả *Tu-đà-hoàn*, có người đắc quả *Tư-đà-hàm*, có người đắc quả *A-na-hàm*, có người đắc quả *A-la-hán*, lại có nhiều người phát tâm cầu quả Phật *Bích-chi*, cũng có người phát tâm cầu quả *Vô thượng Bồ-đề*.

Các vị tỳ-kheo nghe Phật thuyết nhân duyên này xong thảy đều vui mừng tin nhận.

59.
ĐÔI BẠN ĐỒNG TU

Lúc ấy, đức Phật đang ở gần *thành Xá-vệ*, trong vườn Kỳ thọ Cấp Cô Độc. Vào khoảng đầu hôm, có năm trăm vị thiên tử hiện thân trang nghiêm đẹp đẽ, mang theo những hương hoa, trân bảo từ cõi trời, đến lễ bái cúng dường Phật. Lễ bái cúng dường xong, liền ngồi sang một bên nghe pháp. Phật thuyết pháp Tứ diệu đế cho nghe rồi, tâm ý liền khai mở, đắc quả *Tu-đà-hoàn*, liền lễ Phật rồi quay về cõi trời.

Sáng hôm sau, chư *tỳ-kheo* thưa hỏi Phật rằng: "Bạch Thế Tôn! Đêm qua có hào quang chiếu sáng ở nơi tinh xá, chẳng hay đó là các vị Thích phạm, tứ thiên vương, hay hai mươi tám bộ quỷ thần đến nghe pháp?"

Phật dạy: "Chẳng phải Thích phạm, thiên thần, tứ thiên vương đến nghe pháp. Ấy là năm trăm vị thiên tử từ cõi trời *Đao-lợi* hiện đến cúng dường ta. Các ông muốn biết nhân duyên nghiệp quả của những vị ấy, hãy chú tâm lắng nghe, ta sẽ vì các ông mà giảng giải.

"Về thuở quá khứ cách đây đã vô số kiếp, vào thời của đức Phật *Ca-diếp* tại thế, có hai người *bà-la-môn* sắp theo vua đến chỗ Phật mà lễ bái cúng dường. Trong thành có một cư sĩ đến khuyên hai người *bà-la-môn* ấy rằng: 'Nay các ông được theo vua đến gặp Phật, nhân đó nên thọ lấy phép *Bát quan trai*.'

"Hai người *bà-la-môn* hỏi: 'Thọ phép trai giới ấy có lợi ích gì?' Cư sĩ ấy đáp: 'Thọ phép trai giới ấy, tùy theo chỗ sở nguyện của mình, hết thảy đều được thành tựu.'

"Hai người *bà-la-môn* liền nghe lời cư sĩ ấy, khi đến lễ Phật cùng nhau thọ phép *Bát quan trai*. Một người cầu được sinh lên cõi trời, còn người kia cầu được làm vua ở cõi người. Sau khi thọ trai giới rồi, liền cùng nhau quay về chỗ tụ họp của những người *bà-la-môn*.

"Những người *bà-la-môn* khác bảo hai người rằng: 'Các ông đang đói khát, có thể đến đây cùng ăn uống.' Hai người đáp: 'Chúng tôi thọ trai giới của Phật, đã quá giờ thì không ăn.'[1]

---

[1] Điều giới luật này là: "Không ăn phi thời", nghĩa là chỉ ăn vào đúng giờ ngọ (buổi trưa).

"Những người kia nói: '*Bà-la-môn* chúng ta cũng tự có đủ phép tắc, quy luật, sao hai người lại đi thọ trai giới của mấy ông *sa-môn*?' Nói vậy rồi lại ân cần mời thỉnh nhiều lần, ép buộc hai người phải ăn uống với họ.

"Người *bà-la-môn* cầu sinh lên cõi trời, khi ấy không giữ được, liền ngồi xuống cùng ăn uống. Do không giữ trọn giới đã thọ nên không thành sở nguyện, mạng chung sinh vào loài rồng.

"Người *bà-la-môn* cầu được làm vua, kiên trì giữ giới, tuyệt không chịu ăn uống với họ. Nhờ vậy, được thành sở nguyện, đời sau được làm một vị quốc vương.

"Do hai người cùng thọ phép Bát quan trai với nhau, nên lại sinh ra cùng một chỗ với nhau. Người phải sinh vào loài rồng, khi ấy ở trong cái hồ lớn giữa vườn của nhà vua.

"Người giữ vườn mỗi ngày đều hái các loại hoa quả trong vườn dâng lên cho vua. Ngày kia, nơi cái ao lớn giữa vườn bỗng nảy sinh một thứ quả lạ, to lớn mà có mùi thơm ngon kỳ tuyệt.

"Người giữ vườn hái được quả ấy, tiếc không nỡ ăn, suy nghĩ rằng: 'Ta làm công việc này, ngày ngày ra vào đều phải qua chỗ quan Môn giám giữ cửa. Nay được quả thơm ngọt này, nên mang biếu ông ta.' Nghĩ rồi liền mang biếu quan Môn giám.

"Quan Môn giám nhận được, cũng không nỡ ăn, suy nghĩ rằng: 'Ta mỗi ngày ra vào đều qua chỗ quan Hoàng môn. Nay được quả lạ này, nên mang biếu ông ta.' Nghĩ vậy rồi, liền mang quả đi biếu.

"Quan Hoàng môn nhận được, cũng không nỡ ăn mất, suy nghĩ rằng: 'Hoàng hậu thường vì ta mà khéo nói với vua, khen ta có tài đức. Nhờ vậy mà ta mới được vua tin dùng.

Nay được quả lạ này, nên mang biếu hoàng hậu mới phải.' Nghĩ rồi liền mang đi biếu hoàng hậu.

"Hoàng hậu được quả ấy rồi, liền dâng lên cho vua. Vua được quả ấy liền bổ ra ăn, thấy hương vị ngon ngọt lạ thường xưa nay chưa từng được biết, mới hỏi hoàng hậu rằng: 'Do đâu mà hoàng hậu có được thứ quả ngon lạ này?' Hoàng hậu liền chỉ đến quan Hoàng môn. Vua truyền hỏi quan Hoàng môn, lại chỉ đến quan Môn giám. Vua truyền hỏi quan Môn giám, liền chỉ đến người giữ vườn.

"Vua liền gọi người giữ vườn đến, quở trách rằng: 'Trong vườn có thứ quả ngon lạ đến thế, tại sao không dâng lên ta mà mang cho người khác?' Nói rồi muốn bắt tội. Người giữ vườn hết lời phân trần, rằng trong vườn chẳng hề có thứ quả ấy, chỉ là tự nhiên hóa sinh một quả nơi hồ lớn mà thôi. Vua không nghe, truyền rằng: 'Tạm tha chết cho ông, nhưng từ nay về sau phải thường dâng loại quả ấy. Nhược bằng không có ắt phải tội chết.'

"Người giữ vườn trở về, vào trong vườn đến bên bờ hồ mà than khóc thảm thiết. Loại quả ấy chẳng trồng trong vườn này, nay biết tìm ở đâu mà có được? Nếu không có, ắt phải tội chết không tránh khỏi.

"Bấy giờ, long vương trong hồ lớn nghe tiếng than khóc liền hiện lên, hóa thân làm một người từ xa đi lại, hỏi rằng: 'Có việc chi mà người khóc lóc sầu thảm như vậy?'

"Người giữ vườn nói: 'Ngày hôm qua tôi được một quả cây ngon lạ nổi lên từ hồ này, mang cho quan giữ cửa. Ông này lại mang cho quan Hoàng môn, quan Hoàng môn dâng cho hoàng hậu, hoàng hậu lại dâng cho vua. Vua ăn quả ấy thấy ngon ngọt, bây giờ buộc tôi phải từ nay về sau phải thường dâng cho vua quả ấy, nếu không thì bắt tội chết. Nhưng quả ấy không trồng mà được, nay tôi biết tìm ở đâu ra? Vì vậy mà đến đây than khóc.'

"Hóa thân của long vương nghe vậy rồi, liền trở về thủy phủ dưới lòng hồ sâu, lấy loại quả ngon lạ ấy lên, đặt trong một cái khay bằng vàng, trao cho người giữ vườn và nói rằng: 'Nay ông mang quả này mà dâng cho vua, ta nhờ ông nói với vua điều này: Ta với vua vào thời Phật còn tại thế, vốn là bạn thân với nhau, cùng tu tập Bát quan trai giới. Vua giữ giới trọn vẹn, cầu làm vua thì nay được làm vua. Còn ta do không giữ giới trọn vẹn, nên sinh vào loài rồng. Vì vậy, ta muốn thọ phép Bát quan trai mà tu tập một lần nữa, cầu xả bỏ thân này. Ông hãy nói với vua tìm cho ta một bản kinh văn để ta theo đó tu tập. Nếu không giúp ta, ta sẽ biến cả nước của vua thành biển lớn.'

"Người làm vườn đến dâng quả cho vua, rồi trình bày lại những lời rồng nói. Vua nghe việc ấy rồi thì trong lòng lo lắng, không vui. Bởi vì thời ấy không có Phật ra đời, đến tên gọi còn chẳng ai biết đến, huống là tìm được kinh văn? Mà nếu không tìm được, cả nước phải nguy hại. Nghĩ như vậy rồi chẳng biết làm sao được.

"Bấy giờ, có một vị đại thần được vua kính trọng lắm. Vua sai triệu đến bảo rằng: 'Long thần nhờ ta tìm bản văn Bát quan trai. Nay khanh nên vì ta sớm tìm cho được bản văn ấy.' Đại thần đáp: 'Thời nay không có pháp Phật, làm sao tìm được kinh văn? Vua nói: 'Nếu không tìm được, phải bắt tội chết.'

"Đại thần nhận lệnh vua rồi, trong lòng lo âu, mặt mày biến sắc. Khi trở về nhà bồn chồn lo lắng không yên. Người cha của ông là một vị kỳ lão đã rất cao niên, nhìn thấy vậy thì đoán biết có chuyện nghiêm trọng, liền hỏi: 'Con có việc gì lo lắng lắm hay sao?' Đại thần thuật chuyện vua buộc phải tìm văn kinh Bát quan trai.

"Người cha liền nói: 'Cha thường nhìn thấy cây cột nhà ta có ánh hào quang tỏa ra. Nay con nên đập phá ra mà xem thử. Cha nghĩ là có vật lạ trong đó.'

"Đại thần nghe lời cha, đập cây cột nhà, liền thấy trong đó có hai quyển kinh. Một là văn kinh Thập nhị nhân duyên, hai là văn kinh Bát quan trai giới.

"Đại thần mang văn kinh Bát quan trai dâng lên vua. Vua mừng rỡ liền mang đưa cho long vương. Long vương được văn kinh rồi, vui mừng khôn xiết, liền mang rất nhiều báu vật quý giá ở chốn thủy cung mà tặng cho vua.

"Long vương trở về cùng với số rồng con, cộng cả thảy 500 con, đồng thọ phép Bát quan trai. Chuyên cần tu tập, không một mảy may sai sót, hủy phạm. Đến khi mạng chung, tất cả đều được sinh lên cảnh trời *Đao-lợi*."

Phật bảo chư *tỳ-kheo*: "Này các *tỳ-kheo*! Năm trăm vị thiên tử đêm qua đến cúng dường ta, chính là 500 con rồng ngày trước. Nhờ tinh cần tu tập Bát quan trai giới nên được phước báo sinh lên cõi trời."

Phật thuyết nhân duyên đôi bạn đồng tu Bát quan trai giới rồi, chư *tỳ-kheo* trong chúng hội có người đắc quả *Tu-đà-hoàn*, có người đắc quả *Tư-đà-hàm*, có người đắc quả *A-na-hàm,* có người đắc quả *A-la-hán*, lại có nhiều người phát tâm cầu quả Phật *Bích-chi*, cũng có người phát tâm cầu quả *Vô thượng Bồ-đề*.

Các vị *tỳ-kheo* nghe Phật thuyết nhân duyên này xong thảy đều vui mừng tin nhận.

60.
THIÊN NGA NGHE PHÁP

Lúc ấy, đức Phật đang ở trong nước *Ba-la-nại*, tại một vùng rừng núi đầm lầy, vì dân chúng nơi ấy mà thuyết pháp.

Bấy giờ, trên không có một bầy thiên nga 500 con, nghe âm thanh thuyết pháp của Phật sinh lòng hoan hỷ, kính mộ, liền hạ xuống bay đến gần để nghe cho rõ.

Có người bẫy chim đang giăng lưới gần đó, nhìn thấy bầy thiên nga bay xuống thấp thì giăng lưới ra mà chờ. Bầy thiên nga vô tình đáp xuống liền mắc lưới bị bắt trọn.

Năm trăm thiên nga ấy đều bị người bẫy chim mang bán cho người giết thịt. Sau khi mạng chung, nhờ duyên lành muốn nghe pháp Phật, tất cả đều được sinh lên cõi trời *Đao-lợi*. Vừa sinh ra, thảy đều cao lớn như đã được tám tuổi, lại có dung mạo đoan trang thù thắng, hào quang chiếu sáng quanh thân, đều có cung điện uy nghi như những quả núi lớn.

Khi ấy, năm trăm vị thiên tử đều tự hỏi rằng: "Không biết chúng ta tạo phước lành gì mà nay được sinh lên cõi trời này?" Nghĩ rồi đều tự quán sát, nhớ lại tiền thân là bầy chim thiên nga, nhờ nghe âm thanh Phật thuyết pháp sinh lòng kính mộ mà được phước sinh lên cõi trời. Các vị liền tự trang nghiêm thân mình, mang theo những hương hoa, trân bảo của cõi trời, cùng đến chỗ Phật mà lễ bái, cúng dường. Cúng dường xong, cùng thưa với Phật rằng: "Bạch Thế Tôn! Chúng con từ xa nghe âm thanh thuyết pháp của Phật sinh lòng kính mộ, nên bỏ thân súc sanh mà được sinh về cõi trời. Nay xin đức Thế Tôn từ bi thương xót mà giảng thuyết lại những chỗ pháp yếu ấy để chúng con được nghe rõ."

Phật liền vì chư thiên tử ấy mà giảng thuyết những chỗ pháp yếu. Sau khi nghe rồi, tâm ý được khai mở, tất cả đều được đắc quả *Tu-đà-hoàn*, liền vui mừng lễ Phật rồi quay về cõi trời.

Bấy giờ, ngài *A-nan* thưa hỏi Phật rằng: "Bạch Thế Tôn! Đêm qua có hào quang chiếu sáng nơi Phật ngự, đó là nhân duyên gì? Xin Phật từ bi giảng giải cho chúng con được biết."

Phật bảo A-nan: "Ông hãy chú tâm lắng nghe, ta sẽ vì ông mà phân biệt giảng nói. Nhân hôm trước khi ta đang thuyết pháp có bầy chim thiên nga 500 con, vì muốn nghe pháp mà hạ cánh xuống nên bị mắc bẫy mà mất mạng. Nhờ phước lành đó, được sinh lên cõi trời *Đao-lợi*. Nay đến cúng dường ta để báo ân."

Ngài *A-nan* nghe Phật thuyết nhân duyên của bầy chim thiên nga được sinh lên cõi trời, liền tán thán rằng: "Thật là chưa từng có! Đức Như Lai xuất hiện nơi cõi thế này mang lại lợi ích cho khắp cả quần sanh. Đến như loài chim thú nghe âm thanh của Phật còn được phước báo, huống chi chúng ta là người, nếu biết thành tín mà thọ trì tu tập giáo pháp, phước báo sẽ nhiều hơn gấp bội."

Bấy giờ, chư *tỳ-kheo* trong chúng hội nghe Phật thuyết nhân duyên này, có người đắc quả *Tu-đà-hoàn*, có người đắc quả *Tư-đà-hàm*, có người đắc quả *A-na-hàm*, có người đắc quả *A-la-hán*, lại có nhiều người phát tâm cầu quả Phật *Bích-chi*, cũng có người phát tâm cầu quả *Vô thượng Bồ-đề*.

Các vị tỳ-kheo nghe Phật thuyết nhân duyên này xong thảy đều vui mừng tin nhận.

PHẨM THỨ BẢY
CHƯ PHẬT RA ĐỜI

61.
THÂN HIỆN SẮC VÀNG

Lúc ấy, đức Phật đang ở thành *Ca-tỳ-la-vệ*,[1] dưới gốc cây *Ni-câu-đà*.[2] Trong thành có một trưởng giả vô cùng giàu có, chọn được người xứng đôi vừa lứa cũng thuộc gia đình hào tộc mà cưới làm vợ.

Không bao lâu người vợ có thai rồi sinh được một bé trai. Khi sinh ra thân thể chiếu hiện ánh sáng màu vàng, lại rất xinh đẹp, khôi ngô. Bấy giờ lại có ánh hào quang chiếu khắp thành nội, thảy đều một màu sáng như vàng ròng.

Vợ chồng ông trưởng giả rất vui mừng liền mời các vị thầy tướng đến xem cho đứa bé. Nhân hỏi về điềm lành khi đứa trẻ sinh ra, liền đặt tên cho trẻ là Kim Sắc.[3]

Qua nhiều năm, Kim Sắc dần dần lớn lên, tánh tình hiền hậu, hay thương người, lại rất có hiếu với cha mẹ. Nghe biết có Phật đang ở thành *Xá-vệ*, liền cùng đi với các vị thân hữu đến lễ bái cúng dường. Khi nhìn thấy đức Thế Tôn với ba mươi hai tướng tốt, tám mươi vẻ đẹp, hào quang chiếu sáng quanh thân, oai nghi rực rỡ thù thắng vô cùng, chàng Kim Sắc lấy làm vui mừng, hân hoan, liền lễ Phật rồi đứng sang một bên mà chiêm ngưỡng.

Khi ấy Phật thuyết pháp Tứ diệu đế cho mọi người nghe.

---

[1] Tiếng Phạn là Kapilavastu.
[2] Tiếng Phạn là Nyagrodha.
[3] Tiếng Phạn là **Suvarnābha**, nghĩa là chói sáng như vàng. Hán dịch là Kim sắc (金色), với nghĩa là màu của kim loại vàng ròng.

Chàng nghe rồi tâm ý được khai mở, đắc quả *Tu-đà-hoàn*. Khi về nhà liền thưa với cha mẹ xin xuất gia theo Phật.

Cha mẹ nghe vậy rồi, do lòng thương không muốn trái ý con, liền cùng đi đến chỗ Phật xin cho con xuất gia. Phật nói: "Lành thay đó, *tỳ-kheo!*" Tức thì, râu tóc tự nhiên rụng sạch, áo *cà-sa* hiện ra nơi thân, thành một vị *sa-môn* oai nghi đầy đủ. Chuyên cần tu tập, chẳng bao lâu đắc quả *A-la-hán*, đủ Ba minh, Sáu phép thần thông, Tám môn giải thoát, khắp cõi trời người ai cũng kính trọng, ngưỡng mộ.

Chư *tỳ-kheo* thấy việc như vậy, thưa hỏi Phật rằng: "Bạch Thế Tôn! Vị *tỳ-kheo* Kim Sắc này trước đã trồng những căn lành gì mà nay được sinh trong nhà hào tộc, có sắc vàng sáng hiện nơi thân, lại được gặp Phật mà xuất gia đắc đạo?"

Phật bảo chư *tỳ-kheo*: "Các ông hãy chú tâm lắng nghe, ta sẽ vì các ông mà phân biệt giảng nói.

"Về thuở quá khứ cách đây chín mươi mốt kiếp, xứ *Ba-la-nại* có vị Phật ra đời hiệu là *Tỳ-bà-thi*. Hóa duyên đã mãn, Phật liền nhập *Niết-bàn*.

"Bấy giờ có vị vua tên là *Bàn-đầu-mạt-đế*, thu gom *xá-lợi* Phật rồi dựng bốn tòa tháp quý đặt vào trong để cúng dường. Về sau, có người khách đi đường, thấy trong tháp có một chỗ hư hỏng nhẹ, liền bỏ công sửa chữa, tu bổ, lại dùng vàng bạc trang trí thêm vào. Nhờ công đức ấy, trải qua chín mươi mốt kiếp không đọa vào các nẻo ác, sinh ra trong cõi trời người thường được hưởng những điều khoái lạc, cho đến nay được gặp Phật, xuất gia đắc đạo."

Phật lại dạy rằng: "Người đi đường thuở ấy dùng vàng bạc cúng dường trang nghiêm trong tháp Phật, nay là *tỳ-kheo* Kim Sắc đó."

Các vị tỳ-kheo nghe Phật thuyết nhân duyên này xong thảy đều vui mừng tin nhận.

62.
MÙI THƠM NƠI THÂN

Lúc ấy, đức Phật đang ở thành *Ca-tỳ-la-vệ*, dưới gốc cây *Ni-câu-đà*. Trong thành có một trưởng giả vô cùng giàu có, lại chọn được người vợ thuộc dòng quý tộc.

Không bao lâu người vợ có thai, rồi sinh được một bé trai xinh đẹp, kháu khỉnh. Khi sinh ra, khắp các lỗ chân lông đều có mùi hương *chiên-đàn* tỏa ra thơm ngát. Trên khuôn mặt lại có mùi thơm của hoa *ưu-bát-la*.[1]

Cha mẹ và quyến thuộc thấy vậy đều vui mừng, liền mời các vị xem tướng giỏi đến xem cho đứa bé. Nhân thấy có điều đặc biệt khác người như vậy, nên đặt tên là Chiên Đàn Hương.

Khi đứa trẻ dần dần lớn lên, tánh tình hiền lành, nhân ái, ai gặp cũng đều yêu mến. Nhân có một lần đi chơi với chúng bạn, có đến chỗ cội cây *Ni-câu-đà* là chỗ Phật ngự. Nhìn thấy đức Thế Tôn với ba mươi hai tướng tốt, tám mươi vẻ đẹp, hào quang chiếu sáng quanh thân, oai nghi rực rỡ thù thắng vô cùng, Chiên Đàn Hương liền sinh lòng khát ngưỡng, hoan hỷ lễ Phật rồi đứng sang một bên.

Phật thuyết pháp Tứ diệu đế cho nghe. Chiên Đàn Hương nghe xong tâm ý khai mở, chứng được quả thánh *Tu-đà-hoàn*, liền quay về thưa với cha mẹ xin được xuất gia.

Cha mẹ yêu thương chẳng muốn trái ý, liền cùng dẫn đến chỗ Phật xin cho được xuất gia nhập đạo. Phật nói: "Lành

---

[1] Hoa ưu-bát-la, còn gọi là ô-bát-la, âu-bát-la hay ưu-bát-lạt, cũng gọi tắt là ưu-bát, tiếng Phạn là là utpala, là loài hoa sen màu xanh, nên Hán dịch là thanh liên hoa (青蓮華). Hoa này khác với hoa ưu-đàm-bát-la, hay đàm hoa, là loài hoa tương truyền đến 3.000 năm mới nở một lần, khi có Phật ra đời.

thay đó, *tỳ-kheo!*" Tức thì, râu tóc tự nhiên rụng sạch, áo cà-sa hiện ra nơi thân, thành một vị *sa-môn* oai nghi đầy đủ. Chuyên cần tu tập, chẳng bao lâu đắc quả *A-la-hán*, đủ Ba minh, Sáu phép thần thông, Tám môn giải thoát, khắp cõi trời người ai cũng kính trọng, ngưỡng mộ.

Chư *tỳ-kheo* thấy việc như vậy, thưa hỏi Phật rằng: "Bạch Thế Tôn! Vị *tỳ-kheo* Chiên Đàn Hương này trước đã trồng những căn lành gì mà sinh ra đã có mùi thơm nơi thân, lại được gặp Phật mà xuất gia đắc đạo?"

Phật bảo chư *tỳ-kheo*: "Các ông hãy chú tâm lắng nghe, ta sẽ vì các ông mà phân biệt giảng nói. Về thuở quá khứ cách đây chín mươi mốt kiếp, xứ *Ba-la-nại* có vị Phật ra đời hiệu là *Tỳ-bà-thi*. Hóa duyên đã mãn, Phật liền nhập *Niết-bàn*.

Bấy giờ có vị vua tên là *Bàn-đầu-mạt-đế*, thu gom *xá-lợi* Phật rồi dựng bốn tòa tháp quý đặt vào trong để cúng dường. Vua lại cùng với hết thảy quần thần, có các cung phi, tỳ nữ theo hầu, mang những hương hoa, phẩm vật quý giá vào trong tháp Phật mà lễ bái cúng dường.

Vì người ra vào quá đông, nên giẫm đạp nền tháp có chỗ hư hỏng nhẹ. Bấy giờ có ông trưởng giả đến lễ tháp Phật, thấy chỗ hỏng ấy liền bỏ công tu sửa ngay, lại dùng bột hương *chiên-đàn* rất quý giá mà bôi lên tháp để cúng dường. Nhờ công đức ấy, trải qua chín mươi mốt kiếp không đọa vào các nẻo ác, sinh ra trong cõi trời người thân thể đều thường có mùi thơm *chiên-đàn* tỏa ra, cho đến nay được gặp Phật, xuất gia đắc đạo."

Phật lại dạy rằng: "Người trưởng giả thuở ấy dùng bột *chiên-đàn* thơm cúng dường trong tháp Phật, nay là *tỳ-kheo* Chiên Đàn Hương đó."

Các vị tỳ-kheo nghe Phật thuyết nhân duyên này xong thảy đều vui mừng tin nhận.

63.
TỰ CÓ OAI ĐỨC

Lúc ấy, đức Phật đang ở thành *Ca-tỳ-la-vệ*, dưới gốc cây *Ni-câu-đà*. Trong thành có một trưởng giả vô cùng giàu có, chọn một người thuộc gia đình hào tộc mà cưới làm vợ.

Không bao lâu người vợ có thai, rồi sinh được một bé trai. Khi sinh ra thân thể xinh đẹp, khôi ngô kỳ vĩ, mọi người ai thấy cũng đều tự nhiên mến mộ, kính ngưỡng. Cha mẹ thấy vậy liền đặt tên cho là Oai Đức.

Qua nhiều năm, Oai Đức dần dần lớn lên, tánh tình hiền hòa. Lạ một điều là ai gặp chàng dù mới lần đầu cũng đều tin phục, kính ngưỡng.

Một hôm, Oai Đức cùng đi với các vị thân hữu đến lễ bái cúng dường Phật. Khi nhìn thấy đức Thế Tôn với ba mươi hai tướng tốt, tám mươi vẻ đẹp, hào quang chiếu sáng quanh thân, oai nghi rực rỡ thù thắng vô cùng, chàng Oai Đức lấy làm vui mừng, hân hoan, liền lễ Phật rồi đứng sang một bên mà chiêm ngưỡng.

Khi ấy Phật thuyết pháp Tứ diệu đế cho mọi người nghe. Chàng nghe rồi tâm ý được khai mở, đắc quả *Tu-đà-hoàn*. Khi về nhà liền thưa với cha mẹ xin xuất gia tu tập.

Cha mẹ nghe vậy rồi, do lòng thương không muốn trái ý con, liền cùng đi đến chỗ Phật xin cho con xuất gia. Phật nói: "Lành thay đó, *tỳ-kheo*!" Tức thì, râu tóc tự nhiên rụng sạch, áo *cà-sa* hiện ra nơi thân, thành một vị *sa-môn* oai nghi đầy đủ. Chuyên cần tu tập, chẳng bao lâu đắc quả *A-la-hán*, đủ Ba minh, Sáu phép thần thông, Tám môn giải thoát, khắp cõi trời người ai cũng kính trọng, ngưỡng mộ.

Chư *tỳ-kheo* thấy việc như vậy, thưa hỏi Phật rằng: "Bạch

Thế Tôn! Vị *tỳ-kheo* Oai Đức này trước đã trồng những căn lành gì mà nay sinh ra có hình tướng xinh đẹp, dung nhan tươi tỉnh, ai gặp cũng đều kính ngưỡng, lại được gặp Phật mà xuất gia đắc đạo?"

Phật bảo chư *tỳ-kheo*: "Các ông hãy chú tâm lắng nghe, ta sẽ vì các ông mà phân biệt giảng nói. Về thuở quá khứ cách đây chín mươi mốt kiếp, xứ *Ba-la-nại* có vị Phật ra đời hiệu là *Tỳ-bà-thi*. Hóa duyên đã mãn, Phật liền nhập *Niết-bàn*.

Bấy giờ có vị vua tên là *Bàn-đầu-mạt-đế*, thu gom *xá-lợi* Phật rồi dựng bốn tòa tháp quý cao đến một do-tuần, đặt vào bên trong để cúng dường. Về sau, có người khách đi đường vào lễ Phật, thấy hoa trên điện thờ đã héo, lại thêm bụi bặm bao phủ nhiều nơi, liền tự đi kiếm hoa tươi mà thay vào bình, rồi lại lau chùi bụi bặm, quét dọn sạch sẽ mọi nơi trong tháp. Nhờ công đức ấy, trải qua chín mươi mốt kiếp không đọa vào các chốn địa ngục, súc sanh, ngạ quỷ, sinh ra trong cõi trời người thường có hình dung xinh đẹp, lại luôn được mọi người tự nhiên kính ngưỡng, cho đến nay được gặp Phật, xuất gia đắc đạo."

Phật lại dạy rằng: "Người đi đường thuở ấy thay hoa tươi cúng Phật và quét dọn trong tháp, nay là *tỳ-kheo* Oai Đức đó."

Các vị tỳ-kheo nghe Phật thuyết nhân duyên này xong thảy đều vui mừng tin nhận.

64.
SỨC MẠNH TỰ NHIÊN

Lúc ấy, đức Phật đang ở thành *Ca-tỳ-la-vệ,* dưới gốc cây *Ni-câu-đà.* Trong thành có một trưởng giả vô cùng giàu có, lại chọn được người vợ thuộc dòng quý tộc, cuộc sống vô cùng hoan lạc, vui thú.

Không bao lâu người vợ có thai, rồi sinh được một bé trai bụ bẫm, to lớn khác thường, tự có sức lực mạnh mẽ lạ lùng. Cha mẹ liền mời thầy xem tướng, rồi nhân đó đặt tên là Đại Lực.

Khi đứa trẻ dần dần lớn lên, sức khỏe phi thường, không ai địch lại. Nhân có một lần đi chơi với chúng bạn, có đến chỗ cội cây *Ni-câu-đà* là nơi Phật ngự. Nhìn thấy đức Thế Tôn với ba mươi hai tướng tốt, tám mươi vẻ đẹp, hào quang chiếu sáng quanh thân, oai nghi rực rỡ, Đại Lực liền sinh lòng kính tín, hoan hỷ lễ Phật rồi đứng sang một bên.

Phật thuyết pháp Tứ diệu đế cho nghe. Đại Lực nghe xong tâm ý khai mở, chứng quả *Tu-đà-hoàn,* liền quay về thưa với cha mẹ xin được xuất gia.

Cha mẹ yêu thương chẳng muốn trái ý, liền cùng dẫn đến chỗ Phật xin cho được xuất gia nhập đạo. Phật nói: "Lành thay đó, *tỳ-kheo!*" Tức thì, râu tóc tự nhiên rụng sạch, áo *cà-sa* hiện ra nơi thân, thành một vị *sa-môn* oai nghi đầy đủ. Chuyên cần tu tập, chẳng bao lâu đắc quả *A-la-hán,* đủ Ba minh, Sáu phép thần thông, Tám môn giải thoát, khắp cõi trời người ai cũng kính trọng, ngưỡng mộ.

Chư *tỳ-kheo* thấy việc như vậy, thưa hỏi Phật rằng: "Bạch Thế Tôn! Vị *tỳ-kheo* Đại Lực này trước đã trồng những căn lành gì mà sinh ra có sức mạnh hơn người, lại được gặp Phật mà xuất gia đắc đạo?"

Phật bảo chư *tỳ-kheo*: "Các ông hãy chú tâm lắng nghe, ta sẽ vì các ông mà phân biệt giảng nói. Về thuở quá khứ cách đây chín mươi mốt kiếp, xứ *Ba-la-nại* có vị Phật ra đời hiệu là *Tỳ-bà-thi*. Hóa duyên đã mãn, Phật liền nhập *Niết-bàn*.

Bấy giờ có vị vua tên là *Bàn-đầu-mạt-đế*, thu gom *xá-lợi* Phật rồi dựng bốn tòa tháp quý đặt vào trong để cúng dường. Bấy giờ có một người thấy những cảnh tháp oai nghiêm đó, sinh lòng kính tín, liền đứng ra hô hào, tụ tập nhiều người khác, chung sức lại mà dựng một cái cổng tháp rất uy nghiêm.

Nhờ công đức ấy, trải qua chín mươi mốt kiếp không đọa vào các nẻo địa ngục, súc sanh, ngạ quỷ, sinh ra trong cõi trời người thường có sức mạnh siêu phàm, lại cho đến nay được gặp Phật, xuất gia đắc đạo."

Phật lại dạy rằng: "Người trưởng giả thuở ấy đứng ra kêu gọi, tổ chức việc xây dựng cổng tháp, nay là *tỳ-kheo* Đại Lực đó."

Các vị tỳ-kheo nghe Phật thuyết nhân duyên này xong thảy đều vui mừng tin nhận.

65.
ĐƯỢC NGƯỜI YÊU MẾN

Lúc ấy, Phật ở thành *Ca-tỳ-la-vệ*, dưới gốc cây *Ni-câu-đà*. Trong thành có một trưởng giả vô cùng giàu có, chọn người thuộc gia đình quý tộc mà cưới làm vợ, sống đời hoan lạc, vui thích.

Không bao lâu người vợ có thai, rồi sinh được một bé trai. Khi sinh ra hình dung xinh đẹp, đoan chánh hơn người, ai thấy cũng đều tự nhiên sinh lòng yêu mến.

Qua nhiều năm, đứa bé ấy lớn lên thành một chàng trai

đỉnh đạc, dung mạo khôi ngô, tánh tình hiền hậu, lại càng được rất nhiều người yêu thương, mến mộ. Đến một hôm nọ, nhân cùng đi với các vị thân hữu đến lễ bái cúng dường Phật, nhìn thấy đức Thế Tôn với ba mươi hai tướng tốt, tám mươi vẻ đẹp, hào quang chiếu sáng quanh thân, oai nghi rực rỡ thù thắng vô cùng, chàng trai liền lễ Phật rồi đứng sang một bên mà chiêm ngưỡng.

Khi ấy Phật thuyết pháp Tứ diệu đế cho nghe, chàng trai ấy liền thấy tâm ý được khai mở, đắc quả *Tu-đà-hoàn*. Về nhà, liền thưa với cha mẹ xin được xuất gia tu tập.

Cha mẹ nghe rồi, do lòng thương không muốn trái ý con, liền cùng đi đến chỗ Phật xin cho con xuất gia. Phật nói: "Lành thay đó, *tỳ-kheo*!" Tức thì, râu tóc tự nhiên rụng sạch, áo *cà-sa* hiện ra nơi thân, thành một vị *sa-môn* oai nghi đầy đủ. Ông chuyên cần tu tập, chẳng bao lâu đắc quả *A-la-hán*, đủ Ba minh, Sáu phép thần thông, Tám môn giải thoát, khắp cõi trời người ai cũng kính trọng, ngưỡng mộ.

Chư *tỳ-kheo* thấy việc như vậy, thưa hỏi Phật rằng: "Bạch Thế Tôn! Vị *tỳ-kheo* này trước đã trồng những căn lành gì mà nay sinh ra tự nhiên được hết thảy mọi người yêu thương mến mộ, lại được gặp Phật mà xuất gia đắc đạo?"

Phật bảo chư *tỳ-kheo*: "Các ông hãy chú tâm lắng nghe, ta sẽ vì các ông mà phân biệt giảng nói. Về thuở quá khứ cách đây chín mươi mốt kiếp, xứ *Ba-la-nại* có vị Phật ra đời hiệu là *Tỳ-bà-thi*. Hóa duyên đã mãn, Phật liền nhập *Niết-bàn*.

Bấy giờ có vị vua tên là *Bàn-đầu-mạt-đế*, thu gom *xá-lợi* Phật rồi dựng bốn tòa tháp quý, đặt vào bên trong để cúng dường. Về sau, trải qua một thời gian rất lâu, nắng mưa thay đổi làm cho tháp ấy có đôi chỗ bị đổ sụp. Bấy giờ có một cậu bé vào tháp lễ bái, thấy sự hư hỏng như vậy thì không đành lòng. Sức cậu không làm nổi, nên liền đi hô hào, vận động rất nhiều người khác cùng chung sức mà tu sửa lại ngôi tháp.

Cậu bé làm việc ấy, giúp cho nhiều người cùng tham gia vào việc tu sửa tháp mà đều được hưởng phước báu, nên bản thân cậu từ đó đến nay trải qua chín mươi mốt kiếp, không đọa vào các chốn địa ngục, súc sanh, ngạ quỷ, khi sinh ra trong cõi trời người thường được mọi người yêu mến, tin phục. Cho đến ngày nay lại được gặp Phật, xuất gia đắc đạo."

Phật lại dạy rằng: "Cậu bé thuở trước đứng ra vận động mọi người cùng góp công sức tu sửa tháp Phật, nay là vị *tỳ-kheo* được hết thảy mọi người yêu mến đó."

Các vị tỳ-kheo nghe Phật thuyết nhân duyên này xong thảy đều vui mừng tin nhận.

66.
LỌNG QUÝ CHE TRÊN ĐẦU

Lúc ấy, đức Phật đang ở thành *Ca-tỳ-la-vệ,* dưới gốc cây *Ni-câu-đà.* Trong thành có một trưởng giả vô cùng giàu có, chọn một người vợ thuộc dòng quý tộc, chung sống với nhau vô cùng hòa hợp.

Không bao lâu người vợ có thai, rồi sinh được một bé trai hình dung xinh đẹp, cốt cách hơn người. Khi sinh ra, tự nhiên trên đầu hóa hiện một cái lọng quý có gắn ngọc *ma-ni,* chiếu sáng rực rỡ. Cái lọng quý ấy tuy che ngay trên đầu đứa trẻ, nhưng nó lớn đến nỗi cả thành đều được che mát, mọi người trong thành đều trông thấy. Nhân có điềm lành ấy, cha mẹ liền đặt tên cho là Bảo Cái, nghĩa là cái lọng quý.

Khi lớn lên, khi đi chơi theo chúng bạn, cậu bé ấy có lần đến chỗ cội cây *Ni-câu-đà* là nơi Phật ngự. Nhìn thấy đức Thế Tôn với ba mươi hai tướng tốt, tám mươi vẻ đẹp, hào quang chiếu sáng quanh thân, oai nghi rực rỡ, Bảo Cái liền sinh lòng kính tín, hoan hỷ lễ Phật rồi đứng sang một bên.

Phật thuyết pháp Tứ diệu đế cho nghe. Bảo Cái nghe xong tâm ý khai mở, chứng quả *Tu-đà-hoàn*, liền quay về xin cha mẹ cho mình xuất gia tu học.

Cha mẹ yêu thương chẳng muốn trái ý, liền cùng dẫn đến chỗ Phật xin cho được xuất gia nhập đạo. Phật nói: "Lành thay đó, *tỳ-kheo*!" Tức thì, râu tóc tự nhiên rụng sạch, áo *cà-sa* hiện ra nơi thân, thành một vị *sa-môn* oai nghi đầy đủ. Chuyên cần tu tập, chẳng bao lâu đắc quả *A-la-hán*, đủ Ba minh, Sáu phép thần thông, Tám môn giải thoát, khắp cõi trời người ai cũng kính trọng, ngưỡng mộ.

Chư *tỳ-kheo* thấy việc như vậy, thưa hỏi Phật rằng: "Bạch Thế Tôn! Vị *tỳ-kheo* Bảo Cái này trước đã trồng những căn lành gì mà sinh ra có điềm lành hiển hiện, lọng quý che trên đầu, rồi nay lại được gặp Phật mà xuất gia chưa bao lâu đã được đắc đạo?"

Phật bảo chư *tỳ-kheo*: "Các ông hãy chú tâm lắng nghe, ta sẽ vì các ông mà phân biệt giảng nói. Về thuở quá khứ cách đây chín mươi mốt kiếp, xứ *Ba-la-nại* có vị Phật ra đời hiệu là *Tỳ-bà-thi*. Hóa duyên đã mãn, Phật liền nhập *Niết-bàn*.

Bấy giờ có vị vua tên là *Bàn-đầu-mạt-đế*, thu gom *xá-lợi* Phật rồi dựng bốn tòa tháp quý đặt vào trong để cúng dường. Về sau, có một thương gia đi ra biển tìm trân bảo, được bình an quay về liền đến lễ bái cúng dường tháp Phật. Người ấy lấy một hạt châu *ma-ni* cực kỳ quý giá mà gắn lên đỉnh tháp để cúng dường.

Nhờ công đức ấy, trải qua chín mươi mốt kiếp người ấy không đọa vào các nẻo ác, lại khi sinh ra trong cõi trời người thường có lọng quý hóa hiện che trên đầu, cho đến nay được gặp Phật, xuất gia đắc đạo."

Phật lại dạy rằng: "Người thương gia thuở ấy lấy ngọc *ma-ni* cực quý mà cúng dường tháp Phật, nay là *tỳ-kheo* Bảo Cái đó."

Các vị tỳ-kheo nghe Phật thuyết nhân duyên này xong thảy đều vui mừng tin nhận.

67.
TIẾNG NÓI ÊM DỊU

Lúc ấy, Phật ở thành *Ca-tỳ-la-vệ*, dưới gốc cây *Ni-câu-đà*. Trong thành có một trưởng giả vô cùng giàu có, cưới một người vợ thuộc gia đình quý tộc, sống đời hoan lạc, vui thích.

Không bao lâu người vợ có thai, rồi sinh được một bé trai, hình dung xinh đẹp đáng yêu. Lớn lên, mỗi khi nói ra điều gì thì tiếng nói êm dịu ai cũng muốn nghe, nghe rồi đều tin phục. Cha mẹ thấy vậy mới đặt tên là Diệu Thanh.

Ngày kia, nhân cùng đi với các vị thân hữu đến lễ bái cúng dường Phật, nhìn thấy đức Thế Tôn với ba mươi hai tướng tốt, tám mươi vẻ đẹp, hào quang chiếu sáng quanh thân, oai nghi rực rỡ thù thắng vô cùng, Diệu Thanh liền sinh lòng kính tín, lễ Phật rồi đứng sang một bên mà chiêm ngưỡng.

Khi ấy Phật thuyết pháp Tứ diệu đế cho nghe, Diệu Thanh liền thấy tâm ý được khai mở, đắc quả *Tu-đà-hoàn*. Về nhà, liền thưa với cha mẹ xin được xuất gia tu tập.

Cha mẹ nghe rồi, do lòng thương không muốn trái ý con, liền cùng đi đến chỗ Phật xin cho con xuất gia. Phật nói: "Lành thay đó, *tỳ-kheo*!" Tức thì, râu tóc tự nhiên rụng sạch, áo *cà-sa* hiện ra nơi thân, thành một vị *sa-môn* oai nghi đầy đủ. Chuyên cần tu tập, chẳng bao lâu đắc quả *A-la-hán*, đủ Ba minh, Sáu phép thần thông, Tám môn giải thoát, khắp cõi trời người ai cũng kính trọng, ngưỡng mộ.

Chư *tỳ-kheo* thấy việc như vậy, thưa hỏi Phật rằng:

"Bạch Thế Tôn! *Tỳ-kheo* Diệu Thanh trước đã trồng những căn lành gì mà nay sinh ra tiếng nói được êm dịu dễ nghe, khiến người tin phục, lại được gặp Phật, xuất gia đắc đạo?"

Phật bảo chư *tỳ-kheo*: "Các ông hãy chú tâm lắng nghe, ta sẽ vì các ông mà phân biệt giảng nói. Về thuở quá khứ cách đây chín mươi mốt kiếp, xứ *Ba-la-nại* có vị Phật ra đời hiệu là *Tỳ-bà-thi*. Hóa duyên đã mãn, Phật liền nhập *Niết-bàn*.

Bấy giờ có vị vua tên là *Bàn-đầu-mạt-đế*, thu gom *xá-lợi* Phật rồi dựng bốn tòa tháp quý cao đến một do-tuần, đặt vào bên trong để cúng dường. Khi ấy có một người nhìn thấy tháp Phật, sinh lòng kính tín, hoan hỷ vô cùng, liền dùng đủ các thứ âm nhạc hay lạ, êm dịu trỗi lên mà cúng dường. Nhờ công đức ấy, trải qua chín mươi mốt kiếp không đọa vào các chốn địa ngục, súc sanh, ngạ quỷ, khi sinh ra trong cõi trời người thường có tiếng nói êm dịu dễ nghe, được mọi người yêu mến, tin phục. Cho đến ngày nay lại được gặp Phật, xuất gia đắc đạo."

Phật lại dạy rằng: "Người dùng âm nhạc cúng dường tháp Phật ngày trước, nay là *tỳ-kheo* Diệu Thanh đó."

Các vị tỳ-kheo nghe Phật thuyết nhân duyên này xong thảy đều vui mừng tin nhận.

68.

MỘT BỌC TRĂM CON

Lúc ấy, đức Phật đang ở thành *Ca-tỳ-la-vệ*, dưới gốc cây *Ni-câu-đà*. Trong thành có một trưởng giả vô cùng giàu có, chọn một người vợ thuộc dòng quý tộc, sống với nhau vui vẻ, đầm ấm.

Không bao lâu người vợ có thai. Đến kỳ sinh nở, lại sinh ra một bọc thịt lớn. Vị trưởng giả ấy trong lòng sầu khổ, lo lắng, liền đi đến chỗ Phật, lễ bái rồi thưa hỏi rằng: "Bạch Thế Tôn! Người vợ của con sinh ra một bọc thịt lớn, chẳng biết điều ấy lành dữ thế nào. Mong Phật từ bi nói cho được biết."

Phật nói: "Ông chớ sinh lòng nghi ngại, chỉ nên cố gắng mà bảo dưỡng lấy. Sự việc thế nào, trong vòng bảy ngày ông sẽ tự biết."

Trưởng giả nghe vậy lấy làm yên tâm, liền lễ Phật ra về.

Bọc thịt ấy ngày ngày tự nhiên lớn nhanh như thổi, đủ bảy ngày liền tự nhiên xé rách, bên trong chui ra một trăm đứa bé trai, hình thể thảy đều xinh đẹp, kháu khỉnh.

Một trăm đứa trẻ ấy lớn lên, khi ăn khi chơi nhất nhất đều gắn bó thân thiết cùng nhau. Cho đến ngày kia, cùng đi đến chỗ cội cây *Ni-câu-đà* mà lễ Phật. Được nhìn thấy đức Thế Tôn đủ ba mươi hai tướng tốt, tám mươi vẻ đẹp, hào quang chiếu sáng quanh thân, oai nghi rực rỡ thù thắng vô cùng, tất cả đều sinh lòng hoan hỷ, kính tín, cùng nhau lễ bái rồi đứng sang một bên nghe pháp.

Phật thuyết pháp Tứ diệu đế cho nghe, một trăm người con ấy liền đồng loạt chứng quả Tu-đà-hoàn, quay về thưa với cha mẹ xin được xuất gia tu học.

Cha mẹ yêu thương chẳng muốn trái ý, liền dẫn tất cả đến chỗ Phật xin cho xuất gia nhập đạo. Phật nói: "Lành thay đó, *tỳ-kheo!*" Tức thì, tất cả râu tóc tự nhiên rụng sạch, áo *cà-sa* hiện ra nơi thân, thành một trăm vị *sa-môn* oai nghi đầy đủ. Chuyên cần tu tập, chẳng bao lâu đều đắc quả *A-la-hán*, đủ Ba minh, Sáu phép thần thông, Tám môn giải thoát, khắp cõi trời người ai cũng kính trọng, ngưỡng mộ.

Chư *tỳ-kheo* thấy việc như vậy, thưa hỏi Phật rằng: "Bạch Thế Tôn! Một trăm vị *tỳ-kheo* này trước đã trồng những căn lành gì mà anh em cả trăm người cùng sinh ra một lúc, nay được gặp Phật mà xuất gia, chưa bao lâu đã được đắc đạo?"

Phật bảo các vị *tỳ-kheo*: "Các ông hãy chú tâm lắng nghe, ta sẽ vì các ông mà phân biệt giảng nói. Về thuở quá khứ cách đây chín mươi mốt kiếp, xứ *Ba-la-nại* có vị Phật ra đời hiệu là *Tỳ-bà-thi*. Hóa duyên đã mãn, Phật liền nhập *Niết-bàn*.

"Bấy giờ có vị vua tên là *Bàn-đầu-mạt-đế*, thu gom *xá-lợi* Phật rồi dựng bốn tòa tháp quý đặt vào trong để cúng dường. Bấy giờ, có một trăm người sống chung trong một làng kia, cùng nhau mang hương đèn, hoa quả đến lễ bái cúng dường tháp Phật. Cúng dường xong, tất cả đồng phát nguyện rằng: 'Nhờ công đức cúng dường này, trong đời vị lai tất cả chúng tôi nguyện sinh làm anh em một nhà, khuyến khích nhau cùng tu tập.'"

Phật lại bảo chư *tỳ-kheo*: "Một trăm người đồng hương thuở ấy cùng cúng dường Phật, nay là một trăm vị *tỳ-kheo* này. Do công đức cúng dường và nguyện lực ngày ấy, trải qua chín mươi mốt kiếp, các vị đều không phải đọa vào các đường ác như địa ngục, súc sanh, ngạ quỷ, lại trong cõi trời người đều cùng sinh ra một lúc, cùng hưởng những khoái lạc, phước báu. Cho đến nay được gặp Phật, cùng nhau xuất gia đắc đạo."

Các vị tỳ-kheo nghe Phật thuyết nhân duyên này xong thảy đều vui mừng tin nhận.

69.
HẠT CHÂU TRÊN ĐỈNH ĐẦU

Lúc ấy, Phật ở thành *Ca-tỳ-la-vệ*, dưới gốc cây *Ni-câu-đà*. Trong thành có một trưởng giả vô cùng giàu có, lại chọn được người vợ thuộc dòng quý tộc, chung sống với nhau vô cùng hoan lạc, vui thú.

Không bao lâu người vợ có thai, rồi sinh được một bé trai hình dung xinh đẹp, trên đỉnh đầu tự nhiên có một hạt châu *ma-ni* quý báu. Nhân đó, cha mẹ mới đặt tên là Bảo Châu.

Khi lớn lên, có một lần đi chơi với chúng bạn, đến chỗ cội cây *Ni-câu-đà* là nơi Phật ngự, Bảo Châu nhìn thấy đức Thế Tôn với ba mươi hai tướng tốt, tám mươi vẻ đẹp, hào quang chiếu sáng quanh thân, oai nghi rực rỡ liền sinh lòng kính tín, hoan hỷ lễ Phật rồi đứng sang một bên.

Phật thuyết pháp Tứ diệu đế cho nghe. Bảo Châu nghe xong tâm ý khai mở, chứng quả *Tu-đà-hoàn*, liền quay về thưa với cha mẹ xin được xuất gia.

Cha mẹ yêu thương chẳng muốn trái ý, liền cùng dẫn đến chỗ Phật xin cho được xuất gia nhập đạo. Phật nói: "Lành thay đó, *tỳ-kheo*!" Tức thì, râu tóc tự nhiên rụng sạch, áo cà-sa hiện ra nơi thân, thành một vị *sa-môn* oai nghi đầy đủ. Chuyên cần tu tập, chẳng bao lâu đắc quả *A-la-hán*, đủ Ba minh, Sáu phép thần thông, Tám môn giải thoát, khắp cõi trời người ai cũng kính trọng, ngưỡng mộ.

Tỳ-kheo Bảo Châu mỗi khi vào thành khất thực, có rất nhiều người tranh nhau đi theo để xem hạt châu quý trên đỉnh đầu. Bảo Châu lấy làm hổ thẹn, liền bạch Phật rằng: "Bạch Thế Tôn! Trên đầu con từ nhỏ sinh ra sẵn có hạt châu quý, chẳng thể gỡ bỏ. Nay đã là người xuất gia mà mỗi khi khất thực đều có rất nhiều người tranh nhau đi theo xem thật là bất tiện. Xin Phật vì con mà trừ bỏ."

Phật dạy rằng: "Ông chỉ cần nói với hạt châu ấy rằng: 'Từ nay đến cuối đời này ta chẳng cần mày nữa.' Nói như vậy ba lần, hạt châu ấy sẽ tự mất."

Bảo Châu theo lời dạy của Phật mà nói với hạt châu như vậy. Quả nhiên, liền tự dưng biến mất.

Chư *tỳ-kheo* thấy việc như vậy, thưa hỏi Phật rằng: "Bạch

Thế Tôn! Vị *tỳ-kheo* Bảo Châu này trước đã trồng những căn lành gì mà sinh ra tự nhiên có hạt châu quý trên đỉnh đầu, lại được gặp Phật mà xuất gia đắc đạo?"

Phật bảo chư *tỳ-kheo*: "Các ông hãy chú tâm lắng nghe, ta sẽ vì các ông mà phân biệt giảng nói. Về thuở quá khứ cách đây chín mươi mốt kiếp, xứ *Ba-la-nại* có vị Phật ra đời hiệu là *Tỳ-bà-thi*. Hóa duyên đã mãn, Phật liền nhập *Niết-bàn*.

Bấy giờ có vị vua tên là *Bàn-đầu-mạt-đế*, thu gom *xá-lợi* Phật rồi dựng bốn tòa tháp quý cao đến một do-tuần, đặt vào trong để cúng dường. Bấy giờ có một người con của vua ấy vào tháp lễ bái, mang theo một hạt châu *ma-ni* quý giá, đem gắn lên phía trên nơi cửa trước của tháp. Nhờ công đức ấy, trải qua chín mươi mốt kiếp không đọa vào các nẻo địa ngục, súc sanh, ngạ quỷ, sinh ra trong cõi trời người thường có hạt châu *ma-ni* quý giá tự nhiên hiện ra nơi đỉnh đầu, lại cho đến nay được gặp Phật, xuất gia đắc đạo."

Phật lại dạy rằng: "Vị vương tử thuở ấy cúng dường hạt châu *ma-ni* trên cửa tháp, nay là *tỳ-kheo* Bảo Châu đó."

Các vị tỳ-kheo nghe Phật thuyết nhân duyên này xong thảy đều vui mừng tin nhận.

70.
TRANG NGHIÊM THÁP PHẬT

Lúc ấy, đức Phật đang ở thành *Ca-tỳ-la-vệ*, dưới gốc cây *Ni-câu-đà*. Trong thành có một trưởng giả vô cùng giàu có, chọn một người vợ thuộc dòng quý tộc, chung sống với nhau vô cùng hòa hợp.

Không bao lâu người vợ có thai, rồi sinh được một bé trai hình dung xinh đẹp, cốt cách hơn người. Ngày đứa bé sinh ra, tự nhiên trên không trung hóa hiện một cái lọng quý rất lớn, che phủ khắp thành *Ca-tỳ-la-vệ*. Nhân đó mới đặt tên là *Ba-đa-ca*.

Khi lớn lên, chàng *Ba-đa-ca* đi chơi theo chúng bạn, có đến chỗ cội cây *Ni-câu-đà* là nơi Phật ngự. Nhìn thấy đức Thế Tôn với ba mươi hai tướng tốt, tám mươi vẻ đẹp, hào quang chiếu sáng quanh thân, oai nghi rực rỡ, *Ba-đa-ca* liền sinh lòng kính tín, hoan hỷ lễ Phật rồi đứng sang một bên.

Phật thuyết pháp Tứ diệu đế cho nghe. *Ba-đa-ca* nghe xong tâm ý khai mở, chứng quả *Tu-đà-hoàn*, liền quay về xin cha mẹ cho mình xuất gia tu học.

Cha mẹ yêu thương chẳng muốn trái ý, liền cùng dẫn đến chỗ Phật xin cho được xuất gia nhập đạo. Phật nói: "Lành thay đó, *tỳ-kheo!*" Tức thì, râu tóc tự nhiên rụng sạch, áo *cà-sa* hiện ra nơi thân, thành một vị *sa-môn* oai nghi đầy đủ. Chuyên cần tu tập, chẳng bao lâu đắc quả *A-la-hán*, đủ Ba minh, Sáu phép thần thông, Tám môn giải thoát, khắp cõi trời người ai cũng kính trọng, ngưỡng mộ.

Chư *tỳ-kheo* thấy việc như vậy, thưa hỏi Phật rằng: "Bạch Thế Tôn! Vị *tỳ-kheo Ba-đa-ca* này trước đã trồng những căn lành gì mà sinh ra hình dung xinh đẹp, lại có điềm lành hiển hiện, lọng quý che phủ khắp thành, rồi nay lại được gặp Phật mà xuất gia chưa bao lâu đã được đắc đạo?"

Phật bảo chư *tỳ-kheo*: "Các ông hãy chú tâm lắng nghe, ta sẽ vì các ông mà phân biệt giảng nói. Về thuở quá khứ cách đây chín mươi mốt kiếp, xứ *Ba-la-nại* có vị Phật ra đời hiệu là *Tỳ-bà-thi*. Hóa duyên đã mãn, Phật liền nhập *Niết-bàn*.

Bấy giờ có vị vua tên là *Bàn-đầu-mạt-đế*, thu gom *xá-lợi* Phật rồi dựng bốn tòa tháp quý cao đến một do-tuần, đặt vào trong để cúng dường. Bấy giờ có một người đứng ra thiết lễ cúng dường rất lớn nơi tháp ấy. Cúng dường xong, lại làm một lá phướn rất đẹp, cực kỳ to lớn, dài rộng, rồi đem treo ở phía trước tháp để thêm phần trang nghiêm. Nhờ công đức ấy, trải qua chín mươi mốt kiếp người ấy không đọa vào các nơi địa ngục, súc sanh, ngạ quỷ, lại mỗi khi sinh ra trong cõi trời người, thường có lọng quý hóa hiện che phủ cả vùng nơi ấy, cho đến nay được gặp Phật, xuất gia đắc đạo."

Phật lại dạy rằng: "Người làm lá phướn đẹp để cúng dường trang nghiêm tháp Phật vào thuở ấy, nay là *tỷ-kheo Ba-đa-ca* đó."

Các vị tỷ-kheo nghe Phật thuyết nhân duyên này xong thảy đều vui mừng tin nhận.

PHẨM THỨ TÁM
CÁC VỊ TỲ-KHEO NI

71.
ÁNH SÁNG KHI RA ĐỜI

Lúc ấy, đức Phật đang ở gần thành *Xá-vệ*, trong vườn Kỳ thọ Cấp Cô Độc. Trong thành có một người trưởng giả giàu có vô cùng, tên là Thiện Hiền. Người ấy chọn được người vợ cũng thuộc dòng hào phú, cùng nhau chung sống rất ấm êm, hạnh phúc.

Không bao lâu người vợ có thai, sinh được một bé gái hình dung đoan chánh, xinh đẹp hơn người. Khi sinh ra, trên đỉnh đầu tự nhiên có một hạt châu quý giá, tỏa ánh sáng chiếu khắp thành nội. Nhân có điềm lành ấy, cha mẹ liền đặt tên cho là Bảo Quang.[1]

Cô bé Bảo Quang dần dần khôn lớn, tánh tình hiền hậu, nhu mì, hay thương người, lại chuộng việc bố thí cho những người cùng khổ. Đến như hạt châu trên đỉnh đầu, khi có người đến xin cũng liền gỡ ra cho. Nhưng cứ gỡ ra rồi, thì nơi ấy lại sinh ra một hạt châu khác cũng giống như cũ.

Cha mẹ thấy con có lòng ưa chuộng việc bố thí thì vui mừng lắm, liền dẫn đến chỗ Phật để lễ bái và nghe thuyết pháp. Khi ấy, Bảo Quang nhìn thấy Phật thì trong lòng vô cùng hoan hỷ, liền xin xuất gia tu tập. Phật nói: "Lành thay đó, *tỳ-kheo ni*!" Tức thì, tóc trên đầu tự nhiên rụng sạch, áo cà-sa hiện ra nơi thân, thành một vị *tỳ-kheo ni* oai nghi đầy

---

[1] Tiếng Phạn là **Suprabhā**, nghĩa là ánh sáng tươi đẹp, Hán dịch là Bảo Quang (寶光).

đủ. Chuyên cần tu tập, chẳng bao lâu đắc quả *A-la-hán*, đủ Ba minh, Sáu phép thần thông, Tám môn giải thoát, khắp cõi trời người ai cũng kính trọng, ngưỡng mộ.

Bấy giờ, chư *tỳ-kheo* thấy vậy liền thưa hỏi: "Bạch Thế Tôn! *Tỳ-kheo ni* Bảo Quang trước đây đã tạo phước đức như thế nào mà nay khi sinh ra trên đầu tự nhiên có hạt châu quý, lại được gặp Phật, xuất gia đắc đạo?"

Phật bảo chư *tỳ-kheo*: "Các ông hãy chú tâm lắng nghe, ta sẽ vì các ông mà phân biệt giảng nói. Về thuở quá khứ cách đây chín mươi mốt kiếp, xứ *Ba-la-nại* có vị Phật ra đời hiệu là *Tỳ-bà-thi*. Hóa duyên đã mãn, Phật liền nhập *Niết-bàn*.

Bấy giờ có vị vua tên là *Phạm-ma-đạt-đa,* thu gom *xá-lợi* Phật rồi dựng bốn tòa tháp quý, đặt vào trong để cúng dường. Bấy giờ có một người vào cúng dường trong tháp ấy, mang theo một hạt châu rất quý giá, đem gắn lên phía trên nơi cổng tháp mà cúng dường. Nhờ công đức ấy, trải qua chín mươi mốt kiếp người ấy không đọa vào các nẻo ác, lại mỗi khi sinh ra thường có hạt châu quý tự nhiên hiển hiện, được hưởng nhiều khoái lạc trong chốn trời người, cho đến nay được gặp Phật, xuất gia đắc đạo."

Các vị tỳ-kheo nghe Phật thuyết nhân duyên này xong thảy đều vui mừng tin nhận.

72.
NGƯỜI LUÔN NO ĐỦ

Lúc ấy, đức Phật đang ở gần *thành Xá-vệ*, trong vườn Kỳ thọ Cấp Cô Độc. Trong thành có một người trưởng giả giàu có vô cùng, tên là *Tu-già*. Người ấy cưới vợ thuộc dòng hào phú, sống cùng nhau hoan lạc, vui thích.

Không bao lâu người vợ có thai, sinh được một bé gái. Vừa

sinh ra liền biết nói. Trong nhà lại tự nhiên hóa hiện đầy đủ trăm món thức ăn. Cha mẹ thấy vậy trong lòng lo sợ, cho rằng chẳng phải thân người, chắc là loài quỷ *Tỳ-xá-xa*[1] hiện hình. Nghĩ vậy rồi, chẳng ai dám đến gần.

Đứa bé mới sinh ấy thấy cha mẹ sợ sệt, lo lắng, liền ứng khẩu đọc kệ nói với mẹ rằng:

Xin mẹ nghe con nói,
Lời ngay thẳng chân thật.
Chẳng phải Tỳ-xá-xà,
Hoặc các loài quỷ dữ.

Thân con thật là người,
Nhờ nghiệp lành tích tụ,
Nhân duyên tu phước thiện,
Nên được quả báo lành.

Khi ấy, cha mẹ nghe đọc kệ rồi, trong lòng vui mừng khôn xiết, liền đến ôm lấy con, thương yêu nuôi nấng, đặt tên là Thiện Ái.[2]

Khi ấy, Thiện Ái thấy cha mẹ đã vui mừng, không còn lo lắng nữa, liền chắp tay thưa rằng: "Xin cha mẹ vì con mà thỉnh Phật và chư tăng đến cúng dường."

Cha mẹ theo lời, thỉnh Phật và chư tăng đến. Liền khi ấy, trăm thứ thức ăn đều tự nhiên hiện ra đầy đủ. Cúng dường xong, Thiện Ái liền đối trước Phật cầu được nghe pháp. Phật thuyết pháp Tứ diệu đế, cô nghe xong liền đắc quả *Tu-đà-hoàn*. Đến khi lớn lên, cô liền thưa cha mẹ xin được xuất gia tu tập.

Cha mẹ hết lòng yêu thương, không muốn trái ý, liền dẫn đến chỗ Phật mà cầu cho cô xuất gia. Phật nói: "Lành thay

---

[1] Tiếng Phạn là Picāci, loài quỷ cái có nhiều phép thần thông biến hóa.
[2] Tiếng Phạn là Supriyā.

đó, *tỳ-kheo ni!*" Tức thì, tóc trên đầu tự nhiên rụng sạch, áo *cà-sa* hiện ra nơi thân, thành một vị *tỳ-kheo ni* oai nghi đầy đủ. Chuyên cần tu tập, chẳng bao lâu đắc quả *A-la-hán*, đủ Ba minh, Sáu phép thần thông, Tám môn giải thoát, khắp cõi trời người ai cũng kính trọng, ngưỡng mộ.

Lúc bấy giờ, đức Thế Tôn cùng với 1.250 vị *tỳ-kheo* đi giáo hóa ở một vùng xa xôi, đến giờ thọ trai chẳng gọp xóm làng thành thị gì cả. Phật gọi *tỳ-kheo ni* Thiện Ái đến, bảo rằng: "Hôm nay con nên cúng dường Phật và chư tăng các món ăn thức uống."

Tỳ-kheo ni Thiện Ái liền vâng lời, đón lấy bình bát của Phật đưa ra khoảng không. Các món ăn ngon lạ liền tự nhiên hiện ra đầy đủ trong bình bát. Rồi cô lần lượt nhận lấy bát của tất cả các vị *tỳ-kheo*, chỉ cầm trong tay đưa ra thì tự nhiên hiện đủ các món ăn trong bát.

Ngài *A-nan* thấy vậy khen là việc chưa từng có, liền thưa hỏi rằng: "Bạch Thế Tôn! *Tỳ-kheo ni* Thiện Ái trước đây đã tạo phước đức như thế nào, mà nay sinh ra có khả năng kỳ diệu như vậy, chỉ nghĩ đến là thức ăn tự nhiên hiển hiện, chẳng bao giờ phải đói thiếu, lại được gặp Phật, xuất gia đắc đạo?"

Phật bảo *A-nan*: "Ông hãy chú tâm lắng nghe, ta sẽ vì ông mà phân biệt giảng nói. Vào giữa Hiền kiếp này, xứ *Ba-la-nại* có vị Phật ra đời hiệu là *Ca-diếp*.

"Một hôm, Phật và chư *tỳ-kheo* cùng đắp y, mang bình bát vào thành khất thực, ngang qua nhà một vị trưởng giả kia. Khi ấy, vị trưởng giả đang chuẩn bị đãi khách. Các món ăn ngon quý đều dọn sẵn nhưng khách mời chưa đến. Có người hầu gái của ông trưởng giả, thấy Phật và chư tăng đi khất thực đến ngang nhà, liền vào mang hết những thức ăn ấy ra mà cúng dường.

"Đến khi quan khách đến, trưởng giả sai dọn thức ăn,

người hầu gái thưa rằng: 'Hôm nay có Phật và chư tăng khất thực qua nhà, tôi đã mang hết thức ăn mà cúng dường rồi.' Vị trưởng giả nghe rồi liền vui mừng khen ngợi, nói rằng: 'Cô thật có thiện tâm, biết làm việc cúng dường bố thí, thật đáng khen lắm. Nay ta cho cô được tự do không phải làm thân tôi tớ nữa, tùy ý muốn đi đâu cũng được.'

"Người hầu gái nói: 'Nếu thật được tự do, tôi xin được xuất gia tu tập.' Ông trưởng giả vui vẻ chấp thuận. Người hầu gái ấy liền xuất gia theo Phật, thành *tỳ-kheo ni*. Từ đó về sau đến một vạn năm luôn chuyên cần tu tập. Nhờ vậy không bị đọa vào các nẻo dữ, lại mỗi khi sinh ra trong chốn trời người, các món ăn ngon quý đều tự nhiên hiện đến.

Phật lại dạy rằng: "Người hầu gái xuất gia tu tập thuở ấy, nay là *tỳ-kheo ni* Thiện Ái. Nhờ chuyên cần giữ giới, tu tập, nên đến nay được gặp Phật, xuất gia đắc đạo."

Các vị tỳ-kheo nghe Phật thuyết nhân duyên này xong thảy đều vui mừng tin nhận.

72.
ÁO TRẮNG TỰ NHIÊN SINH

Lúc ấy, đức Phật đang ở thành *Ca-tỳ-la-vệ*, dưới gốc cây *Ni-câu-đà*. Trong thành có một trưởng giả vô cùng giàu có, chọn được người thuộc gia đình hào tộc mà cưới làm vợ.

Không bao lâu người vợ có thai, rồi sinh được một bé gái xinh đẹp đoan trang. Khi sinh ra, thân thể có một tấm áo trắng tinh sạch bao quanh. Nhân đó mới đặt tên là Bạch Tịnh.[1]

---
[1] Tiếng Phạn là **Cuklā** nghĩa là trắng sạch, Hán dịch là Bạch Tịnh (白淨).

Ngày càng khôn lớn, tấm áo trắng cũng tự nhiên lớn theo với thân hình, lại lúc nào cũng tự nhiên tinh sạch, chẳng phải phiền người giặt giũ.

Khi đã trưởng thành, Bạch Tịnh thưa với cha mẹ rằng: "Con nay chẳng tham luyến vinh hoa phú quý nơi trần thế, xin cha mẹ cho con được xuất gia tu tập."

Cha mẹ hết lòng yêu thương, không muốn trái ý, liền đưa đến chỗ Phật cầu xin xuất gia. Phật nói: "Lành thay đó, *tỳ-kheo ni*!" Tức thì, tóc trên đầu tự nhiên rụng sạch, áo trắng nơi thân hóa thành *cà-sa*, nghiễm nhiên thành một vị *tỳ-kheo ni* oai nghi đầy đủ.

Ngài *A-nan* thấy vậy liền thưa hỏi rằng: "Bạch Thế Tôn! *Tỳ-kheo ni* Bạch Tịnh trước đây đã tạo phước đức như thế nào mà nay sinh ra có áo trắng tinh sạch bao quanh thân, lại được gặp Phật, xuất gia chưa bao lâu đã thành đạo quả?"

Phật bảo *A-nan*: "Ông hãy chú tâm lắng nghe, ta sẽ vì ông mà phân biệt giảng nói. Vào giữa Hiền kiếp này, xứ *Ba-la-nại* có vị Phật ra đời hiệu là *Ca-diếp*, cùng với các vị *tỳ-kheo* đi du hành giáo hóa nhiều nơi. Bấy giờ, có người con gái được nhìn thấy Phật với chư tăng sinh lòng hoan hỷ, tín kính, liền lấy một tấm vải đẹp mà cúng dường. Nhờ công đức ấy, mỗi khi sinh ra đều có áo trắng sạch bao quanh thân, lại cho đến nay gặp Phật, xuất gia đắc đạo."

Phật lại bảo *A-nan* rằng: "Người con gái cúng dường tấm vải thuở ấy, nay là *tỳ-kheo ni* Bạch Tịnh đó."

Các vị tỳ-kheo nghe Phật thuyết nhân duyên này xong thảy đều vui mừng tin nhận.

74.
CÓ TÀI HÙNG BIỆN

Lúc ấy, đức Phật đang ở gần *thành Xá-vệ*, trong vườn Kỳ thọ Cấp Cô Độc. Trong thành có một vị trưởng giả *bà-la-môn* tên là *Phạm-ma*, có tài hùng biện, học rộng nghe nhiều, giảng giải bốn bộ kinh *Phệ-đà* của đạo *bà-la-môn* đều thông thạo.

Ông trưởng giả ấy cưới được một người vợ con nhà hào phú, chẳng bao lâu thì sinh được một bé gái dung mạo đoan trang, xinh đẹp hơn người, đặt tên là *Tu-mạn*.

Cô gái ấy lớn lên rồi, có tài biện luận không kém gì cha, lại thêm trí nhớ siêu việt, nghe qua điều gì liền nhớ mãi. Mỗi khi người cha cùng các vị *bà-la-môn* cao tuổi luận bàn, cô đứng bên nghe qua rồi ghi nhớ hết. Nhờ vậy mà lớn lên cô trở thành một người nghe nhiều học rộng còn hơn cả cha cô.

Khi cô nghe biết đức Phật Thế Tôn đang ở tại thành *Xá-vệ*, cô liền tìm đến lễ bái. Khi nhìn thấy Phật với ba mươi hai tướng tốt, tám mươi vẻ đẹp, hào quang chiếu sáng quanh thân, oai nghi rực rỡ thù thắng vô cùng, lòng cô sinh ra tin phục, chí thành lễ bái rồi đứng sang một bên. Phật liền thuyết pháp Tứ diệu đế cho cô nghe. Nghe xong, cô thấy tâm ý khai mở, đắc quả thánh *Tu-đà-hoàn*, liền lạy Phật xin xuất gia tu tập.

Phật dạy: "Lành thay đó, *tỳ-kheo ni*!" Tức thì, tóc trên đầu cô tự nhiên rụng sạch, áo *cà-sa* hiện ra nơi thân, thành một vị *tỳ-kheo ni* oai nghi đầy đủ. Cô chuyên cần tu tập, chẳng bao lâu đắc quả *A-la-hán*.

Ngài *A-nan* thấy vậy liền thưa hỏi rằng: "Bạch Thế Tôn! *Tỳ-kheo ni Tu-mạn* trước đây đã tạo phước đức như thế nào mà nay sinh ra tuy làm thân nữ lại được nghe nhiều biết rộng, có tài biện thuyết chẳng ai bằng, lại được gặp Phật, xuất gia đắc đạo?"

Phật bảo *A-nan*: "Ông hãy chú tâm lắng nghe, ta sẽ vì ông mà phân biệt giảng nói. Vào giữa Hiền kiếp này, xứ *Ba-la-nại* có vị Phật ra đời hiệu là *Ca-diếp*, giáo hóa đã xong, liền nhập *Niết-bàn*.

"Cho đến thời tượng pháp[1] của Phật ấy, có vị *tỳ-kheo ni* thường đi thuyết giảng, giáo hóa nhiều nơi, chuyên cần rất mực, lại phát lời nguyện lớn rằng: 'Trong đời vị lai, khi đức Phật *Thích-ca* Mâu-ni ra đời, tôi nguyện sinh ra mà thuyết giảng những kinh điển do Phật ấy truyền dạy.' Do nguyện lực ấy, từ đó về sau sinh ra trong cõi trời người đều được thông minh xuất chúng, biện tài hơn người."

Phật lại nói rằng: "Này *A-nan*! Vị *tỳ-kheo* siêng năng thuyết pháp giáo hóa độ sinh thuở ấy, nay chính là *tỳ-kheo ni Tu-mạn*, nghe nhiều hiểu rộng, có tài hùng biện đó."

Các vị tỳ-kheo nghe Phật thuyết nhân duyên này xong thảy đều vui mừng tin nhận.

---

[1] Tượng pháp: Mỗi đức Phật ra đời, giáo pháp để lại trải qua nhiều thời kỳ. Khi Phật vừa nhập diệt, chư đại đệ tử còn tại thế, việc giáo hóa còn hưng thạnh, truyền nối qua một số đời, gọi là thời kỳ Chánh pháp trụ thế. Sau đó, mặc dù giáo pháp vẫn còn lưu hành, nhưng người hiểu đạo lại ít dần đi, những kẻ hư ngụy, giả trá xen vào hàng ngũ đệ tử Phật ngày càng nhiều hơn, gọi là thời Tượng pháp. Sau đó nữa, kinh sách dần mất hết, người tin Phật, hiểu đạo không còn, gọi là thời Mạt pháp.

75.
VŨ NỮ XIN XUẤT GIA

Lúc ấy, Phật ở gần thành *Vương Xá*, trong tinh xá Trúc Lâm. Bấy giờ, các vị trưởng giả trong thành tụ tập nhau lại tổ chức một lễ hội vui chơi rất linh đình, có ca múa vũ nhạc giúp vui nhộn nhịp lắm.

Có hai vợ chồng kia vốn là vũ sư từ phương nam đến, cũng dự hội vui này, mang theo một cô con gái tên là Thanh Liên Hoa, dáng vẻ xinh đẹp uyển chuyển, nhan sắc hơn người, lại thêm thông minh trí tuệ, ứng đối khéo léo.

Cô Thanh Liên Hoa chẳng những giỏi nghề ca múa mà còn nhiều tài nghệ khéo léo khác, lại thông bác hết thảy kinh luận của các luận sư đương thời. Vì vậy, lòng cô cao ngạo lắm. Cô cho rằng thế gian này không có ai tài hoa, khéo léo và xinh đẹp như cô.

Sau khi trình bày những vũ điệu rất khéo léo, tài tình, làm lôi cuốn hết thảy những người đến xem hội, cô Thanh Liên Hoa mới lên tiếng hỏi một cách ngạo mạn rằng: "Xin hỏi quý vị, ở thành *Vương Xá* này có ai có thể xem là tài hoa như tôi đây chăng? Có ai có thể khéo biện giải kinh luận hơn tôi chăng?"

Trong số người xem hội, có người nói rằng: "Có đức Phật Thế Tôn ở tinh xá Trúc Lâm có thể giảng giải những chỗ nghi cho cô. Cô nên đến đó."

Vũ nữ nghe vậy rồi, liền cùng với nhiều người nữa đi đến chỗ Phật. Lòng đầy cao ngạo, cô đến tinh xá rồi, từ bên ngoài vừa ca múa ưỡn ẹo mà đi vào chỗ Phật, không có chút tôn kính nào.

Đức Thế Tôn thấy biết thấu trong tâm cô, liền dùng thần

lực khiến thân hình cô chỉ trong phút chốc đã giống như cụ bà trăm tuổi: da nhăn, tóc bạc, răng rụng, má hóp, run rẩy lom khom mà đi.

Cô vũ nữ tự thấy thân hình thay đổi dị thường như vậy, liền tự hiểu ngay là do thần lực của Phật hóa hiện. Biết vậy rồi, cô đối trước Phật sinh lòng hổ thẹn vô cùng, bạch Phật rằng: "Bạch Thế Tôn! Nay con đến trước đức Thế Tôn mà tâm sinh kiêu mạn, buông lung phóng túng thật chẳng phải đạo. Xin đức Thế Tôn từ bi tha thứ."

Phật biết trong tâm cô đã được điều phục, liền dùng thần thông khiến cho cô trở lại nguyên hình như trước.

Khi ấy, đại chúng *tỳ-kheo* nhìn thấy vũ nữ ấy chỉ trong thoáng chốc mà thoạt trẻ, thoạt già, hình dung chẳng có gì là cố định, liền ngộ sâu vào lý vô thường, thảy đều sinh tâm nhàm chán cuộc sinh tử, tâm ý khai mở, có người đắc quả *Tu-đà-hoàn*, có người đắc quả *Tư-đà-hàm*, có người đắc quả *A-na-hàm*, có người đắc quả *A-la-hán*, lại có nhiều người phát tâm cầu quả Phật *Bích-chi*, cũng có người phát tâm cầu quả *Vô thượng Bồ-đề*.

Bấy giờ cô vũ nữ sinh lòng tín kính, lạy Phật xin xuất gia nhập đạo. Phật nói: "Lành thay đó, *tỳ-kheo ni*!" Tức thì, tóc trên đầu cô tự nhiên rụng sạch, áo *cà-sa* hiện ra nơi thân, thành một vị *tỳ-kheo ni* oai nghi đầy đủ. Cô chuyên cần tu tập, chẳng bao lâu đắc quả *A-la-hán*, đủ Ba minh, Sáu phép thần thông, Tám môn giải thoát, khắp cõi trời người ai cũng kính trọng, ngưỡng mộ.

Các vị *tỳ-kheo* thấy việc như vậy liền thưa hỏi rằng: "Bạch Thế Tôn! Nhờ đâu Phật có thể hóa độ cho một kẻ phóng túng kiêu căng như thế, chỉ trong chốc lát đã thành tâm quy phục, lại xuất gia chứng đắc đạo quả?"

Phật bảo các *tỳ-kheo* rằng: "Chẳng phải đến ngày nay ta

mới ra tay cứu độ cho cô ấy. Trong quá khứ ta cũng đã có lần cứu độ cô ấy rồi."

Các vị *tỳ-kheo* thưa thỉnh xin được nghe nhân duyên thời quá khứ. Phật dạy: "Các ông hãy chú tâm lắng nghe, ta sẽ vì các ông mà phân biệt giảng nói. Về thuở quá khứ cách đây đã vô số kiếp, vua xứ *Ba-la-nại* có vị thái tử tên là *Tôn-đà-ly*, bỏ ngôi báu mà vào chốn rừng núi tu tập,[1] chứng đắc được năm phép thần thông.

"Khi ấy có cô gái *khẩn-na-la*[2] muốn làm cho người động tâm, liền hiện hình đến trước mặt, đủ vẻ xinh đẹp, thanh lịch, chẳng khác gì chư thiên trên cõi trời. Cô gái ấy biểu diễn đủ các điệu ca múa hay khéo để mong làm xiêu lòng thái tử.

Vị thái tử ấy tâm đạo kiên cố, chẳng hề lay chuyển, liền bảo cô gái *khẩn-na-la* ấy rằng: "Tất cả các pháp hữu vi đều không thường tồn, có sinh có diệt. Ta nay nhìn vào thân thể cô đã thấy trước sự già nua, xấu xí rồi sẽ đến, chẳng còn gìn giữ được bao lâu nữa. Tại sao cô buông thả phóng túng, chẳng lo tu tập, lại còn muốn làm cho ta phải động tâm mà thối chí?"

Cô gái *khẩn-na-la* ấy nghe thái tử nói rồi, liền tự thấy hổ thẹn, quỳ lạy cầu xin sám hối tội lỗi. Sám hối rồi, hướng đến thái tử mà phát nguyện rằng: 'Ngày sau nếu ngài vượt thoát được biển khổ sinh tử, tôi nguyện được đến chỗ ngài để tu tập chứng đạo.'

Phật lại dạy: "Này chư *tỳ-kheo*! Vị thái tử tu đắc ngũ thông, nay chính là ta đây. Cô gái *khẩn-na-la* thuở ấy, nay là vũ nữ Thanh Liên Hoa, vừa mới xuất gia nhập đạo, chứng đắc đạo quả đó."

Các vị *tỳ-kheo* nghe Phật thuyết nhân duyên này xong thảy đều vui mừng tin nhận.

---

[1] Ở đây được hiểu là tu theo tiên đạo, vì lúc đó không có Phật ra đời.

[2] Một trong tám bộ chúng. Loài **khẩn-na-la** không phải người, cũng không phải chư thiên, nhưng có thể hóa hiện hình thể xinh đẹp như chư thiên.

76.

SINH RA CÓ ÁO CÀ-SA

Lúc ấy, đức Phật đang ở xứ *Ba-la-nại*, trong vườn Lộc. Hoàng hậu trong cung vua *Phạm-ma-đạt*[1] có thai, sinh được một cô công chúa dung mạo đoan chánh, xinh đẹp khác thường. Khi sinh ra, quanh thân mình lại tự nhiên có một tấm áo *cà-sa* bao bọc.

Vua cho mời các vị tướng sư đến xem tướng cho công chúa. Nhân vì có áo *cà-sa* bao quanh thân khi sinh ra, nên đặt tên là *Ca-thi-tôn-đà-ly*.[2]

Công chúa dần dần lớn lên, tấm áo *cà-sa* cũng tự nhiên lớn theo, lúc nào cũng bao quanh thân hình. Tánh tình cô hiền lành, nhân ái, hay thương người và hiếu thuận với cha mẹ. Ngày kia, cô cùng với một đoàn thị vệ ra khỏi cung dạo chơi, lại đi đến chỗ Phật đang thuyết pháp trong vườn Lộc.

Bấy giờ công chúa nhìn thấy đức Thế Tôn với ba mươi hai tướng tốt, tám mươi vẻ đẹp, hào quang chiếu sáng quanh thân, oai nghi rực rỡ thù thắng vô cùng, thì sinh lòng kính mộ, tin phục, liền hoan hỷ lễ Phật rồi chấp tay đứng hầu một bên.

Phật thuyết pháp Tứ diệu đế cho nghe, cô liền đắc quả *Tu-đà-hoàn*. Quay về cung liền tâu xin vua cha với mẫu hậu cho được xuất gia tu đạo.

Vua cha và mẫu hậu thương yêu rất mực, không nỡ làm trái ý con, liền đưa đến chỗ Phật mà xin cho cô xuất gia. Phật nói: "Lành thay đó, *tỳ-kheo ni!*" Tức thì, tóc trên đầu cô tự nhiên rụng sạch, áo *cà-sa* hiện ra nơi thân, thành một vị *tỳ-kheo ni* oai nghi đầy đủ. Cô chuyên cần tu tập, chẳng

---
[1] Tiếng Phạn là Brahmadatta, cũng đọc là Phạm-ma-đạt-đa.
[2] Tiếng Phạn là **Kācisundari**.

bao lâu đắc quả *A-la-hán*, đủ Ba minh, Sáu phép thần thông, Tám môn giải thoát, khắp cõi trời người ai cũng kính trọng, ngưỡng mộ.

Bấy giờ, các vị *tỳ-kheo* thấy vậy liền thưa hỏi: "Bạch Thế Tôn! *Tỳ-kheo ni Ca-thi-Tôn-đà-ly* trước đây đã tạo phước đức như thế nào, mà nay được sinh trong nhà quyền quý, khi sinh ra quanh thân hình tự nhiên có áo *cà-sa* bao bọc, lại tu tập chứng được đạo quả?"

Phật bảo chư *tỳ-kheo*: "Các ông hãy chú tâm lắng nghe, ta sẽ vì các ông mà phân biệt giảng nói. Về thuở quá khứ cách đây chín mươi mốt kiếp, xứ *Ba-la-nại* có vị Phật ra đời hiệu là *Gia-na-gia Mâu-ni*,[1] cùng với chư *tỳ-kheo* đi giáo hóa khắp nơi trong nước. Có người con gái của vua gặp Phật trên đường đi, sinh tâm hoan hỷ liền quỳ lạy Phật, thỉnh Phật với chư *tỳ-kheo* thọ nhận lễ cúng dường trong ba tháng, đủ các món thức ăn cũng như y phục, thuốc men, phẩm vật... Phật liền nhận lời.

Sau khi cúng dường đầy đủ cho Phật với chư *tỳ-kheo* rồi, công chúa lại còn dùng những tấm áo quý, cúng dường mỗi vị một tấm.

Nhờ công đức ấy, trong chốn trời người thường được sinh vào nhà cao sang, quyền quý, lại có áo *cà-sa* bao quanh thân khi sinh."

Phật lại nói rằng: "Người công chúa phát tâm cúng dường thuở ấy, nay chính là *tỳ-kheo ni Tôn-đà-ly*."

Các vị tỳ-kheo nghe Phật thuyết nhân duyên này xong thảy đều vui mừng tin nhận.

---

[1] Tiếng Phạn là **Kanakamouni**, cũng đọc là Câu-na-hàm Mâu-ni.

77.
VÒNG NGỌC QUANH TRÁN

Lúc ấy, đức Phật đang ở gần *thành Xá-vệ*, trong vườn Kỳ thọ Cấp Cô Độc. Trong thành có một người trưởng giả giàu có vô cùng, tên là *Phất-sô*.[1] Người ấy chọn được người vợ cũng thuộc dòng hào phú, cùng nhau chung sống rất ấm êm, hạnh phúc.

Không bao lâu người vợ có thai, rồi sinh được một bé gái xinh đẹp đoan trang. Khi sinh ra, trên trán tự nhiên có một cái vòng kết bằng những hạt ngọc quý. Cha mẹ thấy vậy vui mừng khôn xiết, mời các vị thầy tướng đến xem tướng cho con. Do có vòng ngọc bao quanh trán nên đặt tên là Chân Châu Man.[2]

Cô gái ngày càng khôn lớn, tánh tình hiền từ nhân ái, hay thương xót những kẻ khốn cùng. Nhiều lần gỡ vòng ngọc trên đầu ra mà bố thí cho người đến xin. Cứ gỡ rồi thì lại sinh ra một vòng khác cũng giống như trước.

Bấy giờ ông trưởng giả *Tu-đạt*[3] nghe ông *Phất-sô* có cô con gái thông minh hiền đức, muốn đến hỏi về làm vợ cho con trai mình.

Khi Chân Châu Man nghe được việc ông *Tu-đạt* cho người đến cầu hôn, cô liền thưa với cha mẹ rằng: "Nếu cha mẹ thương con, trước khi cưới xin buộc họ phải có lời thề trước, rằng về sau hai vợ chồng sẽ cùng xuất gia theo Phật. Bằng không thì xin đừng nhận lời. Bởi con không tham muốn phú quý sang giàu nơi cõi trần, chỉ một lòng muốn xuất gia theo Phật thôi."

---

[1] Tiếng Phạn là **Pusya**.
[2] Tiếng Phạn là **Muktā**.
[3] Cũng đọc là Tu-đạt-đa, chính là ông trưởng giả Cấp Cô Độc đã cúng tinh xá Kỳ Hoàn cho Phật.

Cha mẹ thương con không muốn trái ý, liền đến nói với ông *Tu-đạt* ý nguyện của con gái mình. Ông *Tu-đạt* hoan hỷ lắm, thuận theo lời ấy, liền tiến hành ngay việc cưới xin.

Vợ chồng sống với nhau chưa bao lâu, cả hai đều sinh lòng nhàm chán việc thế tục, liền đưa nhau đến chỗ Phật cầu xin xuất gia. Phật bảo Chân Châu Man rằng: "Lành thay đó, *tỳ-kheo ni*!" Tức thì, tóc trên đầu tự nhiên rụng sạch, áo *cà-sa* hiện ra nơi thân, nghiễm nhiên thành một vị *tỳ-kheo ni* oai nghi đầy đủ. Lại bảo người chồng rằng: "Lành thay đó, *tỳ-kheo*!" Tức thì, râu tóc tự nhiên rụng sạch, áo *cà-sa* hiện ra nơi thân, thành một vị *tỳ-kheo*.

Cả hai chuyên cần tu tập, chẳng bao lâu đều được chứng quả *A-la-hán*, đủ Ba minh, Sáu phép thần thông, Tám môn giải thoát, khắp cõi trời người ai cũng kính trọng, ngưỡng mộ.

Bấy giờ, chư *tỳ-kheo* thấy vậy liền thưa hỏi: "Bạch Thế Tôn! Vị phu nhân Chân Châu Man này, trước đây đã tạo phước đức như thế nào mà nay khi sinh ra trên đầu tự nhiên có vòng ngọc quý, lại được gặp Phật, xuất gia chưa bao lâu đã được đắc đạo?"

Phật bảo các *tỳ-kheo*: "Các ông hãy chú tâm lắng nghe, ta sẽ vì các ông mà phân biệt giảng nói. Về khoảng giữa Hiền kiếp này, xứ *Ba-la-nại* có vị Phật ra đời hiệu là *Ca-diếp*, cùng với chư *tỳ-kheo* hội nơi vườn Lộc mà thuyết giảng giáo pháp, độ thoát chúng sanh.

"Có người trưởng giả tên là *A-sa-la*, muốn cho mọi người đều phát tâm cúng dường Phật và chư tăng, liền có ý nghĩ rằng: "Ta sẽ đích thân đi khuyến hóa[1] hết thảy nhân dân trong thành." Nghĩ vậy rồi, liền tâu lên đức vua xin được làm việc ấy. Vua ưng thuận.

Ông trưởng giả *A-sa-la* liền cưỡi một con voi trắng lớn,

---

[1] Cũng như đi quyên góp. Đã tự mình làm việc thiện, còn khuyến khích, tạo điều kiện cho người khác cũng tham gia làm việc thiện nữa.

đi khắp trong thành, khuyến hóa nhân dân góp phần cúng dường Phật với chư *tỳ-kheo* tăng.

Có người phụ nữ kia đang đeo một chiếc vòng kết bằng những hạt ngọc rất quý trên trán, gặp ông trưởng giả khuyến hóa liền cởi vòng ấy ra mà cúng dường.

Người chồng đi xa về thấy trên trán vợ không có vòng ngọc quý, liền hỏi rằng: "Em đã mang vòng ngọc quý đưa cho ai vậy?" Vợ đáp: "Ông trưởng giả *A-sa-la* đi khuyến hóa nhân dân trong thành cúng dường Phật và chư *tỳ-kheo*, em đã lấy vòng ngọc ra cúng dường rồi." Người chồng nghe vậy liền hoan hỷ, khen ngợi.

Người vợ ấy, cúng dường vòng chuỗi ngọc đeo trán rồi, phát lời nguyện rằng: "Nhờ công đức này, nguyện trong đời vị lai tôi chẳng sinh vào các đường ác. Khi sinh ra trong chốn trời người, có vòng ngọc quý ấy sinh ra cùng tôi."

Phật lại dạy rằng: "Người cúng dường vòng ngọc quý đang đeo trên trán hồi thuở ấy, nay là *tỳ-kheo ni* Chân Châu Man. Do công đức cúng dường vòng ngọc, nên nay được gặp Phật, xuất gia thành đạo quả."

Các vị tỳ-kheo nghe Phật thuyết nhân duyên này xong thảy đều vui mừng tin nhận.

78.

HAI VUA GIẢNG HÒA

Lúc ấy, đức Phật đang ở thành *Xá-vệ*, trong vườn Kỳ thọ Cấp Cô Độc. Vua *Ba-tư-nặc* cùng với vua *Phạm-ma* khi ấy thường tranh chấp nhau, đôi bên đều dùng đến cả bốn đạo quân lớn là quân cưỡi voi, quân cưỡi ngựa, quân đi xe và quân đi bộ.

Khi ấy, hoàng hậu của hai vua có thai, cùng sinh nở một lúc. Một người sinh trai, một người sinh gái. Vua *Ba-tư-nặc* đặt tên cho công chúa là *Sai-ma*.

Hai vua vui mừng lắm, đều ban lệnh ra rằng: "Thu hồi quân binh, ban thưởng các thứ tài vật, đôi bên cùng nhau hòa giải. Cho hai đứa trẻ sau này sẽ kết hôn cùng nhau. Hai nước từ nay không tranh chấp nữa, cho đến con cháu nhiều đời sau cũng vậy."

Đến năm thái tử con vua *Phạm-ma* được 7 tuổi, vua sai mang các thứ báu vật, trân bảo sang làm lễ cầu hôn với công chúa con vua *Ba-tư-nặc*. Công chúa *Sai-ma* nghe chuyện, tâu với vua rằng: "Thân người rất khó được, nay con được thân người. Thân thể rất khó toàn vẹn, nay con được toàn vẹn. Lòng tin rất khó phát sinh, nay con phát sinh lòng tin. Phật pháp rất khó gặp, nay con được gặp. Xin cha đừng buộc con vào vòng khổ ách, phải vĩnh viễn lìa xa các bậc thiện tri thức. Chỉ xin cha thương tưởng cho con được xuất gia theo Phật."

Vua đáp rằng: "Khi con còn trong thai, ta đã có lời hứa với vua kia. Nhờ có con mà hai nước giảng hòa, dứt được nạn đao binh. Nay nếu con không thuận kết hôn, tức là ta mang tội bội tín. Vua kia ắt sẽ xem ta là thù địch. Chư thiên cũng giận ta mà không phù trợ.[1] Đối với các vị đại thần và dân chúng, cũng đều xem ta là hạng chẳng giữ chữ tín, đi ngược lại với pháp chế của các tiên vương. Con chẳng từng nghe vua *A-xà-thế*, vua *Ba-cù-ly*... cho đến cả chục vị vua như thế, đều do nói không đúng sự thật mà đọa vào địa ngục. Nay con lại muốn ta nuốt lời, để phải sa vào địa ngục mà chịu khổ như các vị vua ấy hay sao? Con thật không nên nói những lời ấy mà cầu xin ta từ chối việc hôn nhân."

Vua *Ba-tư-nặc* nói vậy rồi, tức tốc sai người sang báo với

---

[1] Ý nói là người không giữ chữ tín nên chư thiên không muốn giúp.

vua *Phạm-ma* là trong vòng bảy ngày phải tiến hành ngay hôn lễ.

Công chúa *Sai-ma* nghe vua sai sứ đi hối thúc gấp rút như vậy, trong lòng sầu khổ bi lụy, liền cởi bỏ hết các thứ trang sức châu báu, mặc áo thô vải xấu, lên tận lầu cao, quay mặt về hướng tinh xá Kỳ Hoàn mà khấn nguyện rằng: "Đức Như Lai Thế Tôn từ bi thương xót hết thảy chúng sanh, trong một ý nghĩ có thể biết hết sự việc trong ba đời. Nay con lâm nạn, khổ não cùng cực, xin được cứu độ."

Bấy giờ đức Thế Tôn từ xa đã thấu hiểu tâm nguyện chí thành của công chúa *Sai-ma*, chỉ trong chớp mắt liền hiện đến trước mặt công chúa mà thuyết pháp cho nghe. Công chúa nghe xong liền đắc quả *A-na-hàm*.[1]

Đúng hạn bảy ngày, vua *Phạm-ma* đưa người đến để đón dâu, số đông đến trăm ngàn người đều mang theo y phục đắt tiền và những trân bảo, vàng ngọc quý giá.

Vào tới trong cung muốn xem mặt cô dâu, liền hốt nhiên thấy công chúa *Sai-ma* hiện thân giữa không trung, biến hóa đủ mười tám phép, hiện bên đông, mất bên tây, lại hiện bên nam, mất bên bắc, đi đứng nằm ngồi giữa hư không thật tự tại, rồi từ giữa không trung mà hạ xuống.

Vua *Ba-tư-nặc* thấy công chúa hiện phép thần thông như vậy, trong lòng hổ thẹn, nói rằng: "Ta thật ngu si, không biết con đã tu đắc thần thông như vậy, nên mới đem chuyện ô nhiễm của trần thế mà buộc vào con. Nay ta xin sám hối, thuận cho con xuất gia."

Vị vương tử con vua *Phạm-ma* cũng sinh lòng tín kính, liền nói rằng: "Ta cũng ngu si không chút hiểu biết nên mới nghĩ đến chuyện kết hôn với người. Nay xin thành tâm sám hối."

Công chúa *Sai-ma* được lời của vua cha rồi, liền đến tinh

---

[1] Quả vị thứ ba trong bốn thánh quả, chỉ còn kém quả A-la-hán.

xá Kỳ Hoàn lạy Phật cầu xuất gia. Phật liền hứa thuận. Từ đó công chúa trở thành *tỳ-kheo ni*, chuyên cần tu tập đắc quả *A-la-hán*.

Bấy giờ, chư *tỳ-kheo* thấy vậy liền thưa hỏi: "Bạch Thế Tôn! *Tỳ-kheo ni Sai-ma* trước đây đã tạo phước đức như thế nào, mà nay được sinh trong hoàng tộc, chẳng vướng vào ái dục, lại được gặp Phật, xuất gia chưa bao lâu đã thành đạo quả?"

Phật bảo chư *tỳ-kheo*: "Các ông hãy chú tâm lắng nghe, ta sẽ vì các ông mà phân biệt giảng nói. Về khoảng giữa Hiền kiếp này, xứ *Ba-la-nại* có vị Phật ra đời hiệu là *Ca-diếp*.

"Trong chúng hội của Phật, có người phụ nữ thường hay gặp chuyện xích mích với chồng. Ngày kia cả hai cùng đến lễ bái một vị *tỳ-kheo* mà thọ giới Bát quan trai. Nhân đó cùng nhau phát lời nguyện rằng: 'Nhờ công đức này, nguyện trong đời vị lai chúng tôi đều được sinh vào nhà hào tộc, quyền quý, có chuyện tranh chấp nhau đều nhờ chúng tôi mà hòa giải.' Phát nguyện như vậy rồi, đến khi mạng chung thường được sinh vào hoàng tộc."

Phật lại dạy rằng: "Cha của người chồng ngày ấy, nay là vua *Phạm-ma*. Cha của người vợ, nay là vua *Ba-tư-nặc*. Người chồng khi ấy, nay là con trai vua *Phạm-ma*. Người vợ khi ấy, nay là *tỳ-kheo ni Sai-ma* đó."

Các vị tỳ-kheo nghe Phật thuyết nhân duyên này xong thảy đều vui mừng tin nhận.

79.
CÔNG CHÚA XẤU XÍ

Lúc ấy, đức Phật đang ở thành *Xá-vệ*, trong vườn Kỳ thọ Cấp Cô Độc. Hoàng hậu của vua *Ba-tư-nặc* là phu nhân *Mạt-ly* vừa hạ sinh một công chúa, dung mạo cực kỳ xấu xí. Thân thể thô kệch, da thịt xù xì, đầu tóc cứng nhắc, bờm xờm như đuôi ngựa.

Vua *Ba-tư-nặc* nhìn thấy con như vậy thì không vui chút nào, liền dặn nội thị trong cung phải thận trọng giữ kín, không được để cho người ngoài nhìn thấy hoặc hay biết chuyện này. Vua lại nghĩ rằng: "Con bé ấy tuy hình dung xấu xí, nhưng dù sao cũng là do phu nhân *Mạt-ly* sinh ra."[1] Liền dặn người phải chăm sóc nuôi dưỡng cẩn thận.

Khi công chúa lớn lên, đến tuổi gã chồng, vua lo buồn suy nghĩ, chẳng biết làm sao, vì công chúa xấu quá. Liền gọi một vị đại thần đến, dặn kín rằng: "Ông hãy vì ta mà đi tìm cho công chúa một người chồng. Nên tìm người nào trước đây thuộc dòng hào tộc, nhưng gia thế nay đã suy sụp, túng thiếu bần hàn thì mới thích hợp."

Đại thần vâng lệnh, tìm khắp nơi, được một người trước đây vốn con nhà hào tộc danh gia, nhưng hiện tại bần cùng đói khổ. Liền đưa đến bái kiến vua.

Vua liền đưa người ấy vào chỗ kín đáo, đuổi hết kẻ hầu chung quanh ra, rồi mới bảo rằng: "Ta nghe nhà ông vốn dòng hào tộc, giờ đây túng thiếu bần cùng. Vậy ta sẽ chu cấp các thứ tài vật trân bảo cho ông, khiến cho được giàu có như xưa. Nay ta có một đứa con gái, diện mạo cực kỳ xấu xí, mong ông hãy thuận ý ta, nhận nó làm vợ."

---

[1] Vua Ba-tư-nặc rất yêu quý phu nhân Mạt-ly.

Người bần cùng ấy liền quỳ tâu lên vua rằng: "Xin theo lời dạy của vua. Dù vua có bảo tôi lấy chó làm vợ, tôi cũng không dám trái ý, huống hồ công chúa vốn thật do phu nhân *Mạt-ly* sinh ra."

Vua liền mang công chúa gả cho người ấy. Rồi ban cho nhà cửa cao rộng, dặn người chồng phải thường xuyên đóng chặt cửa nhà, nếu có đi ra ngoài thì phải khóa lại, chẳng cho người ngoài ra vào, sợ nhìn thấy công chúa xấu xí. Về phần công chúa cũng phải giữ kỹ trong nhà chẳng cho đi ra bên ngoài. Vua nói với phò mã rằng: "Con ta xấu lắm, chẳng nên để cho người ngoài trông thấy."

Vua ban cho rất nhiều tài vật, trân bảo, lại phong cho phò mã làm đại thần.

Qua một thời gian, vị đại thần ấy trở nên giàu có, thường giao du đi lại với các nhà hào tộc, phú gia. Ngày kia có lễ hội lớn, hết thảy mọi người đều đến dự. Người nào cũng đưa vợ đến để cùng vui chơi.

Những người dự hội thấy vị đại thần ấy dự hội một mình, không có vợ cùng đi, liền sinh nghi ngờ, hỏi nhau rằng: "Người ấy không đưa vợ đến đây, hoặc giả là vợ anh ta đẹp quá, không muốn cho ai nhìn thấy, hoặc là xấu xí cùng cực, chẳng muốn để lộ ra?" Bàn qua nói lại, chẳng ai biết được thực hư thế nào, liền cùng nhau lập kế tìm hiểu.

Cả bọn luân phiên chuốc rượu cho người ấy đến say mềm, nằm lăn ra đất. Xong, họ cử ra năm người đi đến nhà người ấy để xem cho biết sự thật.

Khi ấy, công chúa xấu xí ở nhà trong lòng phiền não, tự hối trách mà suy nghĩ rằng: "Ta xưa đã tạo ác nghiệp gì mà nay phải thọ khổ thế này? Hình dung xấu xí khiến chồng chẳng dám cho ra bên ngoài, phải thường ở trong phòng kín, chẳng được giao tiếp cùng ai cả."

Rồi lại nghĩ rằng: "Nay có Phật ở đời, thường lấy tâm từ

bi mà quán sát hết thảy chúng sanh, cứu độ cho những ai khổ nạn." Nghĩ vậy rồi liền quỳ xuống mà vọng bái đức Thế Tôn, nguyện được ngài thương tưởng mà hiện đến giáo hóa cho. Lòng cô chân thành, chí tâm cầu thỉnh, nên Phật biết tâm nguyện của cô liền hiện đến.

Thoạt tiên, đức Thế Tôn hiện cho cô thấy đỉnh đầu của ngài. Cô nhìn thấy rồi trong lòng vui sướng, hân hoan, sinh lòng tin phục sâu vững. Bỗng nhiên tóc trên đầu cô hóa ra mềm mại, óng mượt, xinh đẹp vô cùng.

Dần dần, Phật hiện cả toàn thân cho cô chiêm ngưỡng. Khi cô nhìn thấy toàn thân Phật rồi, lòng cô vui mừng khôn xiết, trong tâm hoan hỷ, thanh thản nhẹ nhàng, bao nhiêu lo buồn, sầu khổ đều mất hết. Bỗng nhiên thân hình cô hóa ra đoan chánh, mỹ miều, dáng vẻ xinh đẹp như tiên giáng thế.

Khi ấy, Phật hiện hào quang sắc vàng rực rỡ quanh thân cho cô thấy, cô liền sinh lòng kính tín, khát ngưỡng. Phật vì cô mà thuyết pháp Tứ diệu đế, ngay khi ấy cô liền đắc quả *Tu-đà-hoàn*. Thuyết pháp xong, Phật trở về tinh xá Kỳ Hoàn.

Bấy giờ, năm người do nhóm trưởng giả nơi lễ hội cử đến cũng vừa tới nơi. Họ giả vờ gọi cửa bảo là đem tin của ông đại thần về. Công chúa cho người mở cửa mời vào. Nhìn thấy công chúa rồi, bọn họ tâm thần mê mẩn, đều khen là chưa từng được thấy ai xinh đẹp đến thế. Họ bảo nhau: "Thảo nào ông ta không dám đưa vợ đến nơi lễ hội." Rồi họ trở về chỗ lễ hội mà loan tin ấy với mọi người. Được thỏa mãn rồi, ai nấy đều giải tán.

Ông đại thần tỉnh rượu, tự tìm về nhà. Ông thấy một người con gái xinh đẹp tuyệt thế ở trong nhà mình thì hết sức kinh ngạc, liền lên tiếng hỏi: "Nàng là ai? Vì sao lại đến đây?" Công chúa đáp: "Em là vợ của chàng đây mà." Rồi cô đem hết mọi sự thuật lại cho chồng nghe. Kể xong, cô lại nói: "Xin chàng vì em đến tâu với phụ vương, xin cho em gặp mặt." Người chồng nhận lời, vào cung xin gặp vua *Ba-tư-nặc*.

Khi gặp vua rồi, người nói: "Công chúa muốn gặp đại vương." Vua đáp: "Chớ nói điều ấy. Ông chỉ nên canh chừng cửa nẻo cho nghiêm nhặt, đừng để nó đi ra bên ngoài." Người chồng nói: "Sao có thể như vậy được? Công chúa bây giờ nhờ oai đức của Phật, đã thay hình đổi dạng xinh đẹp như tiên nga, chẳng còn xấu xí như trước nữa."

Vua nghe rồi chưa tin là thật, liền truyền xa giá đến thăm con gái ngay khi ấy. Gặp con rồi, thấy quả thật như lời người chồng nói, trong lòng vua vừa mừng vui, lại vừa nghi ngại. Vua liền truyền quân chuẩn bị xa giá, cùng với công chúa đi đến chỗ Phật.

Đến nơi, vua lễ bái Phật rồi quỳ xuống bạch rằng: "Bạch Thế Tôn! Không biết công chúa trước đây tạo nghiệp thiện ác như thế nào mà nay tuy sinh vào hoàng tộc lại phải thọ thân xấu xí? Xin đức Thế Tôn từ bi dạy cho được biết."

Phật bảo: "Ông hãy chú tâm lắng nghe, ta sẽ vì ông mà phân biệt giảng nói. Về thuở quá khứ cách đây đã vô số kiếp, xứ *Ba-la-nại* có vị trưởng giả giàu có vô cùng. Trưởng giả ấy thường thỉnh một vị Phật *Bích-chi* đến nhà cúng dường, lễ bái. Phật *Bích-chi* ấy dung mạo cực kỳ xấu xí, thân thể thô kệch khó coi.

"Ông trưởng giả có người con gái nhỏ, thấy Phật *Bích-chi* dung mạo xấu xí thì sinh lòng khinh miệt, dùng những lời nặng nề, thô bỉ mà xúc phạm.

"Vị Phật *Bích-chi* ấy vẫn cứ đến thọ nhận sự cúng dường của ông trưởng giả rất lâu. Đến khi ngài sắp nhập *Niết-bàn*, mới dùng thần thông bay lên hư không, hiện đủ mười tám phép biến hóa, đi đứng nằm ngồi trên không trung, tự tại không ngăn ngại, khiến cho cả nhà ông trưởng giả ấy đều được chứng kiến. Xong rồi, ngài mới từ trên hư không mà hạ xuống nơi nhà ông trưởng giả.

"Ông trưởng giả thấy vậy thì vui mừng, hoan hỷ lắm. Riêng cô con gái tự sinh lòng hổ thẹn, hối trách, liền quỳ xuống trước Phật *Bích-chi* mà chí thành cầu xin sám hối."

Phật lại dạy rằng: "Cô con gái nhà trưởng giả, thuở ấy khinh miệt, xúc phạm vị Phật *Bích-chi*, ngày nay thọ thân làm công chúa xấu xí đó. Tuy nhiên, nhờ phước đức cúng dường, nên thường được sinh vào nhà quyền quý, giàu sang, chẳng chịu sự khổ đói thiếu. Lại nhờ biết chí thành sám hối lỗi lầm, nên nay được gặp ta cứu cho thoát khổ."

Bấy giờ, vua *Ba-tư-nặc* và quần thần, chúng dân, nghe Phật thuyết nhân duyên nghiệp báo của vị công chúa xấu xí ấy rồi, tâm ý liền khai mở, có người đắc quả *Tu-đà-hoàn*, có người đắc quả *Tư-đà-hàm*, có người đắc quả *A-na-hàm*, có người đắc quả *A-la-hán*, lại có nhiều người phát tâm cầu quả Phật *Bích-chi*, cũng có người phát tâm cầu quả *Vô thượng Bồ-đề*.

Các vị *tỳ-kheo* nghe Phật thuyết nhân duyên này xong thảy đều vui mừng tin nhận.

PHẨM THỨ CHÍN
CÁC VỊ THANH VĂN

80.
TÊN TRỘM XUẤT GIA

Lúc ấy, đức Phật đang ở nước *Tỳ-xá-ly*, nơi một giảng đường lớn được xây dựng có nhiều tầng. Trong thành có một người chuyên nghề trộm cắp, khắp nước đều biết tiếng.

Ngày kia, nghe nói chỗ các thầy *tỳ-kheo* ở có món đồ bằng đồng rất giá trị, tên trộm liền đang đêm đến đó rình mò định lấy. Ngờ đâu chư *tỳ-kheo* rất tỉnh táo, chẳng có lúc nào sơ hở nên anh ta cứ nằm rình trên mái nhà cả đêm. Nhân đó, nghe các thầy luận đàm với nhau, bàn về sự khác biệt giữa người phàm với chư thiên. Một thầy nói: "Người cõi thế đôi tròng mắt đảo nhanh lắm, còn chư thiên thì rất chậm." Tên trộm nghe rồi liền nhớ. Nằm đó rình hoài chẳng được, chán nản bỏ về.

Ít lâu sau có người thương nhân từ nơi khác đến, mang theo một hạt châu *ma-ni* rất quý, đem dâng cho vua. Vua được hạt châu quý, mừng lắm, liền mang đến tháp Phật mà cúng dường, gắn lên bên trên nơi cổng trước của tháp.

Tên trộm nghe biết việc vua cúng dường hạt châu quý gắn nơi cổng tháp, liền nhân lúc đêm tối lẻn đến gỡ lấy mất. Lấy được rồi giấu kỹ chẳng dám mang đi bán, sợ người biết mà tra xét.

Vua nghe tin hạt châu bị mất, tức giận vô cùng, truyền lệnh truy nã khắp nước. Lại ra chỉ dụ rằng, ai biết được kẻ trộm mà đến mật báo với vua, đều được trọng thưởng. Tuy vậy, trải qua thời gian rất lâu mà chẳng có manh mối gì. Vua thất vọng không còn biết phải làm gì để tìm ra kẻ trộm.

Bấy giờ có vị quan văn tâu lên với vua rằng: "Nay đất nước ta phong tục thuần hóa, chẳng mấy khi xảy ra việc trộm cắp. Duy chỉ có một người chuyên nghề ăn trộm, cả nước ai cũng biết cả. Hạt châu ấy nhất định là do anh ta lấy. Nhưng nếu bây giờ bắt bớ, khảo tra, chắc không chịu nhận. Đại vương nên lập kế mới tìm ra được sự thật."

Vua hỏi: "Lập kế thế nào?"

Vị quan ấy đáp: "Bây giờ nên kín đáo sai người đến chỗ tên ấy, mời mọc đãi đằng rượu thịt no say. Phục uống nhiều rượu cho say mềm đến mức chẳng biết chi nữa, rồi cho người khiêng bỏ trước điện chầu. Lại trang trí thêm ở chung quanh điện cho thật trang nghiêm đẹp đẽ, trổi lên các thứ âm nhạc, đàn sáo... giả làm như cõi trời. Tên ấy vừa tỉnh, tất nhiên hoảng hốt, chẳng hiểu gì. Khi ấy, cho các tỳ nữ đến nói rằng: "Chúng tôi nghe rằng trước đây người ở cõi *Diêm-phù-đề*, lấy trộm hạt châu trên cổng tháp, nhờ vậy mà được sinh lên cõi trời *Đao-lợi* này. Tỳ nữ chúng tôi ở đây có nhiệm vụ hầu hạ ngài. Chẳng hay việc ấy có không?" Trong lúc tinh thần còn hoang mang, chắc rằng tên ấy sẽ thú nhận.

Vua nghe lời vị quan ấy, y kế thi hành. Khi các tỳ nữ gặn hỏi trước điện đường, tên trộm trong lòng đã muốn thú nhận. Chợt nhớ câu chuyện đã nghe nơi chỗ các thầy *tỳ-kheo* trước đây, liền chú ý nhìn vào mắt mấy cô tỳ nữ, thấy tròng mắt đảo nhanh chẳng khác gì mình, liền suy nghĩ: "Đây chẳng phải cảnh chư thiên, chắc có điều gì mờ ám." Nghĩ vậy rồi, một mực chối phăng, chẳng nhận là mình có trộm hạt châu. Vua túng thế phải thả ra cho về nhà. Người ấy về rồi, trong lòng tỉnh ngộ, hối trách lỗi xưa, lại nghĩ nhờ một câu nói của thầy *tỳ-kheo* mà thoát được tội chết, nên sinh lòng kính tín.

Khi ấy, vị quan văn lại tâu với vua nữa: "Thần có một kế nữa, có thể dò xét ra hạt châu ấy." Vua hỏi: "Kế ấy thế nào?"

Đại thần nói: "Đại vương nên giả làm thân thiện, gọi người ấy đến phong cho làm đại thần. Tất cả của cải trong kho, mật cho người kê khai ghi chép đủ, rồi giao hết cho người ấy coi giữ. Ít lâu sau lại gọi đến mà khen thưởng, nói rằng: "Chưa có bầy tôi nào được như khanh, coi sóc hết thảy của cải trong kho chẳng hề thất thoát." Người ấy tất sinh lòng hoan hỷ, vui mừng. Khi ấy, đại vương nên hỏi: "Trước đây ta có gắn hạt châu nơi cổng tháp, khanh có nghe biết việc ấy chăng?" Lúc đó, người ấy chắc sẽ thú thật. Bởi vì thấy vua yêu chuộng khen thưởng, tin cậy giao cho hết thảy của cải, nếu không thú thật thì biết khi nào mới có dịp như thế nữa?"

Vua lại nghe lời, y kế thi hành.

Quả nhiên, khi ấy tên trộm liền thú thật: "Hạt châu ấy quả là do kẻ nô tài này trộm lấy. Vì sợ quá nên giấu kỹ chẳng dám để lộ ra."

Vua lại hỏi: "Ông lần trước say rượu túy lúy, ta cho người giả cảnh thiên cung mà hỏi, sao không thú nhận?" Tên trộm đáp: "Trước đây nô tài có nghe một câu nói của thầy *tỳ-kheo* kia, rằng tròng mắt của chư thiên đảo qua đảo lại rất chậm, không như mắt của người thường. Khi ấy, các tỳ nữ của vua tròng mắt chẳng khác người, nên biết đó là cảnh giả, làm sao dám nhận?"

Khi ấy, vua lấy lại được hạt châu, trong lòng vui vẻ, không bắt tội. Tên trộm liền quỳ tâu rằng: "Đại vương đã thương mà không bắt tội, xin cho nô tài được xuất gia."

Vua hỏi: "Ông nay được ta phong làm đại thần, vinh hoa phú quý chẳng ai bằng, vì sao lại muốn xuất gia?"

Tên trộm đáp: "Trước đây nô tài chỉ nhờ một câu nói của thầy *tỳ-kheo* mà được toàn mạng sống. Nếu được nghe pháp

Phật, y pháp tu hành, chắc chắn sẽ được lợi ích lớn. Vì vậy, nguyện xin được xuất gia."

Vua liền vui vẻ thuận cho. Người ấy chuyên cần tu tập, chẳng bao lâu đắc quả *A-la-hán*, đủ Ba minh, Sáu phép thần thông, Tám môn giải thoát, khắp cõi trời người ai cũng kính trọng, ngưỡng mộ.

Các vị tỳ-kheo nghe Phật thuyết nhân duyên này xong thảy đều vui mừng tin nhận.

81.

NHỮNG NGƯỜI ĐI BIỂN

Lúc ấy, đức Phật đang ở gần *thành Xá-vệ*, trong vườn Kỳ thọ Cấp Cô Độc. Trong thành có năm trăm người thương khách, muốn ra biển mà tìm trân bảo.

Vị thương chủ đứng đầu trong nhóm vừa mới cưới vợ, cũng là người thuộc dòng hào tộc. Khi ấy, người liền mang vợ theo trong chuyến đi biển ấy.

Chuyến đi kéo dài, người vợ có thai rồi sinh một bé trai ngay trên biển. Nhân đó mới đặt tên cho là Hải Sanh.[1] Chuyến ấy các vị thương khách đều được bình an trở về, thu nhặt được rất nhiều trân bảo. Tất cả đều cho là nhờ đứa bé ấy có phước đức lớn.

Khi đứa trẻ lớn lên, lại nối nghiệp cha mà làm một người thương chủ lớn, dẫn theo năm trăm thương khách đi ra biển tìm trân bảo. Tìm được rồi, trên đường về thì gặp một trận bão lớn, thổi mịt mù trời đất. Thuyền bị lạc không còn biết phương hướng, cầm chắc sẽ chết giữa biển khơi.

---

[1] Tiếng Phạn là **Samudra**.

Bấy giờ, các vị thương nhân rủ nhau cầu khấn các vị thần linh. Khấn vái rền trời nhưng chẳng thấy ứng nghiệm gì.

Trên thuyền có một vị cư sĩ tin Phật, liền nói với mọi người rằng: "Nay có đức Phật Thế Tôn thường lấy tâm từ bi quán sát hết thảy chúng sanh, thường cứu thoát hết thảy tai ương, khổ ách. Chúng ta nên chí thành mà niệm danh hiệu ngài, cầu xin cứu hộ." Các thương nhân tin lời, liền cùng nhau chí thành xưng danh hiệu Phật.

Đức Thế Tôn nhìn thấu nơi biển cả, biết các thương nhân ấy đang lâm nạn, chí thành cầu khấn. Ngài liền phóng ra một đạo hào quang sáng chói, chiếu đến tận nơi ấy, khiến cho bão tố tức thời lắng dịu, chỉ trong giây lát sóng yên, bể lặng.

Khi ấy, trong số thương nhân có người nói rằng: "Chúng ta nhờ oai thần của Phật phóng hào quang cứu độ, thoát được nạn dữ. Lần này nếu được bình an quay về, nên cùng nhau tạo lập chùa tháp, thỉnh Phật và chư tăng mà cúng dường." Nói lời ấy rồi, tất cả thương nhân đều hoan hỷ tán đồng.

Thuyền được yên ổn, theo gió mà đi chẳng bao lâu thì nhận được phương hướng, liền an ổn mà quay về nhà. Nhớ lời nguyện giữa biển khơi, cả nhóm liền cùng nhau đến lễ bái, thỉnh Phật với chư *tỳ-kheo* thọ nhận cúng dường. Cúng dường xong, cùng nghe Phật thuyết pháp. Khi ấy, tâm ý được khai mở, liền đồng thời lễ Phật xin xuất gia nhập đạo. Phật nói: "Lành thay đó, *tỳ-kheo!*" Tức thì, những người ấy râu tóc tự nhiên rụng sạch, áo *cà-sa* hiện ra nơi thân, thành năm trăm vị *tỳ-kheo* oai nghi đầy đủ. Họ chuyên cần tu tập, chẳng bao lâu đều đắc quả *A-la-hán*, đủ Ba minh, Sáu phép thần thông, Tám môn giải thoát, khắp cõi trời người ai cũng kính trọng, ngưỡng mộ.

Các vị *tỳ-kheo* thấy việc như vậy, thưa hỏi Phật rằng: "Bạch Thế Tôn! Năm trăm vị thương nhân xuất gia làm *tỳ-*

kheo đây, trước đã trồng những căn lành gì mà nay được Phật cứu cho thoát khỏi ách nạn, lại được độ cho xuất gia đắc đạo?"

Phật nói: "Chẳng phải đến nay ta mới cứu cho những người này thoát khỏi ách nạn. Trong quá khứ ta cũng đã từng cứu họ thoát khỏi ách nạn."

Các vị *tỳ-kheo* liền thưa thỉnh, xin được nghe những nhân duyên đời quá khứ.

Phật bảo các *tỳ-kheo*: "Các ông hãy chú tâm lắng nghe, ta sẽ vì các ông mà phân biệt giảng nói. Về thuở quá khứ cách đây đã vô số kiếp, xứ *Ba-la-nại* có vị tiên tu đắc năm phép thần thông, sống tịch lặng nơi một bờ sông nọ.

"Bấy giờ có năm trăm người thương nhân muốn ra biển tìm trân bảo, theo con đường ngang qua chỗ bến sông ấy mà ra, nên gặp vị tiên nơi bờ sông. Những người thương nhân gặp vị tiên ấy sinh lòng kính ngưỡng, liền cùng nhau lễ bái rồi thỉnh vị ấy cùng đi ra biển. Vị tiên đáp rằng: "Các ông cứ đi. Nếu gặp ách nạn, chỉ việc gọi tên ta, ta sẽ cứu hộ cho."

Năm trăm thương nhân thẳng đường ra biển, tìm được rất nhiều trân bảo. Đến lúc quay về gặp cơn bão lớn, thuyền đã muốn chìm. Liền cùng nhau xưng tên vị tiên. Vị ấy liền hiện thần thông đến cứu cho được thoát nạn."

Phật lại nói rằng: "Vị tiên thuở ấy chính là ta đây. Năm trăm thương nhân ngày trước là năm trăm *tỳ-kheo* vừa xuất gia đó. Ngày trước ta còn chưa đoạn trừ hết phiền não đã có thể cứu khổ cứu nạn cho những người ấy. Huống chi nay đã thành Phật, vượt trên Ba cõi, lẽ nào không cứu được ách nạn cho chúng sanh?"

Các vị tỳ-kheo nghe Phật thuyết nhân duyên này xong thảy đều vui mừng tin nhận.

82.

ÁO HOA CHE THÂN

Lúc ấy, đức Phật đang ở thành *Xá-vệ*, trong vườn Kỳ thọ Cấp Cô Độc. Trong thành có một người trưởng giả giàu có, chọn được người vợ cũng thuộc dòng hào tộc, chung sống cùng nhau ấm êm, hòa thuận.

Không bao lâu người vợ có thai, rồi sinh được một bé trai xinh đẹp, kháu khỉnh. Khi trẻ sinh ra, có một tấm y kết bằng hoa *Tu-mạn* bao quanh người, mùi hoa thơm bay ngào ngạt. Cha mẹ vui mừng hớn hở, liền mời thầy đến xem tướng cho con. Nhân vì có tấm y bằng hoa *Tu-mạn* bao quanh người, nên đặt tên là *Tu-mạn-na*.[1]

Khi trẻ lớn lên, tánh tình hiền hòa, hiếu thuận. Tấm y bao quanh thân cũng tự nhiên lớn theo. Cha mẹ đều là người tin sâu Tam bảo, nên mang con đến nhờ trưởng lão *A-na-luật*[2] dạy dỗ, cho làm *sa-di*.[3] Thầy *A-na-luật* dạy cho ngồi thiền, tu tập, chẳng bao lâu đắc quả *A-la-hán*, đủ Ba minh, Sáu phép thần thông, Tám môn giải thoát, khắp cõi trời người ai cũng kính trọng, ngưỡng mộ.

Khi ấy, trưởng lão *A-na-luật* gọi *sa-di* ấy mà dạy rằng: "Ông đến bờ sông *Bạt-đề* múc cho ta một bình nước sạch." Vị sa-di ấy vâng lời, đi đến bờ sông lấy một bình nước đầy, ném lên không trung rồi cất mình bay theo mà về chỗ ngài *A-na-luật*.

Chư *tỳ-kheo* thấy việc như vậy, thưa hỏi Phật rằng: "Bạch

---

[1] Tiếng Phạn là **Sumanā**.

[2] A-na-luật là một trong mười đại đệ tử của Phật, được đức Phật khen là có Thiên nhãn đệ nhất.

[3] Người mới xuất gia còn nhỏ tuổi thì thọ giới sa-di, chỉ khi đủ tuổi trưởng thành mới được làm tỳ-kheo.

Thế Tôn! Vị *sa-di Tu-mạn-na* này trước đã trồng những căn lành gì mà được sinh vào nhà giàu sang, có tấm y kết bằng hoa *Tu-mạn* bao quanh thân, lại được gặp Phật mà xuất gia đắc đạo?"

Phật bảo chư *tỳ-kheo*: "Các ông hãy chú tâm lắng nghe, ta sẽ vì các ông mà phân biệt giảng nói. Về thuở quá khứ cách đây chín mươi mốt kiếp, xứ *Ba-la-nại* có vị Phật ra đời hiệu là *Tỳ-bà-thi*. Hóa duyên đã mãn, Phật liền nhập *Niết-bàn*.

Bấy giờ có vị vua tên là *Phạm-ma-đạt-đa*, thu gom *xá-lợi* Phật rồi dựng bốn tòa tháp quý đặt vào trong để cúng dường. Bấy giờ có một cậu bé nhìn thấy tháp Phật lòng sinh kính tín, liền xuất gia tu tập. Kiên trì tu tập mãi cho đến lúc tóc bạc da nhăn mà chẳng có sự chứng đắc gì. Trong lòng hổ thẹn lắm, tự trách mình chưa được nhất tâm trong việc tu tập, mới mua thật nhiều hoa *Tu-mạn* kết lại mà bao phủ quanh tháp Phật để cúng dường, lễ lạy sám hối.

"Nhờ công đức ấy, trải qua chín mươi mốt kiếp đều không đọa vào các chốn địa ngục, súc sanh, ngạ quỷ, trong cõi trời người khi sinh ra đều có tấm y kết bằng hoa *Tu-mạn* bao quanh thân, lại được hưởng nhiều sự khoái lạc, vui thú, cho đến nay được gặp Phật, xuất gia đắc đạo."

Các vị tỳ-kheo nghe Phật thuyết nhân duyên này xong thảy đều vui mừng tin nhận.

83.
BÀN TAY VÀNG

Lúc ấy, đức Phật đang ở thành *Xá-vệ*, trong vườn Kỳ thọ Cấp Cô Độc. Trong thành có một người trưởng giả giàu có vô cùng, cưới một người vợ cũng thuộc dòng hào tộc, cuộc sống rất hoan lạc, vui thích.

Không bao lâu người vợ có thai, rồi sinh được một bé trai dung mạo đoan trang, xinh đẹp. Khi trẻ sinh ra, trong hai bàn tay có nắm hai đồng tiền vàng. Khi thả rớt ra thì lại hiện hai đồng tiền vàng khác, cứ thế chẳng bao giờ hết. Cha mẹ vui mừng mời thầy đến xem tướng, nhân việc có tiền vàng trong tay, liền đặt tên là Bảo Thủ.[1]

Đến khi khôn lớn, tính tình hiền hậu, hiếu thuận, có lòng thương người, thường hay bố thí cho kẻ nghèo hèn, túng thiếu. Khi có người đến xin, liền lấy tiền vàng trong tay mà bố thí. Lấy đi rồi có trở lại, chẳng bao giờ hết.

Ngày kia, có dịp đi chơi cùng chúng bạn, lại đến tinh xá Kỳ Hoàn gặp Phật. Nhìn thấy đức Thế Tôn với ba mươi hai tướng tốt, tám mươi vẻ đẹp, hào quang chiếu sáng quanh thân, oai nghi rực rỡ thù thắng vô cùng, Bảo Thủ liền sinh lòng hoan hỷ, kính tín, chấp tay bạch Phật rằng: "Xin đức Thế Tôn và chư *tỳ-kheo* tăng từ bi thọ nhận lễ cúng dường của con."

Khi ấy, ngài *A-nan* đứng hầu bên Phật, liền lên tiếng hỏi rằng: "Nếu muốn cúng dường, cần phải có ít nhiều tài vật. Con chỉ là một đứa trẻ, làm sao có tiền mà mua sắm các thứ?" Bảo Thủ không đáp, chỉ xòe hai tay ra. Tiền vàng từ trong tay cứ rơi ra mãi, giây lát đã thành một đống tiền lớn.

---

[1] Tiếng Phạn là **Hiranyapāni**, Hán dịch là Bảo Thủ, nghĩa là bàn tay quý giá.

Phật dạy *A-nan*: "Ông nên nhận lấy số tiền vàng này, cho người mua sắm các thứ, thỉnh Phật với chư tăng mà cúng dường." *A-nan* vâng lời, lo việc thiết lễ cúng dường.

Lễ cúng dường xong, Phật liền vì Bảo Thủ mà thuyết pháp, khi nghe xong tâm ý khai mở, chứng quả *Tu-đà-hoàn*. Quay về nhà liền thưa với cha mẹ xin được xuất gia tu tập.

Cha mẹ thương yêu không muốn trái ý, liền đưa đến chỗ Phật để xin xuất gia. Phật nói: "Lành thay đó, *tỳ-kheo*!" Tức thì, tóc trên đầu tự nhiên rụng sạch, áo *cà-sa* hiện ra nơi thân, thành một vị *tỳ-kheo* oai nghi đầy đủ. Bảo Thủ chuyên cần tu tập, chẳng bao lâu đắc quả *A-la-hán*, đủ Ba minh, Sáu phép thần thông, Tám môn giải thoát, khắp cõi trời người ai cũng kính trọng, ngưỡng mộ.

Ngài *A-nan* thấy vậy liền thưa hỏi rằng: "Bạch Thế Tôn! *Tỳ-kheo* Bảo Thủ trước đây đã tạo phước đức như thế nào, mà nay được sinh ra trong nhà hào phú, trong hai bàn tay tự nhiên hóa hiện tiền vàng, lại được gặp Phật, xuất gia đắc đạo?"

Phật bảo *A-nan*: "Ông hãy chú tâm lắng nghe, ta sẽ vì ông mà phân biệt giảng nói. Vào giữa Hiền kiếp này, xứ *Ba-la-nại* có vị Phật ra đời hiệu là *Ca-diếp*, giáo hóa đã xong, liền nhập *Niết-bàn*.

"Bấy giờ có vị vua tên là *Ca-sí*, thu thập *xá-lợi* của Phật, dựng bốn ngọn tháp lớn đặt vào để thờ kính, cúng dường. Có vị trưởng giả đi ngang tháp ấy sinh tâm hoan hỷ, liền đến cúng một đồng tiền vàng, đặt chỗ bên dưới cổng tháp. Nhờ công đức ấy, từ đó về sau người chẳng bị đọa vào các nẻo dữ, khi sinh ra trong chốn trời người lại thường có tiền vàng hóa hiện trong hai bàn tay, cho đến nay gặp Phật, xuất gia đắc đạo."

Các vị tỳ-kheo nghe Phật thuyết nhân duyên này xong thảy đều vui mừng tin nhận.

84.

TỲ-KHEO TAM TẠNG

Lúc ấy, đức Phật đang ở gần *thành Xá-vệ*, trong vườn Kỳ thọ Cấp Cô Độc. Vua *Ba-tư-nặc* bấy giờ có một vị phu nhân mang thai, sinh được một người con trai. Đứa bé mới sinh ra ấy dung nhan xinh đẹp, lại có một tấm áo *cà-sa* bao quanh thân, vừa sinh ra đã biết nói ngay, lên tiếng hỏi vua cha rằng: "Tâu phụ vương, đức Như Lai Thế Tôn nay còn tại thế chăng?" Rồi lại hỏi thăm đến hết thảy các vị đại đệ tử như *Xá-lợi-phất, Mục-kiền-liên, Ca-diếp, A-nan...* Vua liền đáp rằng: "Tất cả các vị đều an ổn."

Đứa bé liền nói: "Xin phụ vương vì con mà thỉnh Phật và chư tăng vào cung cúng dường."

Vua nhận lời, thiết lễ cúng dường rất lớn, thỉnh Phật và chư tăng đến thọ nhận. Khi Phật đến nơi, nhìn thấy vị vương tử mới sinh ấy liền hỏi rằng: "Ông có nhớ chăng, vào thời Phật *Ca-diếp* tại thế ông chính là *tỳ-kheo* Tam Tạng?" Vương tử đáp: "Bạch Thế Tông, quả thật như vậy." Đức Phật lại hỏi: "Ông ở trong bào thai được yên ổn chăng?" Đáp rằng: "Nhờ ân đức Phật, được toàn tính mạng."

Khi ấy, phu nhân nhìn thấy con mình đối đáp với đức Phật thì lấy làm lạ lùng, không dấu được sự ngạc nhiên, liền thưa hỏi: "Bạch Thế Tôn! Đứa trẻ này trước đây đã gieo những nhân lành gì mà nay sinh ra đã biết nói ngay, có thể cùng Phật đối đáp? Xin đức Thế Tôn từ bi giảng giải cho được biết."

Khi ấy, đức Thế Tôn liền đọc kệ rằng:

Đã tạo các nghiệp thiện,
Trăm kiếp đều chẳng mất.

Do thiện nghiệp, nhân duyên,
Nên được quả như thế.

Vua *Ba-tư-nặc* và phu nhân nghe Phật nói kệ như vậy, liền thưa hỏi rằng: "Không biết nhân duyên thời quá khứ như thế nào? Xin đức Thế Tôn giảng giải cho biết."

Phật nói: "Mọi người hãy chú tâm lắng nghe, ta sẽ vì các vị mà phân biệt giảng nói. Vào giữa Hiền kiếp này, xứ *Ba-la-nại* có vị Phật ra đời hiệu là *Ca-diếp*, cùng với chư *tỳ-kheo* đi giáo hóa rất nhiều nơi, đến nước của vua *Ca-sí*.

"Bấy giờ, thái tử con vua tên là Thiện Sanh, nhìn thấy Phật rồi lòng sinh ra tin phục, kính ngưỡng, liền tâu lên vua cha xin được xuất gia học đạo. Vua nói: 'Ta chỉ có duy nhất một mình con, sẽ là người kế vị ta mà chăm lo cho dân chúng, thật không thể cho phép con xuất gia nhập đạo.'

"Thái tử nghe nói vậy, trong lòng sầu ưu, khổ não, liền bỏ ăn đến sáu ngày liền. Quần thần thấy vậy đều hoảng sợ, đến tâu với vua rằng: "Thái tử tuyệt thực đã sáu ngày rồi, tánh mạng nguy kịch. Xin đại vương thuận theo ý thái tử, may ra sau này còn được nhìn mặt nhau."

Vua nghe lời tâu như vậy liền thuận theo, đến chỗ thái tử nói rằng: "Ta thuận cho con xuất gia, nhưng phải có lời thề trước là sẽ đọc tụng thông thạo ba tạng kinh điển.[1] Bằng không thì về sau đừng về gặp mặt ta nữa." Thái tử vui mừng, liền thuận theo ý vua mà lập lời thệ nguyện.

Xuất gia chẳng bao lâu, do chuyên cần học tập, liền đọc tụng thông thạo cả ba tạng kinh điển, trở về thăm vua cha.

Vua liền hỏi: "Ta đã có lời nói trước. Nay người đã đọc tụng thông thạo ba tạng kinh điển hay chưa mà vội trở về đây?" *Tỳ-kheo* đáp: "Nay đã làm xong việc ấy." Vua nghe như

---

[1] Ba tạng, hay tam tạng kinh điển (Tiếng Phạn là Tripitaka), đó là tạng Kinh (Sutrā-pitaka), tạng Luật (Vinaya-pitaka) và tạng Luận (Abhidharma pitaka).

vậy liền vui mừng khôn xiết, nói với con rằng: "Nếu quả thật vậy, từ nay tất cả kho tàng trân bảo của ta, con có thể tùy ý sử dụng hết thảy, ta thật không tiếc giữ."

Vị *tỳ-kheo* ấy nghe lời vua thì mừng lắm, liền lập tức xuất của kho ra tổ chức lễ cúng dường, thỉnh Phật và chư tăng cùng đến thọ nhận. Cúng dường xong, lại phụng cúng cho tất cả *tỳ-kheo* tăng mỗi người đều có đủ ba tấm y và sáu món cần dùng.[1] Nhờ công đức ấy, người không còn đọa vào các nẻo ác, khi sinh ra trong cõi trời người, đều có áo *cà-sa* bao quanh thân, lại được gặp Phật mà xuất gia, đắc đạo.

Các vị tỳ-kheo nghe Phật thuyết nhân duyên này xong thảy đều vui mừng tin nhận.

85.

DA-XOA-MẬT-ĐA

Lúc ấy, đức Phật đang ở gần *thành Xá-vệ*, trong vườn Kỳ thọ Cấp Cô Độc. Trong thành có một người trưởng giả giàu có vô cùng, chọn một người con nhà hào phú mà cưới về làm vợ, sống êm ấm bên nhau.

Không bao lâu, người vợ có thai, rồi sinh được một bé trai kháu khỉnh. Ngay khi sinh ra, trời đổ cơn mưa to. Cha mẹ vui mừng lắm, mời thầy đến xem tướng cho con. Thầy tướng bảo rằng, nhờ phước đức của cậu bé nên trời đổ cơn mưa lớn. Vì vậy, đặt tên là *Da-xoa-mật-đa*.[2]

---

[1] Sáu món cần dùng của một vị tỳ-kheo là: 1. Y, 2. Bát, 3. Toạ cụ (đồ trải để ngồi hoặc nằm), 4. Bao đựng kim chỉ (để có thể tự khâu vá y phục), 5. Dây lưng, 6. Bình lọc nước.

[2] Tiếng Phạn là **Yacomitra**, nghĩa là "rất vinh hạnh".

Đứa trẻ ấy chẳng bú sữa mẹ, từ trong miệng chỗ kẽ răng tự nhiên chảy ra loại nước quý đủ tám công đức, khiến trong người tự thấy no đủ.

Qua nhiều năm lớn lên, *Da-xoa-mật-đa* có lần cùng với các vị thân hữu đến tinh xá Kỳ Hoàn lễ Phật. Nhìn thấy đức Thế Tôn với ba mươi hai tướng tốt, tám mươi vẻ đẹp, hào quang chiếu sáng quanh thân, oai nghi rực rỡ thù thắng vô cùng, *Da-xoa-mật-đa* sinh lòng tín kính, liền quỳ lễ Phật cầu xin xuất gia. Phật nói: "Lành thay đó, *tỳ-kheo*!" Tức thì, râu tóc tự nhiên rụng sạch, áo *cà-sa* hiện ra nơi thân, thành một vị *tỳ-kheo* oai nghi đầy đủ. Vị ấy chuyên cần tu tập, chẳng bao lâu đắc quả *A-la-hán*, đủ Ba minh, Sáu phép thần thông, Tám môn giải thoát, khắp cõi trời người ai cũng kính trọng, ngưỡng mộ.

Bấy giờ, chư *tỳ-kheo* thấy vậy liền thưa hỏi: "Bạch Thế Tôn! *Tỳ-kheo Da-xoa-mật-đa* trước đây đã tạo phước đức như thế nào mà khi sinh ra trời lại đổ mưa lớn, trong miệng tự có loại nước quý đủ tám công đức, lại được gặp Phật, xuất gia thành đạo quả?"

Phật bảo chư *tỳ-kheo*: "Các ông hãy chú tâm lắng nghe, ta sẽ vì các ông mà phân biệt giảng nói.

"Về khoảng giữa Hiền kiếp này, xứ *Ba-la-nại* có vị Phật ra đời hiệu là *Ca-diếp*. Trong chúng hội của Phật, có người trưởng giả đã già yếu lắm rồi mới xuất gia. Người ấy nhọc mệt, chẳng thể tu tập chuyên cần được, lại thêm mắc bệnh rất nguy kịch. Thầy thuốc xem bệnh bảo phải dùng món sữa đặc pha thuốc uống mới khỏi bệnh. Liền nghe lời, theo như vậy pha thuốc mà uống.

"Đến nửa đêm, thuốc công phạt trong người, khô khát nóng nảy, chạy tìm nước uống. Đến đâu cũng đều khô cạn, chẳng tìm được chỗ nào có nước. Chạy ra hồ nước phía trước, hồ cũng cạn khô, thậm chí chạy đến bờ sông, liền thấy sông cũng đã khô cạn. Tìm nước khắp nơi đều chẳng được, liền tự hối trách ác nghiệp của mình, nơi bờ sông cởi tấm y treo lên cây mà đi về.

"Đến sáng hôm sau, đem chuyện như vậy trình lên thầy trú trì. Thầy nói: 'Nghiệp khổ của ông nay giống như loài ngạ quỷ. Ông nên lấy nước trong bình của ta, đến chỗ chư tăng mà phân phát.'

"Vị *tỳ-kheo* ấy nghe lời thầy dạy, cầm bình đi chia nước, nước trong bình liền khô cạn.

"Khi ấy, trong lòng vị *tỳ-kheo* sinh ra lo lắng, hốt hoảng, sợ rằng khi mạng chung sẽ phải đọa làm thân ngạ quỷ, liền tìm đến chỗ Phật mà cầu khẩn: 'Bạch Thế Tôn! Con nay khốn khổ, trong lòng lo sợ phải đọa làm thân ngạ quỷ. Mong được đức Thế Tôn từ bi chỉ giáo.'

"Phật dạy: 'Ông nên ở giữa chúng tăng, phát tâm cung phụng nước sạch tinh khiết, có thể nhờ đó thoát thân ngạ quỷ.'

"Vị *tỳ-kheo* ấy nghe vậy hết sức vui mừng, liền đến giữa chúng tăng mà phát nguyện rằng: 'Từ nay tôi sẽ lo việc cung phụng nước sạch cho chư tăng.'

"Ông ấy làm như vậy trải qua đến hai mươi ngàn năm[1] rồi mới mạng chung. Quả nhiên thoát khỏi chẳng đọa vào thân ngạ quỷ. Khi sinh ra trong chốn trời người đều sẵn có nước quý đủ tám công đức hiển hiện trong người, không dùng sữa mẹ. Cho đến nay được gặp Phật, xuất gia đắc đạo."

Phật lại dạy rằng: "Vị *tỳ-kheo* già yếu thuở xưa, nay là *tỳ-kheo Da-xoa-mật-đa* đó."

Các vị tỳ-kheo nghe Phật thuyết nhân duyên này xong thảy đều vui mừng tin nhận.

---

[1] Tuổi thọ của con người vào thời đó rất dài, từ 40 đến 80 ngàn năm.

86.
VỊ TỲ-KHEO HÓA SANH [1]

Lúc ấy, đức Phật vào mùa an cư ba tháng dưới cội cây *Ba-ly-chất-đa*,[2] nơi điện Bảo Thạch[3] trên cõi trời *Đao-lợi*,[4] vì thân mẫu là hoàng hậu *Ma-da* mà thuyết pháp. Khi mọi việc đã xong, Như Lai muốn trở lại cõi *Diêm-phù-đề*.

Bấy giờ, *Thích-đề-hoàn-nhân* biết Phật muốn về lại cõi *Diêm-phù-đề*, liền ra lệnh cho các hàng trời, rồng, *càn-thát-bà, a-tu-la, ca-lầu-la, khẩn-na-la, ma-hầu-la-già, cưu-bàn-trà*... đều phải hợp sức lại mà làm thành ba cái thang báu trải dài từ trên cõi trời *Đao-lợi* xuống tận *Diêm-phù-đề*, để Phật nương theo đó mà đi.

Phật từ cõi trời đi xuống, có hai thang báu ở hai bên ngài. Các loài trời, người, rồng, *dạ-xoa, a-tu-la*... đều nhìn thấy, sinh tâm hoan hỷ vô cùng, khao khát được nghe Phật thuyết pháp.

Phật quán sát biết trong đại chúng nhiều người đã đủ căn lành, liền thuyết pháp cho nghe. Nghe xong, có người đắc quả *Tu-đà-hoàn*, có người đắc quả *Tư-đà-hàm*, có người đắc quả *A-na-hàm*, có người đắc quả *A-la-hán*, lại có nhiều người phát tâm cầu quả Phật *Bích-chi*, cũng có người phát tâm cầu quả *Vô thượng Bồ-đề*.

Trong chúng hội lúc đó bỗng có một vị *tỳ-kheo* hóa sanh, đứng lên nói với đại chúng rằng: "Xin mời hết thảy đại chúng

---

[1] Hóa sanh: một trong bốn cách sanh ra đời của chúng sanh. Đó là: thai sanh (sanh ra từ việc mang thai), noãn sanh (sanh ra từ việc đẻ trứng), thấp sanh (sanh ra từ môi trường ẩm thấp), hóa sanh (sanh ra do sự biến hóa).

[2] Tiếng Phạn là **Kovidāra**.

[3] Tiếng Phạn là **Pāndukambala**.

[4] Tiếng Phạn là **Trayastrimcat**.

hôm nay thọ dụng các món ăn thức uống do tôi cúng dường. Tôi có thể lo liệu đầy đủ cho tất cả các ngài."

Nói lời ấy xong thì hết thảy đại chúng đều yên lặng chấp nhận. Tức thời, các thứ bát đĩa quý báu của chư thiên cõi trời liền tự nhiên hiện ra, và mỗi người đều thấy mình có đủ các món ăn ngon quý, đủ trăm mùi vị.

Bấy giờ, Ngài *A-nan* thấy vậy liền thưa hỏi: "Bạch Thế Tôn! Vị *tỳ-kheo* hóa sanh này trước đây đã tạo phước đức như thế nào, mà nay có thể đủ sức phụng cúng cho cả một đại chúng đông đảo như thế này? Nhân duyên quá khứ như thế nào xin Thế Tôn nói cho được biết."

Phật bảo *A-nan*: "Các ông hãy chú tâm lắng nghe, ta sẽ vì ông mà phân biệt giảng nói. Về thuở quá khứ cách đây chín mươi mốt kiếp, xứ *Ba-la-nại* có Phật ra đời hiệu là *Tỳ-bà-thi*. Trong chúng hội của ngài có một số vị *tỳ-kheo* an cư ba tháng nơi vùng núi rừng yên tĩnh. Các vị ngồi thiền tu tập ở vùng này, mỗi ngày phải đi khất thực rất xa xôi nên nhọc nhằn lắm.

"Bấy giờ trong số *tỳ-kheo* đó, có một vị đứng ra thưa với cả đại chúng rằng: 'Nay tôi xin vì hết thảy chư vị, đi khuyến hóa các vị đàn việt cung cấp món ăn thức uống hằng ngày, để chư vị được yên tâm mà tu tập.'

"Chúng *tỳ-kheo* nghe vậy rất hoan hỷ, mỗi người đều cố gắng dụng công tu tập, qua ba tháng an cư, thảy đều được chứng đắc đạo quả. Vị *tỳ-kheo* ấy nhờ công đức phụng sự chư tăng nên về sau sinh ra ở đâu cũng thường có các món ăn thức uống đủ trăm mùi vị tự nhiên ứng hiện, nghĩ đến là có, cho đến nay gặp Phật, lại phát tâm cúng dường đại chúng, cũng liền tự nhiên hóa hiện đầy đủ các món ăn thức uống."

Khi ấy ngài *A-nan* lại thưa hỏi rằng: "Bạch Thế Tôn! Do

nhân duyên gì vị *tỳ-kheo* ấy chẳng sanh qua bào thai, được sanh bằng cách hóa sanh?"

Phật bảo *A-nan:* "Giữa Hiền kiếp này, vào thời Phật *Ca-diếp,* có vị thương chủ dẫn một đoàn thương nhân đi buôn bán phương xa, dẫn theo cả người vợ. Người vợ đang có thai, trên đường đi lại đến kỳ sinh nở. Việc sinh sản khó khăn, đau đớn đến muốn chết mà không chết được. Vị thương chủ thấy thế sinh tâm nhàm chán việc thế tục, liền xả bỏ tất cả mà xuất gia tu tập, lại phát lời nguyện lớn rằng: 'Do công đức xuất gia tu tập, nguyện trong đời vị lai dù sinh ra ở chốn nào tôi cũng không phải nhập thai mà được sanh ra bằng cách hóa sanh.'

Phật lại dạy rằng: "Thương chủ phát nguyện xuất gia ngày ấy, nay là vị *tỳ-kheo* hóa sanh đó."

Các vị tỳ-kheo nghe Phật thuyết nhân duyên này xong thảy đều vui mừng tin nhận.

87.
CHÚNG BẢO TRANG NGHIÊM

Lúc ấy, đức Phật ở thành *Ca-tỳ-la-vệ,* dưới gốc cây *Ni-câu-đà.* Trong thành có một trưởng giả vô cùng giàu có nhưng không con nối dõi. Ông cầu khẩn khắp nơi, mong được có con.

Chẳng bao lâu sau, người vợ có thai, sinh được một bé trai hình dung xinh đẹp đáng yêu. Khi vừa sinh ra, trong nhà bỗng nhiên có một dòng suối mát từ trong lòng đất chảy ra, lại có đủ các thứ trân bảo, y phục quý giá cũng tự nhiên hóa hiện.

Ông trưởng giả thấy vậy vui mừng khôn xiết, liền mời

thầy tướng đến xem tướng cho cậu bé. Nhân vì khi sinh ra có các thứ trân bảo, y phục quý giá đồng thời hóa hiện, liền đặt tên là Chúng Bảo Trang Nghiêm.

Qua nhiều năm dần dần lớn lên, tình tình hiền hậu, nhân ái, hiếu kính cha mẹ. Ngày kia, ông cùng các vị thân hữu cùng đi đến chỗ cội cây *Ni-câu-đà*, là nơi Phật đang thuyết pháp. Chúng Bảo Trang Nghiêm được thấy đức Thế Tôn với ba mươi hai tướng tốt, tám mươi vẻ đẹp, hào quang chiếu sáng quanh thân, oai nghi rực rỡ thù thắng vô cùng, liền sinh lòng kính tín, hoan hỷ, chí thành lễ Phật rồi chắp tay đứng sang một bên nghe pháp. Nghe Phật thuyết pháp rồi, tâm ý khai mở, đắc quả *Tu-đà-hoàn*, khi trở về liền thưa với cha mẹ xin được xuất gia nhập đạo.

Cha mẹ thương yêu, không nỡ làm trái ý, liền đưa đến chỗ Phật xin cho được xuất gia. Phật nói: "Lành thay đó, *tỳ-kheo!*" Tức thì, râu tóc tự nhiên rụng sạch, áo *cà-sa* hiện ra nơi thân, thành một vị *tỳ-kheo* oai nghi đầy đủ. Chuyên cần tu tập, chẳng bao lâu đắc quả *A-la-hán*, đủ Ba minh, Sáu phép thần thông, Tám môn giải thoát, khắp cõi trời người ai cũng kính trọng, ngưỡng mộ.

Các vị *tỳ-kheo* thấy việc như vậy, thưa hỏi Phật rằng: "Bạch Thế Tôn! Vị *tỳ-kheo* Chúng Bảo Trang Nghiêm này trước đã trồng những căn lành gì mà khi sinh ra có những điềm lành rất đặc biệt, lại được gặp Phật mà xuất gia đắc đạo?"

Phật bảo chư *tỳ-kheo*: "Các ông hãy chú tâm lắng nghe, ta sẽ vì các ông mà phân biệt giảng nói. Về thuở quá khứ cách đây đã vô số kiếp, xứ *Ba-la-nại* có vị Phật ra đời hiệu là *Ca-tôn-đà*. Hóa duyên đã mãn, Phật liền nhập *Niết-bàn*.

"Có vị vua tên là *Phạm-ma-đạt-đa* thâu góp xá-lợi của Phật, dựng bốn ngọn bảo tháp cao đến một do-tuần để cúng dường. Bấy giờ có vị trưởng giả mang những hương hoa, trân bảo, y phục quý giá cúng dường vào trong tháp ấy. Nhờ công đức ấy, về sau không còn đọa vào các nẻo dữ địa ngục, súc sanh, ngạ quỷ; khi sinh ra trong cõi trời người, thường có suối nước trong, cùng với những trân bảo, y phục quý giá tự nhiên đồng thời hóa hiện. Cho đến ngày nay gặp Phật, xuất gia đắc đạo."

Phật bảo chư *tỳ-kheo*: "Người trưởng giả cúng dường tháp Phật ngày trước, nay là *tỳ-kheo* Chúng Bảo Trang nghiêm đó."

Các vị *tỳ-kheo* nghe Phật thuyết nhân duyên này xong thảy đều vui mừng tin nhận.

88.
ÔNG VUA HIẾU CHIẾN

Lúc ấy, đức Phật đang ở gần *thành Xá-vệ*, trong vườn Kỳ thọ Cấp Cô Độc. Về phía nam, có một xứ tên là Kim Địa. Vua xứ ấy tên là *Kế-tân*.[1] Hoàng hậu của vua thọ thai vừa sinh được một hoàng nam, cốt cách mạnh mẽ, khí lực hơn người, đặt tên là *Kế-tân-ninh*.[2] Trong ngày sinh thái tử, lại có mười tám ngàn quan thuộc của vua cũng đồng thời sinh ra mười tám ngàn đứa bé trai sức lực mạnh bạo.

Thái tử dần dần khôn lớn. Đến khi vua băng hà, thái tử lên nối ngôi, liền gọi mười tám ngàn người con trai của các quan thuộc cùng sinh một ngày với mình ra phong cho làm đại thần, cùng chăm lo việc nước.

Một hôm, vua đi săn bắn dạo chơi, có quần thần đều theo hộ vệ, vua hỏi quần thần rằng: "Ta sinh ra khí lực hơn người, ở thế gian này liệu có ai có sức mạnh hơn ta chăng?"

---

[1] Tiếng Phạn là **Kalpa**.
[2] Tiếng Phạn là **Kapphina**.

Bấy giờ có người khách buôn thường hay đi xa, nhân lúc ấy cũng tháp tùng trong đoàn của vua, mới tâu lên rằng: "Dưới vùng trung đô có vị vua tên là *Ba-tư-nặc*, sức khỏe hơn người. So với đại vương đây, vua ấy có thể vượt xa nhiều lắm."

Vua nghe lời nói của người khách buôn liền nổi giận, trong lòng bực tức không yên, vội sai sứ đến nói với vua *Ba-tư-nặc* rằng: "Trong vòng bảy ngày, phải mang theo các quan thuộc tùy tùng đến ra mắt ta. Nếu không, ta sẽ đến đó giết sạch cả năm họ thân tộc của nhà vua."

Vua *Ba-tư-nặc* tiếp sứ rồi, vô cùng lo lắng, chưa biết vua kia sức lực thế nào mà đe dọa hung bạo đến thế. Trong lòng chưa quyết định được là có nên nghe theo lời ấy hay không, vua *Ba-tư-nặc* liền đến chỗ Phật mà thưa hỏi. Phật dạy rằng: "Ông chớ nên lo lắng. Hãy về nói với sứ giả ấy rằng: Tôi đây chỉ là vua nhỏ, còn có vị vua lớn hơn ở tại Kỳ Hoàn,[1] ông nên đến đó mà truyền lệnh của vua ông."

Sứ giả của vua *Kế-tân-ninh* nghe vậy liền thẳng đến Kỳ Hoàn. Khi ấy, đức Phật hóa hiện thành một vị Chuyển Luân Thánh Vương, sai Đại *Mục-kiền-liên* hóa hiện trùng trùng binh tướng, cờ xí nghiêm mật, đóng quanh Kỳ Hoàn. Trong điện lớn, Chuyển Luân Thánh Vương ngự trên ngôi cao chót vót, có quần thần xếp hai hàng dài đứng hầu, oai nghiêm tột bực.

Vị sứ giả nhìn thấy quang cảnh Kỳ Hoàn như vậy rồi, liền toát mồ hôi trán, trong lòng run sợ, kinh khiếp, tự nghĩ rằng: "Vua ta tự dưng rước họa vào thân rồi!" Bất đắc dĩ đã vào đến điện ngọc, phải dâng thư của vua *Kế-tân-ninh* lên.

Chuyển Luân Thánh Vương nhận thư rồi, chẳng thèm xem đến, ném xuống chân mà đạp lên, bảo sứ giả rằng: "Ta

---

[1] Tức là tinh xá nơi Phật đang ở.

lên ngôi đại vương, quản lãnh bốn phương. Nay ông phải nhanh chóng mà về truyền lại lời ta với chủ ông. Ngay trong ngày nhận được tin này, phải gấp rút lên đường đến ra mắt ta, không được chậm trễ. Khi lệnh ta truyền đến, nếu đang nằm phải mau ngồi dậy, nếu đang ngồi phải mau đứng dậy, nếu đang đứng phải tức khắc lên đường. Ta hạn cho chỉ trong bảy ngày, vua tôi và triều thần đều phải đến đây triều bái. Nếu trái lời ta, đừng mong xá tội."

Sứ giả trở về, như thật trình bày, truyền đạt đúng lời đã nghe. Vua *Kế-tân-ninh* nghe rồi hoảng sợ, trong lòng vô cùng hối hận, tự trách lấy mình, liền triệu tập quần thần ba mươi sáu ngàn người, tức tốc lên đường triều bái. Trên đường đi, lòng cũng chưa yên, sai sứ hỏa tốc đi trước, tâu lên vua Chuyển Luân rằng: "Vua *Kế-tân-ninh* đã đến triều kiến, cả thảy ba mươi sáu ngàn người đi theo, có nên vào cả chăng?" Vua Chuyển Luân bảo: "Cho vào một nửa." Sứ giả về báo lại, vua *Kế-tân-ninh* liền dẫn mười tám ngàn người gấp rút mà đi.

Lễ triều bái xong, vua *Kế-tân-ninh* trộm nhìn lên rồi nghĩ rằng: "Vị đại vương này, hình dung tuy là oai nghiêm như vậy, nhưng sức mạnh chưa hẳn đã hơn ta." Vua Chuyển Luân biết ý nghĩ ấy, sai người mang đến một cây cung lớn trao cho vua *Kế-tân-ninh*. Vua cố hết sức chẳng thể nào giương cung lên nổi.

Khi ấy, vua Chuyển Luân sai mang cung đến, ngài chỉ dùng một ngón tay mà kéo dây cung ra. Tiếp đó, ngài lắp tên vào mà bắn. Nơi đầu những mũi tên bay ra liền hóa hiện hoa sen báu, mỗi đóa hoa có một vị hóa Phật ngồi trên, phóng ra ánh hào quang sáng chói, soi khắp cùng các cõi thế giới, khiến cho hết thảy chúng sanh đều được lợi lạc.

Khi những hào quang của các vị hóa Phật chiếu ra, chư thiên tiếp nhận liền chứng đắc đạo quả; những chúng sanh trong hỏa ngục liền được mát mẻ; những chúng sanh thọ thân ngạ quỷ đói khát liền được no đủ; những chúng sanh đọa làm thân súc sanh liền thoát được những đau đớn nặng nề; những chúng sanh tham dục, sân nhuế, ngu si, phiền não, đều được điều phục, sinh lòng kính tín nơi pháp Phật.

Bấy giờ, vua *Kế-tân-ninh* thấy những sự hóa hiện như vậy, liền quỳ lạy vua Chuyển Luân, tâm ý được điều phục. Khi ấy, vua Chuyển Luân mới hiện lại nguyên hình Như Lai Thế Tôn, có tứ chúng[1] hầu quanh. Phật liền vì vua *Kế-tân-ninh* và mười tám ngàn người theo hầu khai diễn thuyết pháp. Tất cả nghe rồi đều thấy tâm ý khai mở, đắc quả *Tu-đà-hoàn*, liền lễ Phật mà cầu xuất gia. Phật nói: "Lành thay đó, *tỳ-kheo*!" Tức thì, râu tóc tự nhiên rụng sạch, áo *cà-sa* hiện ra nơi thân, thành những vị *tỳ-kheo* oai nghi đầy đủ. Nhờ chuyên cần tu tập, chẳng bao lâu họ đều đắc quả *A-la-hán*, đủ Ba minh, Sáu phép thần thông, Tám môn giải thoát, khắp cõi trời người ai cũng kính trọng, ngưỡng mộ.

Bấy giờ, ngài *A-nan* thưa hỏi Phật rằng: "Bạch Thế Tôn! Chẳng hay vua Kế-tân-ninh và các vị *tỳ-kheo* này trước đây đã tạo được những thiện nghiệp gì mà nay đều được sinh trong nhà quyền thế, có sức mạnh hơn người, lại được gặp Phật, xuất gia đắc đạo?"

Phật bảo *A-nan* và chư *tỳ-kheo*: "Các ông hãy chú tâm lắng nghe, ta sẽ vì các ông mà phân biệt giảng nói. Về thuở quá khứ, xứ *Ba-la-nại* có vị Phật ra đời hiệu là *Tỳ-bà-thi*, cùng chư *tỳ-kheo* đi giáo hóa nhiều nơi, đến một nước tên là Bảo Điện.

"Vua nước ấy tên là *Bàn-đầu-mạt-đế*, nghe có Phật đến thì vui mừng hớn hở, cùng với quần thần mười tám ngàn người ra khỏi thành mà nghinh đón. Vua lễ Phật rồi thưa

---

[1] Tứ chúng: Hai chúng xuất gia là tỳ-kheo và tỳ-kheo ni, cùng với hai chúng tại gia là ưu-bà-tắc (cư sĩ nam) và ưu-bà-di (cư sĩ nữ).

thỉnh xin được cúng dường Phật và chư *tỳ-kheo* trong ba tháng. Phật nhận lời.

"Qua ba tháng cúng dường rồi, Phật vì vua và quần thần mà thuyết pháp. Nghe pháp xong rồi, trong lòng vui mừng, họ cùng nhau lập nguyện rằng: 'Nhờ công đức cúng dường hôm nay, nguyện trong đời vị lai mười tám ngàn người chúng tôi và đại vương đây được sinh ra cùng một nơi, lại trong cùng một ngày.'

"Do công đức cúng dường và nguyện lực ấy, trải qua vô số kiếp đều không đọa vào các nẻo dữ, trong cõi trời người đều được sinh ra cùng một xứ, cùng một ngày với nhau, cùng hưởng những điều khoái lạc, vui thú. Cho đến ngày nay gặp Phật, xuất gia đắc đạo."

Phật lại dạy rằng: "Vua *Bàn-đầu-mạt-đế* thuở ấy, nay là vua *Kế-tân-ninh*. Quần thần ngày ấy, nay là mười tám ngàn vị *tỳ-kheo* đó."

Các vị *tỳ-kheo* nghe Phật thuyết nhân duyên này xong thảy đều vui mừng tin nhận.

89.
ÔNG HOÀNG XUẤT GIA

Lúc ấy, đức Phật đang ở gần *thành Xá-vệ*, trong vườn Kỳ thọ Cấp Cô Độc. Đức Như Lai thành đạo cho đến lúc ấy đã mười hai năm, muốn cùng với 1.250 vị *tỳ-kheo* về lại thành *Ca-tỳ-la-vệ*.

Khi ấy, Phật suy nghĩ: "Nay ta về thành *Ca-tỳ-la-vệ*, nên hiện các phép thần thông biến hóa mà độ cho những người trong hoàng tộc *Thích-ca* phát tâm tu tập." Ngài liền dạy các *tỳ-kheo* rằng: "Khi về thành *Ca-tỳ-la-vệ*, các ông mỗi người nên tự hiện các phép thần thông biến hóa, để giúp những người trong hoàng tộc *Thích-ca* sinh lòng kính tín mà tu tập."

Liền đó, đức Phật phóng ra một luồng hào quang chói sáng, tất cả các vị *tỳ-kheo* đều nương theo đó cùng hiện đến *Ca-tỳ-la-vệ*.

Vua *Tịnh-phạn* nghe tin Phật trở về, liền sai người dọn sửa đường sá, quét dọn sạch sẽ, rải các loại hoa thơm nước sạch theo đường, lại cho trỗi lên những khúc nhạc hay lạ, êm dịu mà đón Phật. Rồi vua thỉnh Phật và chư tăng vào cung cúng dường.

Bấy giờ, vua *Tịnh-phạn* thấy các vị *tỳ-kheo* theo hầu bên Phật, tuy có phép thần thông nhưng hình thể xem ra thô xấu, nên trong lòng vua không vui. Vua nghĩ rằng: "Ta nên tuyển chọn năm trăm người hình thể đẹp đẽ, thanh lịch, giao cho *Bạt-đề* Thích vương cầm đầu, xuất gia theo Phật làm người hầu cho Phật."

Nghĩ rồi liền làm ngay, chọn được năm trăm người trong dòng họ *Thích-ca*, giao cho *Bạt-đề* Thích vương cầm đầu, đi đến chỗ Phật cầu xuất gia. Phật nhận lời, liền giao cho *Ưu-ba-ly*[1] cạo bỏ râu tóc. *Ưu-ba-ly* đang cầm dao cạo, bỗng rơi lệ lên đầu *Bạt-đề*. Thích vương liền hỏi: "Vì sao ông khóc?" *Ưu-ba-ly* đáp: "Các vị đều là dòng dõi hoàng tộc, trong một sớm một chiều gạt bỏ tất cả mà làm người xuất gia, tôi thật cảm động lắm nên không cầm được nước mắt."

Bạt-đề nghe vậy, trong lòng sinh ra kiêu mạn, nghĩ mình thuộc dòng vương giả, chẳng mấy ai bì được.

Khi cạo bỏ râu tóc rồi, đắp y thọ giới, theo thứ tự trong chúng tăng mà làm lễ. Đến trước *Ưu-ba-ly*, *Bạt-đề* liền đứng yên không chịu làm lễ.

---

[1] Trưởng lão Ưu-ba-ly trước khi xuất gia là một người thợ hớt tóc, tức là thuộc đẳng cấp thấp trong xã hội bấy giờ.

Phật hỏi: "Vì sao không lễ *Ưu-ba-ly?*" *Bạt-đề* đáp: "Tôi thuộc dòng tộc cao quý, người này thấp hèn, vì thế không lễ." Phật nói: "Trong đạo pháp của ta không có sự phân biệt theo cách ấy. Những sự cao quý hay thấp hèn như thế của thế gian đều chỉ là huyễn hóa, có gì bền chắc mà bám vào?"

Bạt-đề lại nói: "Người này trước là tôi tớ của tôi,[1] thật không thể lễ lạy được."

Phật dạy: "Hết thảy những gì ông gọi là tôi tớ, nghèo hèn, giàu có, cao quý, hèn hạ... thật ra có gì khác biệt nhau?"

Bạt-đề nghe Phật dạy lời ấy, liền chợt hiểu ra, quỳ xuống mà lễ *Ưu-ba-ly*. Khi ấy, cõi đất chấn động, chư thiên nơi không trung lên tiếng khen là chưa từng có: *Bạt-đề* Thích vương vì cầu đạo pháp, hạ mình lễ lạy một người thuộc đẳng cấp hạ tiện, dẹp bỏ được hết thảy tâm kiêu căng, ngã mạn.

Khi thọ giới xong, *Bạt-đề* chấp tay đứng sang một bên nghe Phật thuyết pháp, liền thấy tâm ý khai mở, chứng quả *A-la-hán*.

Ngày kia, ngài đắp y mang bát đi khất thực, đến chỗ vắng vẻ ngồi dưới một gốc cây, trong lòng an ổn, vui vẻ, không có điều chi lo nghĩ, sợ sệt, liền suy nghĩ rằng: "Trước đây ta ở trong cung điện, tuyển mộ những người dũng kiện, cầm đủ các loại khí giới ngày đêm canh phòng hai bên tả hữu, mà lòng vẫn cứ hoài lo sợ. Nay xuất gia nhập đạo rồi, nơi chỗ vắng vẻ này, một mình an ổn không chút lo sợ, thật là được chỗ lợi lạc không sao nói hết."

Ngài *A-nan* thấy việc của *Bạt-đề*, liền thưa hỏi Phật rằng: "Bạch Thế Tôn! Chẳng hay *tỳ-kheo Bạt-đề* trước đây tạo những nhân lành như thế nào, mà nay sanh trong hoàng tộc, lại xuất gia chẳng bao lâu mà được thành đạo quả."

---

[1] Ưu-ba-ly xuất thân tại thành Ca-tỳ-la-vệ, theo quan niệm của thời ấy thì tất cả thần dân đều là tôi tớ của hạng vua chúa.

Phật bảo *A-nan* và chư *tỳ-kheo*: "Các ông hãy chú tâm lắng nghe, ta sẽ vì các ông mà phân biệt giảng nói. Về thuở quá khứ cách đây đã vô số kiếp, xứ *Ba-la-nại* có vị Phật *Bích-chi*, vào thành khất thực.

"Bấy giờ có một người vô cùng nghèo khổ đi trên đường, đang cơn đói khát, tay cầm một cái bánh duy nhất. Người ấy xa trông thấy Phật *Bích-chi* thì sinh lòng hoan hỷ vô cùng, liền đến lễ bái rồi dâng miếng bánh ấy mà cúng dường.

"Phật *Bích-chi* thọ nhận sự cúng dường của người ấy rồi, liền bay lên hư không, hiện đủ mười tám phép biến hóa. Người nghèo khổ ấy thấy vậy càng thêm sinh lòng kính ngưỡng, tin phục.

"Nhờ công đức ấy, đã vô số kiếp trôi qua, người chẳng phải đọa vào các nẻo dữ như địa ngục, súc sanh, ngạ quỷ, trong cõi trời người lại thường sinh trong nhà quyền quý, giàu sang, cho đến nay được gặp Phật mà xuất gia đắc đạo."

Phật lại dạy rằng: "Người cúng dường miếng bánh ngày xưa cho Phật *Bích-chi*, nay là *tỳ-kheo Bạt-đề* đó."

Phật thuyết nhân duyên này xong, trong đại chúng có người đắc quả *Tu-đà-hoàn*, có người đắc quả *Tư-đà-hàm*, có người đắc quả *A-na-hàm,* có người đắc quả *A-la-hán*, lại có nhiều người phát tâm cầu quả Phật *Bích-chi*, cũng có người phát tâm cầu quả *Vô thượng Bồ-đề*.

Các vị tỳ-kheo nghe Phật thuyết nhân duyên này xong thảy đều vui mừng tin nhận.

90.
THÁI TỬ XUẤT GIA

Lúc ấy, đức Phật đang ở nước *Câu-tỳ-la*, dưới gốc cây thổ la, tự nghĩ rằng: "Đã đến lúc ta nên hóa độ cho thái tử Hộ Quốc của xứ này xuất gia nhập đạo."

Đức Như Lai liền cùng chư *tỳ-kheo* vào thành. Vừa bước qua cửa thành, mặt đất liền chấn động, chư thiên trên trời rải hoa báu xuống như mưa mà cúng dường, lại có ánh hào quang chói sáng chiếu khắp trong thành. Khi ấy, nhân dân trong thành, người mù bỗng nhiên được sáng, người điếc bỗng nhiên được nghe, người câm bỗng nhiên nói được.

Thái tử Hộ Quốc thấy sự thần biến như vậy, khen là chưa từng có, liền tìm đến lễ Phật. Khi được nhìn thấy đức Thế Tôn với ba mươi hai tướng tốt, tám mươi vẻ đẹp, hào quang chiếu sáng quanh thân, oai nghi rực rỡ thù thắng vô cùng, thái tử sinh lòng hoan hỷ, kính tín, chí thành lễ bái rồi chắp tay đứng hầu một bên.

Phật vì thái tử thuyết pháp Tứ diệu đế, tâm ý liền được khai mở, đắc quả *Tu-đà-hoàn*.

Thái tử quay về tâu lên vua cha rằng: "Đức Thế Tôn có đủ ba mươi hai tướng tốt, tám mươi vẻ đẹp, nếu chẳng xuất gia ắt phải làm bậc Chuyển Luân Thánh Vương, cai trị bốn cõi. Như vậy mà ngài còn dứt bỏ để ra đi xuất gia cầu đạo, huống chi như con đây, sao chẳng biết xuất gia theo Phật?"

Nói vậy rồi, cầu xin vua cha cho được xuất gia theo Phật.

Vua xứ ấy tên là *Tu-đề*, nghe thái tử nói vậy thì không ưng thuận. Thái tử trong lòng sầu não, liền tuyệt thực luôn trong sáu ngày. Các vị quần thần thấy vậy liền đến tâu vua rằng: "Thái tử bỏ ăn đã sáu ngày liền, tính mạng e rằng nguy kịch. Xin đại vương chiều ý mà cho xuất gia, may ra sau này còn được gặp mặt."

Vua *Tu-đề* nghe vậy cầm lòng không được, liền thuận cho. Thái tử vui mừng tìm đến chỗ Phật lạy xin xuất gia. Phật nói: "Lành thay đó, *tỳ-kheo*!" Tức thì, râu tóc tự nhiên rụng sạch, áo *cà-sa* hiện ra nơi thân, thành một vị *tỳ-kheo* oai nghi đầy đủ. Nhờ chuyên cần tu tập, chẳng bao lâu đắc quả *A-la-hán*, đủ Ba minh, Sáu phép thần thông, Tám môn giải thoát, khắp cõi trời người ai cũng kính trọng, ngưỡng mộ.

Các vị *tỳ-kheo* thấy vậy liền thưa hỏi Phật: "Bạch Thế Tôn! Chẳng hay *tỳ-kheo* Hộ Quốc đây trước đã tạo những nhân lành gì mà được sinh vào hoàng tộc, lại gặp Phật, xuất gia chưa bao lâu được thành đạo quả."

Phật bảo chư *tỳ-kheo*: "Các ông hãy chú tâm lắng nghe, ta sẽ vì các ông mà phân biệt giảng nói.

"Về thuở quá khứ cách đây đã vô số kiếp, xứ *Ba-la-nại* có vị vua tên là *Tỳ-đề*,[1] kéo binh sang đánh nhau với một vị vua lân quốc.

Bấy giờ, vua *Tỳ-đề* bị đánh bại, cùng với quân binh bỏ chạy thoát thân, lạc đến một vùng hoang vắng kia lại gặp lúc trời nắng nóng, khô khát không nước uống. Nơi ấy có một vị Phật *Bích-chi*, vua liền đến lễ bái cầu xin cứu hộ. Phật *Bích-chi* liền hiện thần biến, khiến cho vua và tất cả quân binh đều được đầy đủ nước uống và lương thực, lại tìm được đường về nước cũ.

"Khi ấy, vua vui mừng khôn xiết, liền tự nghĩ rằng: 'Nay chúng ta được khỏi chết khát, lại tìm được đường về nhà, đều là nhờ ân đức của vị Phật *Bích-chi* này. Vậy nên thiết lễ cúng dường mà thỉnh ngài thọ nhận.'

"Nghĩ rồi liền thiết lễ cúng dường trọng hậu, thỉnh Phật

---

[1] Tiếng Phạn là Videha.

Bích-chi vào cung thọ nhận. Phật *Bích-chi* nhận cúng dường xong, liền nhập *Niết-bàn*. Vua và quần thần than khóc thảm thiết, thu gom *xá-lợi* Phật dựng bốn ngọn tháp báu đặt vào trong mà lễ bái cúng dường.

"Nhờ công đức ấy, trải qua vô số kiếp đều không phải đọa vào các nẻo dữ địa ngục, súc sanh, ngạ quỷ, trong cõi trời người thường sinh trong nhà giàu sang quyền quý, hưởng nhiều khoái lạc, cho đến nay gặp Phật, xuất gia đắc đạo."

Phật lại dạy rằng: "Vua *Tỳ-đề* ngày trước, nay là *tỳ-kheo* Hộ Quốc đó. Nhờ công đức cúng dường Phật *Bích-chi*, nên nay được gặp Phật, xuất gia đắc đạo."

Các vị *tỳ-kheo* nghe Phật thuyết nhân duyên này xong thảy đều vui mừng tin nhận.

PHẨM THỨ MƯỜI
CÁC NHÂN DUYÊN KHÁC

91.
PHẬT ĐỘ NGƯỜI HUNG ÁC

Khi đức Phật vừa thành chánh giác, ngài muốn hóa độ các vị vua loài rồng liền hiện thân xuống dưới chân núi *Tu-di*, hóa hình một vị *tỳ-kheo*, ngồi thiền dưới gốc cây.

Lúc ấy có con chim *kim-sí*[1] bắt được một con rồng con ở giữa biển, mang đến núi *Tu-di* thả xuống mà ăn thịt. Con rồng ấy còn chưa chết hẳn, mở mắt nhìn thấy vị *tỳ-kheo* ngồi thiền nơi gốc cây,[2] liền thành tâm cầu khẩn, phát sinh lòng tin sâu vững nơi vị ấy.

Ngay khi ấy, rồng bỏ mạng. Do thiện tâm hướng đến Phật nên thoát thân loài rồng, được sinh làm người, trong một nhà *bà-la-môn* ở thành *Xá-vệ*. Người *bà-la-môn* ấy tên là *Phụ-lê*,[3] sanh được đứa con trai xinh đẹp, kháu khỉnh, liền đặt tên cho là *Tu-bồ-đề*.[4]

Đứa trẻ ấy ngày càng khôn lớn, thông minh trí huệ ít ai bì kịp, chỉ có điều tính tình cực kỳ hung ác. Mỗi khi nhìn thấy ai cũng đều sinh lòng sân hận, chỉ muốn nhục mạ, gây hấn, thậm chí cho đến đối với súc vật cũng có lòng hiềm hận, oán ghét.

---

[1] Kim-sí điểu, tiếng Phạn là suparṇa (**suparṇin**), là loài chim rất lớn.
[2] Tức là đức Phật hóa hình ra.
[3] Tiếng Phạn là **Bhuti**.
[4] Tiếng Phạn là **Subhūti**, dịch nghĩa là tốt lành, Hán dịch là Thiện Hiện.

Vì tánh tình như vậy nên ngay cả cha mẹ, thân thuộc cũng đều dần dần xa lánh, không muốn gặp gỡ. Trong lòng chán nản, *Tu-bồ-đề* liền bỏ nhà vào sống trong rừng sâu hẻo lánh. Nhưng cho đến sống ở nơi như thế, đối với cầm thú chim muông cũng sanh lòng giận dữ, oán ghét, thậm chí gió lay cây cỏ cũng làm cho tức giận, nên trong lòng chẳng lúc nào thấy vui.

Nơi ấy có vị thần núi, thấy vậy liền bảo *Tu-bồ-đề* rằng: "Ông nay bỏ nhà đến sống nơi chốn sơn lâm cùng cốc này, nếu không tu thiện thì có ích lợi gì, chỉ tự làm khổ lấy mình đó thôi. Nay có đức Phật Thế Tôn đang ở tinh xá Kỳ Hoàn, thường dạy chúng sanh bỏ ác tu thiện. Nếu ông đến đó tất có thể trừ được lòng sân nhuế, ác độc."

Tu-bồ-đề nghe vị thần núi nói lời ấy bỗng sanh tâm hoan hỷ vô cùng, liền hỏi rằng: "Nơi ở của Thế Tôn, làm sao tìm đến được?" Thần núi nói: "Nếu ông muốn đi, chỉ việc nhắm mắt lại, ta sẽ giúp ông."

Tu-bồ-đề nghe lời nhắm mắt lại, chỉ trong giây lát liền được thần núi mang đến tinh xá Kỳ Hoàn. Đến nơi, nhìn thấy đức Thế Tôn với ba mươi hai tướng tốt, tám mươi vẻ đẹp, hào quang chiếu sáng quanh thân, oai nghi rực rỡ thù thắng vô cùng, liền sanh lòng kính ngưỡng, hoan hỷ, chí thành lễ bái rồi chấp tay đứng sang một bên.

Phật liền vì *Tu-bồ-đề* mà thuyết dạy rằng: "Lòng sân hận, độc ác, ngu si, phiền não làm mất đi căn lành nơi chúng sanh, lại tăng trưởng thêm điều ác, nên phải lãnh chịu quả báo nơi địa ngục, khổ não không sao nói hết. Đến khi thoát được địa ngục, lại còn phải thọ thân rắn, rồng, *la-sát*, quỷ thần... trong tâm thường hiểm độc, tàn hại lẫn nhau."

Tu-bồ-đề nghe Phật thuyết dạy, trong lòng kinh sợ, sanh tâm hối trách, hiểu ra rằng tự bấy lâu nay đã nuôi lấy ác tâm, liền đối trước Phật chân thành lễ lạy sám hối. Ngay khi ấy chứng đắc quả *Tu-đà-hoàn*, liền vui mừng cầu xin xuất gia. Phật nói: "Lành thay đó, *tỳ-kheo!*" Tức thì, râu tóc tự nhiên rụng sạch, áo *cà-sa* hiện ra nơi thân, thành một vị *tỳ-kheo* oai nghi đầy đủ. Chuyên cần tu tập, chẳng bao lâu đắc quả *A-la-hán*, đủ Ba minh, Sáu phép thần thông, Tám môn giải thoát, khắp cõi trời người ai cũng kính trọng, ngưỡng mộ.

Chư *tỳ-kheo* thấy việc *Tu-bồ-đề* được Phật hóa độ, liền thưa hỏi rằng: "Bạch Thế Tôn! Chẳng hay *tỳ-kheo* Tu-bồ-đề trước đây tạo những nghiệp thiện ác như thế nào mà nay tuy được thân người nhưng tâm thường sân hận, hung ác, nay được gặp Phật, xuất gia đắc đạo."

Phật bảo chư *tỳ-kheo*: "Các ông hãy chú tâm lắng nghe, ta sẽ vì các ông mà phân biệt giảng nói. Giữa Hiền kiếp này, xứ *Ba-la-nại* có Phật ra đời hiệu là *Ca-diếp*. Trong chúng hội của ngài có một *tỳ-kheo* thường đi khuyến hóa, cùng với chư *tỳ-kheo* đi cúng dường khắp mọi nơi, cho đến mười ngàn năm như vậy.[1] Ngày kia, chư *tỳ-kheo* có chút việc bận rộn chẳng cùng đi theo, ông liền giận dỗi buông lời thóa mạ rằng: 'Các ông thật là hiểm độc, khác nào loài rồng dữ.' Nói rồi bỏ đi.

"Do nghiệp duyên đó, trong năm trăm đời phải sanh vào loài rồng dữ, tâm thường độc hiểm, ác hại chúng sanh. Nay tuy được thân người mà nghiệp xưa chưa dứt hẳn, vì vậy mà thường hay sân hận."

Phật lại dạy rằng: "*Tỳ-kheo* buông lời ác khẩu ngày trước, nay là *Tu-bồ-đề* đó. Nhờ công đức cúng dường chư tăng, nên nay được gặp Phật, xuất gia đắc đạo."

Các vị tỳ-kheo nghe Phật thuyết nhân duyên này xong thảy đều vui mừng tin nhận.

---

[1] Đời sống con người khi ấy rất dài, đến 40.000 năm.

92.
MANG THAI SÁU MƯƠI NĂM

Lúc ấy, đức Phật đang *ở thành Vương Xá*, tinh xá Trúc Lâm. Trong thành có ông trưởng giả giàu có vô cùng, chọn được người vợ cũng thuộc gia đình hào phú, sống với nhau ấm êm, hòa thuận.

Không bao lâu, người vợ có thai. Đến kỳ sinh nở, thai chẳng chịu ra. Rồi lại có thai nữa, đủ ngày tháng liền sinh được một bé trai, trong khi cái thai đầu tiên vẫn còn trong bụng mẹ.

Cứ như vậy, người mẹ sinh đến mười đứa con, mà cái thai đầu tiên vẫn còn mang trong bụng, chẳng sinh ra được!

Khi ấy, người mẹ bệnh nặng, thuốc thang chạy chữa vẫn không thuyên giảm, liền dặn lại người nhà rằng: "Đứa con trong bụng ta nay vẫn còn sống. Nếu lỡ ta chết đi, nên mổ bụng lấy ra mà nuôi dưỡng."

Quả nhiên bệnh không qua khỏi. Khi người mẹ chết rồi, thân thuộc nhớ lời, đưa thi hài ra đến nghĩa trang rồi mời vị danh sư *Kỳ-bà*[1] đến, mổ bụng bà mà lấy ra được một đứa bé trai. Tuy hình thù nhỏ bé nhưng tóc đã bạc trắng, thân thể lom khom. Vừa được lấy ra khỏi bụng mẹ, liền ngoảnh nhìn bốn phía, nói với những người quyến thuộc chung quanh rằng: "Chư vị nên biết rằng, tôi đây do ngày trước mạ nhục tăng chúng, nên phải ở trong bào thai này đến 60 năm, thọ những khổ não không thể nói hết."

Quyến thuộc nghe như vậy đều cảm thương khôn xiết, chẳng nói thành lời.

Bấy giờ, đức Thế Tôn quán biết sự việc, lại biết rằng đứa trẻ ấy căn lành đã đủ, có thể hóa độ, liền cùng với đại chúng

---
[1] Tiếng Phạn là Jivaka.

tỳ-kheo hiện đến nơi nghĩa trang ấy. Phật bảo đứa trẻ rằng: "Ông có phải là *tỳ-kheo* Trưởng Lão đó chăng?" Đứa trẻ liền đáp: "Thưa phải." Phật hỏi như vậy ba lần, cũng đều đáp là phải.

Chư *tỳ-kheo* thấy đứa trẻ ấy cùng Phật đối đáp, sinh lòng nghi hoặc, liền thưa hỏi rằng: "Bạch Thế Tôn! Người này trước đây đã tạo những nghiệp gì, nay phải ở trong thai đến 60 năm, đầu tóc đã bạc, lưng còng má hóp mới được ra ngoài, lại có thể cùng Phật đối đáp?"

Phật bảo chư *tỳ-kheo*: "Các ông hãy chú tâm lắng nghe, ta sẽ vì các ông mà phân biệt giảng nói. Giữa Hiền kiếp này, xứ *Ba-la-nại* có Phật xuất thế hiệu là *Ca-diếp*. Khi ấy, chư *tỳ-kheo* tăng cùng nhau vào hạ an cư, cử ra một vị tuổi tác đã cao làm thầy *duy-na*, lo lắng mọi việc.

"Đến khi mãn hạ, làm lễ tự tứ, chỉ cho những người đã chứng quả được tham gia. Trong chúng hội khi ấy chỉ có mỗi thầy *duy-na* là chưa chứng quả, vì vậy chẳng được cho vào dự lễ *bố-tát*, tự tứ. Vị ấy liền sanh tâm buồn rầu, oán trách, nói rằng: "Chỉ riêng một mình ta quán xuyến mọi việc cho các người được yên ổn mà tu tập. Nay lại phản phúc, chẳng cho ta dự lễ tự tứ."

Vị ấy sanh tâm sân hận, mạ nhục tăng chúng, rồi đóng kín cửa phòng của mình lại mà phát lời nguyền rằng: "Lũ các ông rồi đây sẽ phải ở mãi trong chỗ tối tăm, cũng như ta ngày nay ở trong phòng tối này." Do lời độc địa ấy, mạng chung đọa vào địa ngục, chịu những sự khổ não cùng cực. Nay vừa được thoát, thọ thân người phải ở trong bào thai mà chịu khổ não."

Bấy giờ đại chúng nghe Phật thuyết nhân duyên này xong, thảy đều tự phòng hộ lấy ba nghiệp của mình, sinh tâm chán ngán, muốn xa lìa luân hồi sanh tử, có người đắc quả *Tu-đà-hoàn*, có người đắc quả *Tư-đà-hàm*, có người đắc quả *A-na-hàm*, có người đắc quả *A-la-hán*, lại có người phát tâm cầu quả Phật *Bích-chi,* có người phát tâm cầu quả vị *Vô thượng Bồ-đề.*

Khi ấy, quyến thuộc liền cùng nhau mang hài nhi về nuôi dưỡng. Đến khi lớn lên liền cho được xuất gia tu học. Nhờ chuyên cần tu tập, chẳng bao lâu đắc *quả A-la-hán.*

Chư *tỳ-kheo* thấy việc như vậy liền thưa hỏi rằng: "Bạch Thế Tôn! Vị *tỳ-kheo* này trước tạo được nhân lành gì mà nay xuất gia chưa bao lâu đã được đắc quả."

Phật dạy: "Do ngày trước cúng dường tăng chúng, lại giữ chức *duy-na* mà phụng sự chư tăng, nên nay được gặp Phật, xuất gia đắc đạo."

Các vị tỳ-kheo nghe Phật thuyết nhân duyên này xong thảy đều vui mừng tin nhận.

93.
NGƯỜI KHÔNG CÓ TAY

Lúc ấy, đức Phật đang ở gần *thành Xá-vệ,* trong vườn Kỳ thọ Cấp Cô Độc. Trong thành có vị trưởng giả giàu có vô cùng, lại chọn người trong dòng hào tộc mà cưới về làm vợ, cuộc sống rất hoan lạc, vui thú.

Chẳng bao lâu người vợ có thai, sinh được một bé trai, nhưng chẳng có hai bàn tay. Vừa sinh ra, trẻ đã biết nói, lên tiếng bảo người chung quanh rằng: "Sinh ra ở đời thật rất khó mà có được hai bàn tay, phải hết lòng nâng niu gìn giữ."

Cha mẹ thấy vậy cho là kỳ quái, liền mời thầy tướng đến xem. Nhân vì sinh ra chẳng có tay, nên đặt tên là Ngột Thủ.

Đứa bé dần dần khôn lớn, ngày kia đi với chúng bạn đến tinh xá Kỳ Hoàn được gặp Phật. Nhìn thấy đức Thế Tôn với ba mươi hai tướng tốt, tám mươi vẻ đẹp, hào quang chiếu sáng quanh thân, oai nghi rực rỡ thù thắng vô cùng, Ngột Thủ liền sanh tâm hoan hỷ, kính ngưỡng, chí thành lễ bái rồi đứng sang một bên.

Khi ấy, Phật liền thuyết pháp cho nghe. Nghe xong, tâm ý khai mở được chứng quả *Tu-đà-hoàn*. Khi trở về liền thưa xin cha mẹ cho được xuất gia nhập đạo.

Cha mẹ thương yêu chẳng muốn trái ý, liền dẫn đến tinh xá Kỳ Hoàn, lạy Phật xin cho xuất gia tu học. Phật nói: "Lành thay đó, *tỳ-kheo!*" Tức thì, râu tóc tự nhiên rụng sạch, áo *cà-sa* hiện ra nơi thân, thành một vị *tỳ-kheo* oai nghi đầy đủ. Ngột Thủ chuyên cần tu tập, chẳng bao lâu đắc quả *A-la-hán*, đủ Ba minh, Sáu phép thần thông, Tám môn giải thoát, khắp cõi trời người ai cũng kính trọng, ngưỡng mộ.

Chư *tỳ-kheo* thấy việc như vậy, liền thưa hỏi Phật rằng: "Bạch Thế Tôn! Vị *tỳ-kheo* Ngột Thủ này vì sao khi sinh ra đã biết nói ngay nhưng chẳng có hai bàn tay, lại được gặp Phật, xuất gia đắc đạo?"

Phật bảo chư *tỳ-kheo*: "Các ông hãy chú tâm lắng nghe, ta sẽ vì các ông mà phân biệt giảng nói. Vào giữa Hiền kiếp này, có vị Phật ra đời hiệu là *Ca-diếp*.

"Khi ấy có hai vị *tỳ-kheo* kia, một người đã chứng quả *A-la-hán*, một người chưa chứng quả. Dân chúng trong vùng thường hay mời thỉnh đến cúng dường, vị *tỳ-kheo* chưa chứng quả thường cùng đi với vị *A-la-hán* đến thọ nhận sự cúng dường của đàn việt.[1]

"Có một ngày kia, vị *A-la-hán* không ở đó, lại cùng đi với một người khác. Vị *tỳ-kheo* chưa chứng quả liền sanh tâm sân nhuế, buông lời thóa mạ, nói rằng: 'Ta thường vì người rửa bát, bưng nước, nay sao lại sanh lòng phản phúc đi với

---

[1] Đàn việt: người phát tâm cúng dường cho chư tăng.

người khác? Từ nay về sau ta mà có đi cùng người thì cho cụt cả hai tay đi.' Nói lời ấy rồi, hai người từ đó chẳng đi chung với nhau nữa.

"Do nghiệp duyên như thế, trải qua năm trăm đời, *tỳ-kheo* ấy thọ quả báo sanh ra chẳng có hai bàn tay. Vì vậy mà khi sinh ra liền tự nói rằng: Hai bàn tay rất là khó được."

Phật lại dạy rằng: "Vị *tỳ-kheo* ác khẩu thóa mạ *A-la-hán* ngày đó, nay là *tỳ-kheo* Ngột Thủ. Nhờ việc ngày ấy có phụng sự bậc thánh, nên nay được gặp Phật, xuất gia đắc đạo."

Phật thuyết nhân duyên của *tỳ-kheo* Ngột Thủ xong, chư *tỳ-kheo* thảy đều tự phòng hộ lấy ba nghiệp của mình, sinh tâm chán ngán, muốn xa lìa vòng luân hồi sanh tử, có người đắc quả *Tu-đà-hoàn*, có người đắc quả *Tư-đà-hàm*, có người đắc quả *A-na-hàm*, có người đắc quả *A-la-hán*, lại có người phát tâm cầu quả Phật *Bích-chi*, có người phát tâm cầu quả vị *Vô thượng Bồ-đề*.

Các vị *tỳ-kheo* nghe Phật thuyết nhân duyên này xong thảy đều vui mừng tin nhận.

94.
ĐÓI KHỔ SUỐT ĐỜI

Lúc ấy, đức Phật cùng các vị *tỳ-kheo* đang ở gần thành *Xá-vệ*, trong vườn Kỳ thọ Cấp Cô Độc. Trong thành có vợ của một người *bà-la-môn* mang thai, sinh ra một đứa con trai hình dung cực xấu, thân thể nhớp nhúa. Khi bú vú mẹ, sữa mẹ liền chua đi, chẳng thể bú được. Khi nhờ người khác cho bú lại cũng như thế. Vì vậy, đành phải lấy bơ với mật trét vào miệng cho trẻ ấy mút cầm hơi mà sống. Nhân đó mới đặt tên là *Lê-quân-chi*.[1]

Đứa trẻ ấy cũng dần dần lớn lên, nhưng thật là xấu số, chẳng lúc nào được ăn no đủ. Thấy các vị *tỳ-kheo* đi khất thực được người ta cúng dường thức ăn trong bát, *Lê-quân-chi* sanh lòng hoan hỷ, nghĩ rằng: "Ta nên đến chỗ Phật mà cầu xuất gia, tất sẽ được ăn no."

Nghĩ rồi liền đến nơi tinh xá Kỳ Hoàn lạy Phật xin xuất gia. Phật nói: "Lành thay đó, *tỳ-kheo!*" Tức thì, râu tóc tự nhiên rụng sạch, áo *cà-sa* hiện ra nơi thân, thành một vị *tỳ-kheo* oai nghi đầy đủ. Nhờ chuyên cần tu tập, chẳng bao lâu đắc *quả A-la-hán*.

Dù đã chứng quả, nhưng mỗi khi *tỳ-kheo Lê-quân-chi* đi khất thực vẫn thường đói thiếu. Trong lòng tự hối trách, liền vào trong tháp Phật mà lễ bái, thấy có bụi bặm liền chuyên tâm quét dọn sạch sẽ. Hôm ấy đi khất thực được một bữa ăn no. Trong lòng vui vẻ, liền bạch với tăng chúng rằng: "Từ nay về sau xin cho tôi được lo việc quét dọn tháp Phật. Vì nhờ quét tháp Phật tôi mới có thể khất thực được no lòng." Tăng chúng nghe vậy cũng đều đồng ý.

Đến một ngày nọ, *Lê-quân-chi* ngủ mê dậy muộn, đã quá giờ quét dọn mà vẫn còn ngủ. Gặp lúc *Xá-lợi-phất* và năm trăm vị đệ tử từ nơi khác đến viếng Phật, thấy trong tháp có bụi bặm liền tiện tay quét dọn sạch sẽ ngay. *Lê-quân-chi* thức giấc thấy *Xá-lợi-phất* đã quét tháp rồi, liền nói rằng: "Ngài quét tháp Phật, ấy là khiến tôi hôm nay phải nhịn đói rồi." *Xá-lợi-phất* hỏi nguyên do, nghe xong liền nói rằng: "Ngài không phải lo, hôm nay có thể cùng đi với tôi vào thành khất thực, chắc được no đủ."

Lê-quân-chi nghe nói vui mừng, đến giờ khất thực liền ôm bát đi theo *Xá-lợi-phất*. Đến nhà đàn việt, ngờ đâu gặp

---

[1] Tiếng Phạn là **Lecuncika**, nghĩa là "người nhờ mút mà sống".

lúc vợ chồng cãi nhau chẳng ai cúng dường, đành ôm bát không mà về.

Ngày thứ hai, đến giờ khất thực ngài *Xá-lợi-phất* liền nói rằng: "Hôm nay có người trưởng giả trong thành thỉnh đến cúng dường, ngài nên cùng đi với tôi, chắc được no đủ." Liền cùng nhau đến đó. Lễ cúng long trọng, người ta dọn thức ăn rất nhiều. Chư *tỳ-kheo* ngồi thành hàng dài, những người dọn thức ăn đặt từ phía dưới lên, đến chỗ *Lê-quân-chi* thì vừa hết mất. Những người người dọn từ phía trên xuống, đến chỗ ông lại cũng vừa hết. Vậy là trong chúng hội chỉ mỗi mình ông chẳng có thức ăn. Ông liền lớn tiếng gọi rằng: "Tôi chưa có thức ăn." Nhưng chẳng hiểu sao chủ nhà cũng không nghe thấy tiếng ông gọi. Đành nhịn đói mà về.

Khi ấy, ngài *A-nan* nghe kể lại sự việc, sanh lòng thương xót, đến ngày thứ ba liền đến nói với *Lê-quân-chi* rằng: "Sáng nay tôi được cùng đi với Phật thọ nhận cúng dường, sẽ vì ông mà mang thức ăn về, giúp ông được no đủ." Nói vậy rồi mới đi.

Ngài *A-nan* vốn là người đa văn đệ nhất, nghe và nhớ được hết tất cả những kinh Phật thuyết dạy, chưa từng quên mất điều gì. Vậy mà hôm ấy bỗng nhiên quên khuấy mất lời hứa với *Lê-quân-chi,* thọ thực xong lại ôm bát không mà về!

Đến ngày thứ tư, ngài *A-nan* lại vì *Lê-quân-chi* mà nhận thức ăn vào bát mang về. Ngờ đâu nửa đường gặp con chó dữ, chồm lên hất bát đổ hết thức ăn. Đành ôm bát không mà về, *Lê-quân-chi* phải nhịn đói thêm một hôm nữa.

Ngày thứ năm, ngài *Mục-kiền-liên* biết chuyện, liền vì *Lê-quân-chi* mà xin thức ăn mang về, lại gặp con chim *kim-sí* cực lớn giật lấy bát mà mang luôn ra ngoài biển. Lại phải nhịn đói thêm ngày nữa.

Ngày thứ sáu, ngài *Xá-lợi-phất* liền quyết ý giúp *Lê-*

quân-chi. Xin được thức ăn cẩn thận mang về đến tận cửa phòng rồi, cửa bỗng nhiên đóng chặt. *Xá-lợi-phất* liền dùng thần lực mà hiện vào trong phòng, chẳng ngờ nhanh quá nên sẩy tay rơi bát. Ngài lại dùng thần lực mà ngăn giữ, thu hồi nguyên vẹn lại mà đưa cho *Lê-quân-chi*. Cầm bát thức ăn trên tay, miệng liền dính cứng chẳng mở ra được. Giờ ăn qua rồi,[1] miệng liền tự mở ra được.

Vào ngày thứ bảy, *Lê-quân-chi* sinh tâm xấu hổ cùng cực, liền ra trước đại chúng vốc cát mà ăn, ăn xong uống nước rồi nhập *Niết-bàn*.

Chư *tỳ-kheo* thấy sự việc của *Lê-quân-chi* thảy đều kinh quái, liền thưa hỏi Phật về nguyên do các nghiệp thiện ác mà *tỳ-kheo Lê-quân-chi* đã làm. Phật bảo chư *tỳ-kheo*: "Các ông hãy chú tâm lắng nghe, ta sẽ vì các ông mà phân biệt giảng nói. Về thuở quá khứ cách đây đã vô số kiếp, xứ *Ba-la-nại* có vị Phật ra đời hiệu là Đế Tràng, cùng với chư *tỳ-kheo* đi giáo hóa nhiều nơi.

"Bấy giờ có người trưởng giả tên là *Cù-di*, thấy Phật với chư tăng thì sanh lòng kính tín, liền thỉnh về nhà mà cúng dường, ngày nào cũng vậy. Một thời gian sau, trưởng giả ấy chết đi. Người vợ tiếp tục cúng dường, nhưng đứa con trai lòng tham lam chẳng thuận việc cúng dường, bố thí, liền ngăn cản mẹ. Người mẹ không nghe, con trai liền lường thức ăn cho mẹ mỗi ngày. Người mẹ lại nhịn một nửa phần ăn của mình, tiếp tục cúng dường Phật với chư tăng.

"Đứa con thấy vậy thì tức giận lắm, liền nhốt mẹ vào một cái phòng trống, chẳng cho ăn uống gì cả. Cho đến bảy ngày, mẹ đói quá cầu khẩn xin ăn, đứa con đáp rằng: 'Sao chẳng ăn cát mà uống nước, lại phải theo ta xin ăn?'" Nói vậy rồi lại bỏ mà đi mất. Rốt cục, người mẹ đói quá mà chết.

---

[1] Các vị tỳ-kheo chỉ ăn vào đúng ngọ. Khi đã quá giờ ăn, dẫu có đói cũng không được ăn.

"Người con ấy sau mạng chung liền sanh vào địa ngục A-tỳ, chịu khổ báo qua vô số kiếp. Mãn nghiệp ấy rồi, được sanh làm người lại phải chịu đói khổ như vậy."

Phật lại dạy rằng: "Người con trai chẳng cho mẹ ăn ngày trước, nay là *tỳ-kheo Lê-quân-chi* đó. Nhờ phước cúng dường trước đó, nên nay được gặp Phật, xuất gia đắc đạo."

Các vị tỳ-kheo nghe Phật thuyết nhân duyên này xong thảy đều vui mừng tin nhận.

95.
SANH TỬ KHỔ THAY!

Lúc ấy, đức Phật đang ở gần *thành Xá-vệ*, trong vườn Kỳ thọ Cấp Cô Độc. Trong thành có một người trưởng giả giàu có vô cùng, chọn một người thuộc dòng hào tộc cưới làm vợ, cùng nhau chung sống ấm êm hạnh phúc.

Không bao lâu người vợ có thai, sinh được một bé trai. Đứa trẻ sanh ra tự nhớ tiền kiếp, lên tiếng nói với người chung quanh rằng: "Sanh tử khổ lắm thay!" Nhân đó, cha mẹ mới đặt tên cho là Sanh Tử Khổ.

Dần dần khôn lớn nên người, mỗi khi gặp gỡ bằng hữu thường nói lời này: "Sanh tử khổ lắm thay! Các vị đối với bậc cha mẹ, thầy dạy, các bậc tôn trưởng cao niên đức hạnh nên đem lòng hiếu kính, vâng theo, chớ nên dùng những lời thô tục, ác độc mà đối đáp."

Ngày kia, Sanh Tử Khổ cùng đi chơi với các vị thân hữu, đến chỗ tinh xá Kỳ Hoàn được gặp Phật. Nhìn thấy đức Thế Tôn với ba mươi hai tướng tốt, tám mươi vẻ đẹp, hào quang chiếu sáng quanh thân, oai nghi rực rỡ thù thắng vô cùng, Sanh Tử Khổ liền sanh tâm hoan hỷ, kính ngưỡng, chí thành lễ bái rồi đứng sang một bên.

Phật nhân đó thuyết pháp Tứ diệu đế cho nghe, tâm ý khai mở, liền đắc quả *Tu-đà-hoàn*. Khi trở về nhà, liền thưa xin cha mẹ cho xuất gia nhập đạo. Cha mẹ thương yêu lắm, chẳng muốn trái ý, liền dẫn đến tinh xá Kỳ Hoàn cầu Phật xin cho xuất gia. Phật nói: "Lành thay đó, *tỳ-kheo!*" Tức thì, râu tóc tự nhiên rụng sạch, áo *cà-sa* hiện ra nơi thân, thành một vị *tỳ-kheo* oai nghi đầy đủ. Nhờ chuyên cần tu tập, chẳng bao lâu đắc quả *A-la-hán*, đủ Ba minh, Sáu phép thần thông, Tám môn giải thoát, khắp cõi trời người ai cũng kính trọng, ngưỡng mộ.

Chư *tỳ-kheo* thấy việc như vậy thưa hỏi Phật rằng: "Bạch Thế Tôn! *Tỳ-kheo* Sanh Tử Khổ trước đây đã trồng những căn lành gì, nay vừa sanh ra liền biết nói, nhớ được chuyện kiếp trước, lại được gặp Phật, xuất gia đắc đạo?"

Phật bảo các *tỳ-kheo*: "Các ông hãy chú tâm lắng nghe, ta sẽ vì các ông mà phân biệt giảng nói. Giữa Hiền kiếp này, xứ *Ba-la-nại* có Phật ra đời, hiệu là *Ca-diếp*. Trong chúng hội của ngài, có vị *sa-di*[1] theo phụng sự một hòa thượng. Ngày kia, trong thành có lễ hội lớn, *sa-di* bạch hòa thượng rằng: "Hôm nay có lễ hội, chúng ta nên đi khất thực sớm, chắc sẽ được nhiều." Hòa thượng đáp: "Giờ vẫn còn sớm, con nên ngồi thiền đi." Lại nói đến lần thứ hai, lần thứ ba, hòa thượng cũng đều đáp như vậy.

"Chú *sa-di* liền nổi nóng lên, buông lời ác khẩu rằng: 'Sao ông không chết quách luôn trong phòng đi?' Nói rồi bỏ đi ra, một mình vào thành khất thực. Khi trở về liền lạy thầy xin sám hối.

"Do nghiệp duyên ấy, trong năm trăm đời phải đọa vào địa ngục, thọ những khổ não không sao nói hết. Nay vừa được thoát ra, nên nói rằng: 'Sanh tử khổ lắm thay!'"

---

[1] Sa-di: người xuất gia còn ít tuổi, chưa thọ cụ túc giới.

Phật lại dạy rằng: "Chú sa-di nhỏ buông lời xúc phạm vị hòa thượng kia, nay là *tỳ-kheo* Sanh Tử Khổ đó."

Các vị tỳ-kheo nghe Phật thuyết nhân duyên này xong thảy đều vui mừng tin nhận.

96.
THÂN THỂ ĐẦY UNG NHỌT

Lúc ấy, Phật ở thành *Xá-vệ*, trong vườn Kỳ thọ Cấp Cô Độc. Trong thành có một người trưởng giả giàu có vô cùng, lại cưới vợ cũng thuộc dòng hào tộc, cuộc sống rất hoan lạc, vui thích.

Không bao lâu, người vợ có thai, sanh được một bé trai. Thân thể vừa sanh ra đã mọc đầy những ung nhọt, đau nhức khốn khổ, kêu khóc không thôi.

Ngày một lớn lên, ung nhọt càng thêm ghê tởm lắm. Máu mủ chảy ra nhớp nhúa, hôi hám, đau đớn rên siết, kêu khóc chẳng lúc nào ngưng. Nhân đó đặt tên cho là Thân Hào.[1]

Cha mẹ thương xót lắm, tìm thầy chạy chữa. Đã dùng đủ các thứ thuốc men, nhưng những ung nhọt ấy không hề giảm bớt chút nào.

Khi Thân Hào lớn lên, được nghe người ta nói đến đức Phật đang ở tinh xá Kỳ Hoàn, thường cứu độ khổ nạn cho hết thảy chúng sanh, liền tức thời tìm đến.

Khi Thân Hào được nhìn thấy đức Thế Tôn với ba mươi hai tướng tốt, tám mươi vẻ đẹp, hào quang chiếu sáng quanh thân, oai nghi rực rỡ thù thắng, trong lòng sanh ra hoan hỷ vô cùng, liền lễ Phật rồi đứng sang một bên. Phật liền thuyết pháp cho nghe. Nghe pháp rồi, lòng tự hối trách những ác

---

[1] Thân (呻) là rên rỉ, hào (號) là kêu khóc.

nghiệp đã qua của mình, liền chí thành lễ Phật mà cầu sám hối. Khi ấy, ung nhọt tự nhiên trừ dứt, trong lòng vui sướng vô cùng, lạy Phật cầu xin xuất gia. Phật nói: "Lành thay đó, *tỳ-kheo!*" Tức thì, râu tóc tự nhiên rụng sạch, áo *cà-sa* hiện ra nơi thân, thành một vị *tỳ-kheo* oai nghi đầy đủ. Nhờ chuyên cần tu tập, chẳng bao lâu đắc *quả A-la-*hán.

Chư *tỳ-kheo* thấy việc như vậy thưa hỏi Phật rằng: "Bạch Thế Tôn! *Tỳ-kheo* Thân Hào tạo những nhân duyên gì, nay vừa sanh ra thân thể đầy ung nhọt, đau đớn, nhức nhối, rồi nay lại được gặp Phật, xuất gia đắc đạo?"

Phật bảo chư *tỳ-kheo:* "Các ông hãy chú tâm lắng nghe, ta sẽ vì các ông mà phân biệt giảng nói. Về thuở quá khứ cách đây đã vô số kiếp, xứ *Ba-la-nại* có hai vị trưởng giả, thảy đều giàu có vô cùng.

"Khi ấy, hai người có việc tranh chấp, mâu thuẫn nhau. Một người liền mang rất nhiều đồ trân bảo quý giá mà dâng lên cho vua. Khi vua nhận rồi, người ấy liền đem lời súc siểm, vu cáo ông trưởng giả kia rằng: 'Người ấy rất ác tâm, nhiều lần theo hại tôi, xin đại vương vì tôi mà trừng trị.'

"Vua tin lời ấy, cho người đến bắt ông trưởng giả kia, rồi đánh đập hành hạ đau đớn vô cùng, khiến cho thân thể lở lói, máu thịt nhầy nhụa, khổ sở không thể nói hết.

"Đến khi được thả cho về, ông trưởng giả ấy liền suy nghĩ rằng: 'Thân này thật là gốc của sự khổ. Các điều ác quy tụ cả vào thân, khiến phải chịu nhiều tai họa, ta nên nhàm chán thân này. Như ta với người trưởng giả kia, thật không oán thù, mà hại ta đau đớn đến thế.'

"Liền lìa bỏ gia đình, vào nơi chốn rừng núi vắng vẻ, tự quán sát lý vô thường của tất cả pháp hữu vi, nhờ vậy ngộ sâu vào lẽ không, thành Phật *Bích-chi*.

"Phật *Bích-chi* bấy giờ nhìn lại kẻ oán người thân đều sanh tâm bình đẳng. Nhớ lại ông trưởng giả kia ác độc hại mình, trong đời vị lai chắc chắn phải chịu khổ báo. Lòng thương muốn cứu giúp, liền đi đến chỗ ông trưởng giả ấy.

"Đến nơi rồi, liền bay lên hư không, hiện đủ mười tám phép biến hóa. Ông trưởng giả nhìn thấy sanh lòng kính tín, khát ngưỡng, tức thời dọn chỗ mời ngồi, thiết lễ cúng dường trọng hậu, lại quỳ lạy cầu xin sám hối."

Phật lại dạy rằng: "Ông trưởng giả thâm độc hại người khi ấy, nay là *tỳ-kheo* Thân Hào đó."

Các vị tỳ-kheo nghe Phật thuyết nhân duyên này xong thảy đều vui mừng tin nhận.

97.

NGƯỜI XẤU XÍ

Lúc ấy, đức Phật đang ở gần *thành Xá-vệ,* trong vườn Kỳ thọ Cấp Cô Độc. Trong thành có một người trưởng giả giàu có vô cùng. Người ấy cưới vợ thuộc dòng hào phú, sống cùng nhau hoan lạc, vui thích.

Không bao lâu người vợ có thai, sinh được một bé trai, hình dung cực kỳ xấu xí.

Khi lớn lên, càng thêm xấu xí, ai nhìn thấy cũng phải lánh xa. Đến cha mẹ dần dần cũng gớm ghiếc, xa lánh. Người ấy buồn bã lánh vào nơi thâm sơn cùng cốc, nhưng ngay cả thú vật nhìn thấy cũng sợ hãi xa lánh, huống hồ là người.

Người ấy đến ở trong một khu rừng, hái quả cây rừng mà ăn để sống. Các loài chim muông cầm thú nhìn thấy cũng đều kinh sợ, tránh xa chẳng dám đến ở trong cùng khu rừng ấy.

Đức Thế Tôn thường lấy tâm đại bi quán sát chúng sanh, cứu độ cho những người nạn khổ. Ngày kia, ngài biết người xấu xí ấy căn lành đã đủ, có thể hóa độ cho, liền bảo chư *tỳ-*

kheo rằng: "Hôm nay chúng ta sẽ đến khu rừng kia mà hóa độ cho một người hình dung xấu xí."

Khi Phật và chư *tỳ-kheo* đến nơi khu rừng ấy, người xấu xí trông thấy liền muốn chạy trốn. Phật dùng thần lực khiến cho người không chạy thoát đi được. Bấy giờ, chư *tỳ-kheo* đến các gốc cây trong rừng mà ngồi thiền.

Khi ấy Phật hóa hình thành một người hình dung cũng cực kỳ xấu xí, chẳng kém gì người kia. Ngài ôm bình bát chứa đầy những thức ăn ngon quý, đi dần đến chỗ người xấu xí. Người ấy thấy Phật hình dạng xấu xí giống mình thì mừng rỡ lắm, trong lòng nghĩ rằng: "Đây chính thật là người mà ta có thể kết bạn." Nghĩ vậy rồi bước đến chào hỏi. Phật liền mời người ấy cùng ăn với mình.

Khi ăn xong, Phật hiện hình đẹp đẽ, thanh lịch. Người xấu xí lấy làm ngạc nhiên, liền hỏi: "Ông làm sao giờ lại hóa ra xinh đẹp, thanh lịch như thế?" Phật đáp: "Tôi ăn cơm này xong, lấy lòng lành mà chiêm ngưỡng các vị *tỳ-kheo* đang ngồi thiền dưới những gốc cây kia. Nhờ đó mà được xinh đẹp, thanh lịch."

Người xấu xí nghe vậy, liền cố bắt chước theo. Người lấy lòng lành mà chiêm ngưỡng các vị *tỳ-kheo* đang tọa thiền. Khi ấy, hình dung liền được trở nên xinh đẹp, thanh lịch. Trong lòng vui mừng khôn xiết, sanh lòng kính tín sâu vững đối với các vị *tỳ-kheo*.

Khi ấy Phật liền hiện lại nguyên hình. Người ấy được thấy Phật với ba mươi hai tướng tốt, tám mươi vẻ đẹp, hào quang chiếu sáng quanh thân, oai nghi rực rỡ thù thắng vô cùng, sanh tâm kính ngưỡng, liền chí thành lễ Phật rồi đứng sang một bên.

Phật liền vì người ấy mà thuyết pháp, nghe pháp rồi tâm ý được khai mở, đắc quả *Tu-đà-hoàn*, liền quỳ lạy Phật xin được xuất gia. Phật nói: "Lành thay đó, *tỳ-kheo*!" Tức thì, râu tóc tự nhiên rụng sạch, áo *cà-sa* hiện ra nơi thân, thành một vị *tỳ-kheo* oai nghi đầy đủ. Nhờ chuyên cần tu tập, chẳng bao lâu đắc *quả A-la-hán*.

Chư *tỳ-kheo* thấy việc như vậy thưa hỏi Phật rằng: "Bạch Thế Tôn! Vị *tỳ-kheo* này trước đây đã tạo những nhân duyên gì, sanh ra thân thể xấu xí, bị người xa lánh, rồi nay lại được gặp Phật, xuất gia đắc đạo?"

Phật bảo chư *tỳ-kheo*: "Các ông hãy chú tâm lắng nghe, ta sẽ vì các ông mà phân biệt giảng nói. Về thuở quá khứ cách đây đã vô số kiếp, xứ *Ba-la-nại* có Phật ra đời hiệu là *Phất-sa*,[1] ngồi thiền định dưới một gốc cây nọ.

"Khi ấy, ta với ngài *Di-lặc* đều là hàng *Bồ Tát*, cùng đến chỗ Phật ấy mà cúng dường, chỉ đứng trên một chân mà hầu bên đức Phật ấy.[2] Cho đến bảy ngày như vậy, rồi mới đọc kệ mà ca ngợi đức Phật rằng:

> *Khắp thế gian không ai như Phật,*
> *Mười phương thế giới chẳng sánh bằng.*
> *Trải khắp thế giới đã từng biết,*
> *Chưa nhìn thấy ai được như Phật.*

"Đọc kệ như vậy rồi, trong núi ấy có một vị thần hiện hình cực kỳ xấu xí muốn đến dọa nạt ta. Khi ấy, ta dùng thần lực khiến cho vị thần ấy đi đến chỗ nào cũng đều gặp những khe rãnh, đồi núi hiểm trở, chẳng thể nào vượt qua được.

"Vị thần núi ấy liền tự nghĩ rằng: 'Ta có ác tâm muốn dọa nạt người ấy, nay người khiến cho ta đi đến đâu cũng đều gặp những khe rãnh, đồi núi hiểm trở chẳng thể vượt qua. Ta phải đến sám hối cùng người mới được.' Nghĩ vậy rồi, liền đến trước mặt ta lễ lạy cầu xin sám hối."

Phật lại dạy rằng: "Vị thần núi ngày trước đến dọa nạt

---

[1] Tiếng Phạn là **Pusya**.
[2] Làm như vậy là để tỏ tâm thành kính của mình.

ta, nay thọ thân xấu xí là *tỳ-kheo* mới xuất gia chứng quả *A-la-hán* đó. Do muốn dọa nạt ta, nên trong năm trăm kiếp đều phải mang hình thể xấu xí, ai thấy cũng đều kinh sợ. Nhờ chí thành sám hối, nên đến nay được gặp Phật, xuất gia đắc đạo."

Các vị tỳ-kheo nghe Phật thuyết nhân duyên này xong thảy đều vui mừng tin nhận.

98.
NGƯỜI KHÔNG THỂ CHẾT

Lúc ấy, đức Phật đang ở thành *Ba-la-nại*, trong vườn Lộc. Trong thành có vị quan phụ tướng đại thần, giàu có chẳng ai bằng nhưng không con nối dõi. Khi ấy, ở bờ sông Hoàn-già[1] có miếu thờ thần *Ma-ni-bạt-đà*, tiếng đồn là thiêng liêng lắm, dân chúng trong vùng ai cầu khấn điều gì cũng đều đến đó.

Quan phụ tướng liền mang lễ vật đến nơi ấy, khấn rằng: "Ta không có con, nghe nói thần miếu này có công đức lớn, thường giúp đỡ cho nhiều người được tròn sở nguyện. Vì vậy ta đến đây mà cầu khấn. Nếu giúp ta sanh được một đứa con nối dõi, xin đem nhiều vàng bạc, châu báu đến cúng thần, lại dùng hương thơm quý nhất mà tô lên tượng thần. Bằng như chẳng ứng nghiệm gì, ta sẽ phá nát miếu, dùng phân dơ bôi trét lên tượng thần." Khấn như vậy rồi về.

Thần miếu nghe lời khấn rồi liền tự suy nghĩ: "Người này là bậc quan quyền, thế lực mạnh lắm, chẳng phải kẻ tầm thường mà có thể sanh vào làm con nhà ấy. Sức ta có hạn, chẳng thể đáp ứng lời nguyện ấy. Bằng như chẳng được vừa ý, người đã nói ắt là làm, chắc miếu thờ phải bị hủy hoại."

---
[1] Tiếng Phạn là Gangi.

Liền đến thưa lên với thần *Ma-ni-bạt-đà*. Thần *Ma-ni-bạt-đà* cũng chẳng đủ sức giúp, liền đến cầu nơi chỗ Thiên vương *Tỳ-sa-môn*. Vua Tỳ-sa-môn nói: "Sức ta cũng chẳng thể giúp người ấy có con được."

Liền đến chỗ vua trời *Đế-thích* mà cầu giúp đỡ. *Đế-thích* nói: "Chuyện ấy khó lắm, cũng phải chờ lúc thuận tiện, sẵn đủ nhân duyên."

Bấy giờ có một vị thiên tử hiện năm tướng suy, phước báu đã hết, sắp phải mạng chung. *Đế-thích* liền gọi đến, bảo rằng: "Ông nên sanh vào nhà quan phụ tướng ấy." Thiên tử đáp: "Tâm nguyện của tôi là xuất gia học đạo. Nay sanh vào nhà quyền quý, vinh hoa, muốn lìa đi sẽ rất khó. Vì vậy muốn sanh vào nơi gia cảnh tầm thường, dễ bề ra đi xuất gia học đạo." *Đế-thích* liền nói: "Ông cứ thuận sanh vào nơi nhà ấy. Nếu muốn xuất gia, sau này ta sẽ giúp cho."

Vị thiên tử ấy nghe theo lời *Đế-thích*, mạng chung tìm đến đầu thai vào nhà quan phụ tướng. Khi sanh ra hình dung tốt đẹp, khôi ngô tuấn tú, ai thấy cũng đem lòng yêu mến. Quan phụ tướng mời thầy đến xem tướng. Hỏi rằng: "Nhờ đâu ngài có được đứa con này?" Đáp: "Ta cầu khẩn ở miếu thờ bên bờ sông *Hoàn-già* mới được." Nhân đó liền đặt tên là *Hoàn-già-đạt*.

Khi đã khôn lớn, y như sở nguyện từ kiếp trước, liền thưa với cha mẹ xin được xuất gia nhập đạo. Cha mẹ đáp rằng: "Nhà ta sản nghiệp to lớn, chỉ có mỗi mình con để nối dõi trông nom, làm sao có thể cho con xuất gia được? Ta còn sống đây, chẳng thể cho phép con xuất gia nhập đạo."

Hoàn-già-đạt nghe vậy lòng buồn rầu áo não, suy nghĩ rồi muốn tự hủy thân, định thác đi để sanh vào nhà dân giả mới có thể xuất gia học đạo. Nghĩ vậy rồi liền thẳng đường lên núi cao, liều thân nhảy xuống. Chẳng ngờ rơi xuống đến chỗ đất bằng mà thân thể chẳng hề hấn gì. Liền ra nơi sông rộng nhảy xuống trầm mình, lại theo nước mà giạt vào bờ, cũng không tổn hại chi. Cuối cùng liền uống thuốc độc vào. Không hiểu sao thuốc độc cũng chẳng có tác dụng gì!

Hoàn-già-đạt quay về suy nghĩ, nay phải phạm vào phép nước, để vua bắt mà giết đi mới được. Nghĩ rồi liền tìm cách thực hiện.

Khi đó hoàng hậu cùng các thể nữ đi du ngoạn, đến chỗ ao đẹp mát mẻ muốn tắm, liền sai giăng màn bao quanh mà tắm. Quần áo cởi ra mang treo lên một nhánh cây trong rừng.

Hoàn-già-đạt[1] dò biết, liền lẻn đến chỗ khu rừng ấy, vào trộm lấy hết quần áo mà mang đi. Người canh giữ bắt được, liền dẫn đến chỗ vua *A-xà-thế* mà trình rõ mọi chuyện. Vua nghe qua nổi giận, lấy cung tên ra muốn tự tay bắn chết. Tên bắn ra liền quay trở lại rơi dưới chân vua. Ba lần đều như vậy, không sao bắn được.

Bấy giờ, vua kinh sợ, ném cung tên xuống đất, lên tiếng hỏi rằng: "Ông có phải là hàng trời, rồng hay quỷ thần hiện thân đó chăng?" *Hoàn-già-đạt* đáp: "Xin vua hứa cho một điều, rồi tôi mới có thể nói ra." Vua liền đáp: "Ta hứa."

Hoàn-già-đạt nói: "Tôi chẳng phải trời, rồng, quỷ thần chi cả, chính thật là con trai quan phụ tướng. Vì tôi muốn xuất gia mà cha mẹ không cho, nên muốn hủy thân để được đầu thai nơi khác mà xuất gia học đạo. Chẳng ngờ nhảy núi, té sông, uống thuốc độc, thảy đều không chết được. Vì vậy cố phạm vào phép vua để được bỏ mạng. Nay vua cũng chẳng giết được tôi, xin thương tình giúp tôi được xuất gia."

Vua nghe chuyện rồi, liền bảo: "Ta cho ông xuất gia." Nói rồi đích thân dẫn đến tinh xá Kỳ Hoàn, lễ Phật rồi kể lại mọi việc như vậy. Phật liền thuận cho xuất gia nhập đạo.

Phật liền vì người mà thuyết pháp. Nghe qua rồi tâm ý

---

[1] Tiếng Phạn là Gangika.

liền khai mở, đắc quả *A-la-hán*, đủ Ba minh, Sáu phép thần thông, Tám môn giải thoát.

Vua *A-xà-thế* thấy việc như vậy liền thưa hỏi Phật rằng: "Bạch Thế Tôn! *Tỳ-kheo Hoàn-già-đạt* đây trước đã tạo những nhân duyên gì, nay nhảy núi, té sông, uống thuốc độc, tên bắn, thảy đều không chết, giờ được gặp Phật, xuất gia đắc đạo?"

Phật bảo vua *A-xà-thế*: "Về thuở quá khứ cách đây đã vô số kiếp, xứ *Ba-la-nại* có vị vua tên là *Phạm-ma-đạt-đa*, cùng với những cung nhân thể nữ cùng đi du ngoạn trong khu rừng kia. Trong lúc vui chơi, liền bảo các cung nữ hòa giọng hát lên giúp vui. Lúc ấy, có một người ở gần đó cất giọng hòa theo tiếng hát. Vua nghe giận lắm, sai người bắt dẫn theo về.

"Về đến kinh đô, chẳng tra hỏi nhiều, truyền đem ra chém. Có vị đại thần đi ngang nhìn thấy tù nhân sắp chém, liền hỏi xem tội gì. Quân lính thuật lại tội trạng, đại thần liền bảo: 'Chưa vội giết, giữ đó chờ ta đến gặp đại vương.'

"Quan đại thần vào gặp vua, tâu rằng: 'Người ấy tội không nghiêm trọng lắm, sao phải tội chết? Cho dù có cất giọng mà hát theo, nhưng chẳng làm việc chi dan díu, tà vạy. Xin đại vương nghĩ lại tha cho tội chết.'

"Vua nghe lời nói đúng, không biết trả lời sao, liền thuận tha cho người ấy. Tội nhân được tha, đội ơn vị đại thần, theo phụng sự người rất cần mẫn, không hề ngơi nghỉ. Nhiều năm như vậy, rồi tự suy nghĩ: 'Chuyện dâm dục hại người thật là đáng sợ hơn cả đao kiếm. Ta ngày trước bị nguy khốn, nghĩ lại cũng do lòng dục.' Nghĩ vậy rồi, liền thưa với vị đại thần rằng: 'Xin cho tôi được xuất gia học đạo.' Đại thần vui vẻ nói: 'Không dám trái ý ông. Mai sau thành đạo quả, xin trở về gặp nhau.'

"Người ấy liền đi lên chốn rừng sâu núi thẳm, chuyên tâm tu tập quán xét, chẳng bao lâu thành Phật *Bích-chi*.

"Phật *Bích-chi* quay về chốn cũ, đến nhà vị đại thần. Đại thần được gặp lại vui mừng, sanh lòng kính ngưỡng, liền thiết lễ long trọng cúng dường Phật *Bích-chi*. Phật *Bích-chi* thọ nhận rồi, liền bay lên hư không, hiện đủ mười tám phép biến hóa. Đại thần thấy rồi sanh lòng hoan hỷ, vui mừng, liền phát nguyện rằng: 'Phật *Bích-chi* này trước nhờ ơn tôi mà được toàn mạng sống, nay mới thành Phật. Nguyện nhờ công đức này mà từ nay về sau tôi luôn luôn được sống lâu và giàu có, lại luôn luôn được đầy đủ trí tuệ, đức độ.'"

Phật bảo vua *A-xà-thế*: "Vị đại thần cứu mạng người khi xưa, nay chính là *Hoàn-già-đạt* đó. Do nguyện lực khi xưa, nên chẳng bao giờ gặp nạn chết yểu, lại đến nay gặp Phật, xuất gia đắc đạo."

Các vị tỳ-kheo nghe Phật thuyết nhân duyên này xong thảy đều vui mừng tin nhận.

99.
HAI CẬU CHÁU

Lúc ấy, đức Phật đang *ở thành Vương Xá*, trong tinh xá Trúc Lâm. Trong thành có một vị *Phạm-chí* tên là *Điệt-sử*, sanh được hai con. Một gái tên là *Xá-lợi* và một trai tên là *Câu-hi-la*.[1]

Câu-hi-la thông minh, uyên bác, mỗi khi luận đàm chẳng ai thắng được. Người chị là *Xá-lợi* tuy cũng rất mực thông minh, nhưng khi luận đàm với em thì thường đuối lý, chẳng tranh cãi lại.

Đến khi người chị có thai, bỗng nhiên luận giải sắc bén, *Câu-hi-la* không lần nào thắng được. Ông liền suy nghĩ rằng:

---

[1] Bản chữ Hán ghi tên đứa trẻ là Trường Trảo. Nhưng có sự nhầm lẫn, vì Trường Trảo (móng tay dài) là biệt danh của vị này khi lớn lên mới có.

"Chị ta trước giờ luận đàm thường không thắng nổi ta. Nay có thai rồi bỗng nhiên lại thay đổi, tất nhiên là do oai đức của đứa bé này. Nay nó còn trong bào thai mà đã như vậy, mai sau khôn lớn ta làm sao thắng nổi?"

Lòng ông đầy kiêu mạn, nghĩ đến sau này phải thua kém đứa cháu ấy thì không chịu được, liền bỏ nhà đi xuống phương nam, tìm học tất cả kinh luận. Ông phát lời thề rằng: Chưa trở thành vị luận sư giỏi nhất thì chưa cắt móng tay. Bởi vậy, móng tay ông ngày càng dài ra, liền có biệt danh là Trường Trảo.

Người chị ông là *Xá-lợi* sau đó sanh ra một người con trai, đặt tên là *Xá-lợi-phất*, hình dung đẹp đẽ, lại thông minh trí tuệ hơn người, học tập các bộ kinh luận đều thông đạt, chẳng ai đối đáp lại nổi.

Ngày kia, trong thành *Vương Xá* tổ chức một hội lớn, quy tụ hết thảy các vị luận sư để cùng tranh luận với nhau. Nơi hội trường rộng lớn thấy kê bốn chỗ ngồi cao rộng, oai nghiêm. *Xá-lợi-phất* năm ấy vừa được 8 tuổi,[1] đến chơi nơi đó, thấy vậy liền hỏi người chung quanh rằng: "Bốn chỗ ngồi cao rộng ấy là dành cho ai vậy?" Người chung quanh đáp: "Chỗ thứ nhất dành cho nhà vua, chỗ thứ hai dành cho thái tử, chỗ thứ ba dành cho đại thần, chỗ thứ tư dành cho người lên tranh luận."

Xá-lợi-phất nghe xong liền xăm xăm đi đến, leo lên chỗ dành cho người tranh luận mà ngồi.

Bấy giờ, các vị *Phạm-chí* cao niên, luận sư kỳ cựu, thảy đều kinh hoảng. Họ lại suy nghĩ rằng: "Nếu chúng ta ra tranh luận, dù có thắng đứa trẻ này cũng chẳng lấy gì là vinh dự. Bằng như thua, thật là nhục nhã chẳng làm sao nói hết." Nghĩ vậy rồi, chẳng ai muốn lên, liền sai những người *bà-la-môn* thuộc hàng thấp kém hơn lên tranh biện. Tất cả

---

[1] Nhiều dị bản ghi là 16 tuổi, chúng tôi thấy là hợp lý hơn, nhưng ở đây theo bản chữ Hán.

liền bị *Xá-lợi-phất* bẻ gãy lý luận của từng người, chẳng ai thắng nổi. Dần dần mới đến các vị luận sư kỳ cựu, cũng đều thua hết.

Xá-lợi-phất từ sau lần tranh luận thắng hết các vị luận sư, liền nổi tiếng khắp mười sáu nước lớn.[1] Ngày kia, lên chơi trên lầu cao, nhìn xuống thấy người xe đi lại xôn xao bên dưới, bỗng nảy ra ý nghĩ rằng: "Đến trăm năm nữa, những người đi lại dưới kia rốt cùng rồi cũng chỉ còn là con số không, liệu có ý nghĩa gì?" Nghĩ như vậy rồi, từ trên lầu đi xuống, liền tìm theo các sư ngoại đạo mà tu học.

Khi ấy, đức Thế Tôn vừa mới thành đạo quả, khắp mười sáu nước lớn đều chưa ai hay biết. Như Lai thương tưởng muốn giáo hóa chúng sanh, liền sai *tỳ-kheo A-bệ*[2] đến thành *Vương Xá* khất thực mà hóa đạo. *Xá-lợi-phất* nhìn thấy dáng đi oai nghiêm, thanh thản của *tỳ-kheo A-bệ*, liền cảm nhận được ngay rằng người này đã tìm được một lối sống giải thoát khỏi mọi ràng buộc, nghĩ rằng: "Vị này là ai mà có phong thái ung dung như thế? Ta nên đến chào hỏi xem sao." Nghĩ rồi liền bước đến hỏi rằng: "Xin hỏi người đã theo học đạo với vị nào? Dạy người những pháp chi mà được ung dung thanh thản như vậy?"

Tỳ-kheo A-bệ đọc kệ đáp rằng:

Các pháp do nhân duyên mà sanh,
Lại cũng do nhân duyên mà diệt.
Thuyết rõ nhân duyên sanh và diệt,
Bậc đại sư soi đường giải thoát.[3]

---

[1] Ấn Độ thời ấy phân hóa làm mười sáu nước lớn và rất nhiều nước nhỏ, cũng giống như Trung Hoa vào thời Đông Chu.

[2] Tiếng Phạn là Assaji, cũng đọc là A-thuyết-thị, có nơi phiên âm là Át-bệ, là một trong năm vị tỳ-kheo đầu tiên, thuộc nhóm của ông Kiều-trần-như.

[3] Bản chữ Hán thuật đoạn này bằng bốn bài kệ, dài dòng hơn mà không lột hết được đại ý nên chúng tôi chọn bài này.

Xá-lợi-phất nghe kệ, tâm liền khai mở, chứng quả *Tu-đà-hoàn*.

Khi trở về, người bạn của ông là *Mục-kiền-liên* thấy vẻ mặt hớn hở khác thường, liền nói rằng: "Tôi với ông trước có lời giao ước: Ai tìm được đạo giải thoát sẽ cùng dẫn đường cho người kia đi. Nay tôi thấy vẻ mặt ông, có thể đoán biết là ông đã tìm được con đường giải thoát rồi. Có đúng vậy chăng?"

Xá-lợi-phất đáp: "Đúng vậy." Rồi đọc lại cho *Mục-kiền-liên* nghe bài kệ của *A-bệ* ba lần. *Mục-kiền-liên* nghe xong liền chứng quả *Tu-đà-hoàn*.

Hai người đều đã chứng đắc đạo quả, liền tụ tập đồ chúng lại, thuật chuyện cho nghe rồi bảo rằng: "Nay chúng ta đều muốn lên đường đến chỗ Phật mà cầu được xuất gia nhập đạo. Ý các ông thế nào?" Chúng đệ tử đều xin đi theo.

Xá-lợi-phất và *Mục-kiền-liên* liền dẫn 250 người đệ tử cùng đi theo *tỳ-kheo A-bệ* đến tinh xá Trúc Lâm. Đến nơi, thấy đức Thế Tôn với ba mươi hai tướng tốt, tám mươi vẻ đẹp, hào quang chiếu sáng quanh thân, oai nghi rực rỡ thù thắng vô cùng, liền sanh lòng hoan hỷ, tín kính, lễ Phật cầu xin xuất gia.

Phật nói: "Lành thay đó, *tỳ-kheo!*" Tức thì, râu tóc các vị đều tự nhiên rụng sạch, áo *cà-sa* hiện ra nơi thân, thành những vị *tỳ-kheo* oai nghi đầy đủ. Nhờ chuyên cần tu tập, chẳng bao lâu đắc quả *A-la-hán*, đủ Ba minh, Sáu phép thần thông, Tám môn giải thoát, khắp cõi trời người ai cũng kính trọng, ngưỡng mộ.

Bấy giờ, người cậu của *Xá-lợi-phất* là ông Trường Trảo nghe tin *Xá-lợi-phất* xuất gia theo Phật, trong lòng tức giận, tự suy nghĩ rằng: "Thằng cháu của ta sanh ra đã thông minh xuất chúng, uyên bác hơn người, các vị luận sư ở mười sáu nước lớn thảy đều kính phục, nay tại sao lại chịu đi theo mà phụng sự lão *Cù-đàm?*"[1]

---

[1] Cù-đàm: chỉ đức Phật. Đó là gọi theo tên ngài là Gotama. Những người cung kính không gọi như vậy mà thường gọi theo họ là Thích-ca.

Liền từ Nam Thiên Trúc[1] tìm về, đến chỗ Phật mà tranh luận. Trường Trảo đến chỗ Phật rồi, liền nói rằng: "Này ông *Cù-đàm*, chỗ sở đắc của ta đây là không nhận bất cứ một pháp nào cả."

Đức Phật liền hỏi: "Ông không chấp nhận pháp nào cả, như vậy có chấp nhận cách nghĩ như thế chăng?"

Trường Trảo giật mình, nhận ra chỗ sơ hở trong lập luận của mình, vì ông nói như thế tức là đã mặc nhiên "chấp nhận việc không chấp nhận". Để chống đỡ, ông liền nói: "Ta không chấp nhận cả cách nghĩ như thế nữa."

Phật nói: "Nếu không chấp nhận mọi pháp, cũng không chấp nhận cả cách nghĩ như thế, như vậy ông có khác gì những kẻ phàm phu không hiểu biết? Tại sao phải sanh tâm ngạo mạn mà coi thường hết thảy mọi người như thế?"

Trường Trảo không đáp được, liền khi đó sanh tâm tín phục, kính ngưỡng, quỳ lạy Phật xin được xuất gia nhập đạo. Phật nói: "Lành thay đó, *tỳ-kheo*!" Tức thì, râu tóc tự nhiên rụng sạch, áo *cà-sa* hiện ra nơi thân, thành một vị *tỳ-kheo* oai nghi đầy đủ. Nhờ chuyên cần tu tập, chẳng bao lâu đắc *quả A-la-hán*.

Chư *tỳ-kheo* thấy việc như vậy liền thưa hỏi rằng: "Bạch Thế Tôn! Vị *tỳ-kheo* này do nhân duyên gì mà nay có thể xả bỏ tà kiến, quy y theo Phật, được thành đạo quả?"

Phật bảo chư *tỳ-kheo*: "Các ông hãy chú tâm lắng nghe, ta sẽ vì các ông mà phân biệt giảng nói. Về thuở quá khứ cách đây đã vô số kiếp, xứ *Ba-la-nại* có vị Phật *Bích-chi* ở nơi rừng sâu mà thiền định.

"Bấy giờ có 500 tên cướp, cướp được của người rồi muốn trốn vào nơi rừng vắng, mới cử một tên đi trước dò xem trong rừng có người hay chăng. Tên cướp ấy thấy Phật *Bích-chi*

---

[1] Tức là miền Nam Ấn Độ.

ngồi nơi gốc cây, liền bắt lấy, dùng dây trói lại mang đến chỗ tên đầu đảng. Cả bọn đều muốn giết ngài đi.

"Khi ấy Phật *Bích-chi* tự nghĩ rằng: 'Nếu để chúng ngu si không biết mà giết hại ta, nghiệp ác đó tất đọa địa ngục chẳng mong ngày thoát. Ta nên hiện thần biến mà thu phục chúng.'

"Nghĩ vậy rồi, liền bay lên hư không, hiện đủ mười tám phép biến hóa. Bọn cướp nhìn thấy như vậy, tinh thần hoảng hốt, kinh sợ, tức thời quỳ xuống lễ bái cầu xin sám hối tội lỗi. Phật *Bích-chi* nhận cho sự sám hối đó rồi, liền cùng nhau thiết lễ trọng thể mà cúng dường Phật *Bích-chi*.

"Nhờ công đức ấy, trong vô số kiếp chẳng còn đọa vào các nẻo dữ địa ngục, súc sanh, ngạ quỷ, trong cõi trời người thường được hưởng nhiều điều khoái lạc, sung sướng, cho đến nay gặp Phật, xuất gia đắc đạo."

Phật lại dạy rằng: "Người đầu đảng của bọn cướp lúc ấy, nay là *tỳ-kheo* Trường Trảo đó."

Các vị *tỳ-kheo* nghe Phật thuyết nhân duyên này xong thảy đều vui mừng tin nhận.

100.

ĐẸP HƠN CON VUA

Lúc ấy, đức Phật đang *ở thành Vương Xá*, nơi tinh xá Trúc Lâm. Bấy giờ có vị phu nhân của vua *Ba-tư-nặc* thọ thai, sanh được một người con trai dung mạo xinh đẹp hơn người, cặp mắt sáng đẹp như mắt chim *câu-na-la*. Nhân đó, vua đặt tên là *Câu-na-la*.[1]

---

[1] Tiếng Phạn là **Kunāla**.

Vua hài lòng với dung nhan hoàng tử lắm, truyền cho trang sức bằng những loại trân bảo, y phục quý giá, sai người theo bảo vệ, đi hỏi khắp các nơi trong nước rằng: "Thế gian này có đứa trẻ nào xinh đẹp hơn thế này nữa chăng?"

Bấy giờ có người thương khách đi buôn xa, nghe được lời ấy liền tâu lên rằng: "Xin đại vương đừng giận dữ, cũng đừng bắt tội nô tài này thì tôi mới dám nói lời thật." Vua liền đáp: "Ông cứ nói ra, đừng sợ. Ta hứa không bắt tội."

Người khách buôn ấy liền nói: "Nơi chỗ thôn tôi ở, có một đứa trẻ tên là *Tôn-đà-ly*,[1] dung mạo xinh đẹp, thù thắng, so với hoàng tử đây vượt trội hơn nhiều. Hơn thế nữa, khi đứa trẻ ấy sanh ra, trong nhà tự nhiên hóa hiện một dòng suối mát, lại thêm các thứ trân bảo quý giá cũng đồng thời hiện đến."

Vua nghe lấy làm lạ, liền sai sứ đến ngay nơi ấy, ban lệnh vua rằng: "Ta sẽ thân hành đến đó xem mặt đứa trẻ *Tôn-đà-ly*."

Người trong thôn nghe lệnh vua như vậy, bàn với nhau rằng: "Vua muốn đến đây, chỉ để xem mặt *Tôn-đà-ly*. Sao bằng ta tự đưa trẻ đến cho vua xem?" Nghĩ như vậy rồi, liền phục sức nghiêm trang cho *Tôn-đà-ly*, cho đeo vào các món trân châu, anh lạc, rồi cùng nhau đưa đến chỗ vua.

Vua nhìn thấy *Tôn-đà-ly*, cũng nhận là xinh đẹp hơn nhiều, lấy làm quái lạ, khen là chưa từng có, liền đưa đứa trẻ ấy cùng đi đến chỗ Phật, ý muốn thưa hỏi nhân duyên được thân thể tốt đẹp của *Tôn-đà-ly*.

Khi đến chỗ Phật, *Tôn-đà-ly* nhìn thấy đức Thế Tôn với ba mươi hai tướng tốt, tám mươi vẻ đẹp, hào quang chiếu sáng quanh thân, oai nghi rực rỡ thù thắng vô cùng, liền sanh tâm hoan hỷ, chí thành lễ bái rồi đứng sang một bên. Phật liền thuyết pháp Tứ diệu đế cho nghe. Tâm ý được khai

---

[1] Tiếng Phạn là Sundara, nghĩa là tốt đẹp.

mở liền chứng quả *Tu-đà-hoàn*, lạy Phật cầu xin xuất gia. Phật nói: "Lành thay đó, *tỳ-kheo!*" Tức thì, râu tóc tự nhiên rụng sạch, áo *cà-sa* hiện ra nơi thân, thành một vị *tỳ-kheo* oai nghi đầy đủ. Nhờ chuyên cần tu tập, chẳng bao lâu đắc *quả A-la-hán*.

Vua *Ba-tư-nặc* thấy việc như vậy, liền thưa hỏi Phật rằng: "Bạch Thế Tôn! Chẳng hay *Tôn-đà-ly* đây trước đã tạo những nhân lành như thế nào, mà nay sanh ra tự nhiên có suối nước trong xuất hiện trong nhà, lại thêm các thứ trân bảo quý giá đồng thời hiện đến, lại đến nay gặp Phật, xuất gia đắc đạo?"

Phật bảo vua *Ba-tư-nặc* và các vị *tỳ-kheo*: "Các ông hãy chú tâm lắng nghe, ta sẽ vì các ông mà phân biệt giảng nói.

"Giữa Hiền kiếp này, xứ *Ba-la-nại* có Phật ra đời hiệu là *Ca-diếp*. Khi ấy có mười tám ngàn vị tỳ kheo cùng vào chốn rừng sâu mà tu tập thiền định.

"Có vị trưởng giả tình cờ đi đường gặp được, sanh tâm hoan hỷ, liền quay trở về nhà chuẩn bị nấu nước thơm cho chư vị *tỳ-kheo* tắm gội, lại bày biện các món ăn ngon quý, tinh sạch, cùng các thứ phẩm vật hương hoa, rồi thỉnh chư *tỳ-kheo* tăng đến thọ nhận cúng dường. Cúng dường các món ăn xong, lại còn dùng chậu nước quý bằng trân bảo mà dâng cho tăng chúng nữa.

"Nhờ công đức ấy, trải qua vô số kiếp chẳng đọa vào các nẻo dữ, trong cõi trời người thường được sanh ra cùng với suối nước mát và các thứ trân bảo quý giá.

Phật lại dạy rằng: "Vị trưởng giả cúng dường chư tăng ngày trước, nay chính là *Tôn-đà-ly* đó."

Các vị tỳ-kheo nghe Phật thuyết nhân duyên này xong thảy đều vui mừng tin nhận.

MỤC LỤC

- LỜI NÓI ĐẦU 5
- PHẨM THỨ NHẤT 7
- BỒ TÁT ĐƯỢC THỌ KÝ 7
- THỈNH PHẬT TỪ PHƯƠNG XA 7
- NGƯỜI CON DÂU KÍNH PHẬT 12
- ĐỨA CON LƯỜI BIẾNG 14
- NGƯỜI KHÁCH THƯƠNG 17
- NGƯỜI THỢ DỆT 20
- NGƯỜI BỆNH NẶNG 22
- MỘT CÀNH HOA 24
- MỘT HỘI THỀ 26
- PHẬT ĐỘ HAI VUA XUẤT GIA 29
- TRƯỞNG GIẢ LÀM VUA BẢY NGÀY 32
- PHẨM THỨ HAI 36
- CÚNG DƯỜNG ĐƯỢC THỌ BÁO 36
- NHỮNG NGƯỜI THUYỀN CHÀI 36
- VUA QUÁN ĐẢNH THỈNH PHẬT 38
- VUA PHÁP HỘ TẮM PHẬT 40
- PHẬT TRỪ DỊCH BỆNH 43
- THIÊN ĐẾ CÚNG PHẬT 45
- PHẬT HÓA HÌNH ĐẾ THÍCH 48
- CÚNG DƯỜNG ÂM NHẠC 51
- NGƯỜI TỬ TỘI CẦU XUẤT GIA 55
- VUA TẦN-BÀ-SA-LA THỈNH PHẬT 57
- ĐẾ-THÍCH HIỆN THẦN BIẾN 59
- PHẨM THỨ BA 62
- THỌ KÝ THÀNH PHẬT BÍCH-CHI 62
- VƯƠNG TỬ SANH TỪ HOA SEN 62
- EM BÉ CÚNG HOA 66
- CÚNG DƯỜNG TRÂN BẢO 67
- CHÚ NGUYỆN CỨU ĐƯỢC NGƯỜI 69
- TRƯỞNG GIẢ CÚNG PHẬT 71

- QUA SÔNG ĐỘ NGƯỜI 73
- NGƯỜI HẦU GÁI CÚNG PHẬT 75
- NGƯỜI NGHÈO CÚNG PHẬT 77
- TRƯỞNG GIẢ CÚNG DƯỜNG
  ÂM NHẠC 79
- NHẬN LÃNH TAM QUY 80
- PHẨM THỨ TƯ 83
- BỒ TÁT NHẬP THẾ 83
- VUA LIÊN HOA
  NGUYỆN HÓA LÀM CÁ 83
- VUA PHẠM-DỰ BỐ THÍ 86
- VUA THI-TỲ KHOÉT MẮT BỐ THÍ 89
- VUA THIỆN DIỆN XẢ THÂN
  CẦU PHÁP 92
- THÁI TỬ CẦU PHÁP 95
- NGƯỜI CẢN ĐƯỜNG PHẬT 100
- PHẬT ĐỘ TU-BẠT-ĐÀ 101
- THỎ THIÊU THÂN CÚNG DƯỜNG 104
- NGƯỜI MẸ GIẾT CON 106
- TÊN CƯỚP LÂU-ĐÀ 108
- PHẨM THỨ NĂM 110
- LÀM ÁC ĐỌA NGẠ QUỶ 110
- PHÚ-NA-KỲ ĐỌA NGẠ QUỶ 110
- THAM LAM ĐỌA NGẠ QUỶ 112
- LOÀI QUỶ KHÁT NƯỚC 114
- PHẨN DƠ TRONG BÁT 115
- NĂM TRĂM NGẠ QUỈ 117
- BÀ MẸ BỒN SEN 120
- NGẠ QUỶ MÙ 124
- XUẤT GIA CHẲNG BỎ LÒNG THAM 126
- NGẠ QUỶ ĂN THỊT CON 128
- NGƯỜI XẤU NHƯ QUỶ 130
- PHẨM THỨ SÁU 135
- CHƯ THIÊN CÚNG DƯỜNG 135
- HÓA THÂN LÀM RẮN ĐỘC 135

- ✦ CẬU BÉ ĐƯỢC SINH LÊN CÕI TRỜI 138
- ✦ HÁI HOA CÚNG PHẬT 141
- ✦ LIỀU MÌNH QUÉT THÁP PHẬT 144
- ✦ CÔ GÁI NGHÈO CÚNG PHẬT 147
- ✦ CHIM KÉT THỈNH PHẬT 150
- ✦ SỨ GIẢ THỈNH PHẬT 152
- ✦ PHẬT ĐỘ TRÂU NƯỚC HUNG DỮ 155
- ✦ ĐÔI BẠN ĐỒNG TU 158
- ✦ THIÊN NGA NGHE PHÁP 164
- ✦ PHẨM THỨ BẢY 166
- ✦ CHƯ PHẬT RA ĐỜI 166
- ✦ THÂN HIỆN SẮC VÀNG 166
- ✦ MÙI THƠM NƠI THÂN 168
- ✦ TỰ CÓ OAI ĐỨC 170
- ✦ SỨC MẠNH TỰ NHIÊN 172
- ✦ ĐƯỢC NGƯỜI YÊU MẾN 173
- ✦ LỌNG QUÝ CHE TRÊN ĐẦU 175
- ✦ TIẾNG NÓI ÊM DỊU 177
- ✦ MỘT BỌC TRĂM CON 178
- ✦ HẠT CHÂU TRÊN ĐỈNH ĐẦU 180
- ✦ TRANG NGHIÊM THÁP PHẬT 182
- ✦ PHẨM THỨ TÁM 185
- ✦ CÁC VỊ TỲ-KHEO NI 185
- ✦ ÁNH SÁNG KHI RA ĐỜI 185
- ✦ NGƯỜI LUÔN NO ĐỦ 186
- ✦ ÁO TRẮNG TỰ NHIÊN SINH 189
- ✦ CÓ TÀI HÙNG BIỆN 191
- ✦ VŨ NỮ XIN XUẤT GIA 193
- ✦ SINH RA CÓ ÁO CÀ-SA 196
- ✦ VÒNG NGỌC QUANH TRÁN 198
- ✦ HAI VUA GIẢNG HÒA 200
- ✦ CÔNG CHÚA XẤU XÍ 204
- ✦ PHẨM THỨ CHÍN 209
- ✦ CÁC VỊ THANH VĂN 209
- ✦ TÊN TRỘM XUẤT GIA 209

- NHỮNG NGƯỜI ĐI BIỂN 212
- ÁO HOA CHE THÂN 215
- BÀN TAY VÀNG 217
- TỲ-KHEO TAM TẠNG 219
- DA-XOA-MẬT-ĐA 221
- VỊ TỲ-KHEO HÓA SANH 224
- CHÚNG BẢO TRANG NGHIÊM 226
- ÔNG VUA HIẾU CHIẾN 228
- ÔNG HOÀNG XUẤT GIA 232
- THÁI TỬ XUẤT GIA 236
- PHẨM THỨ MƯỜI 239
- CÁC NHÂN DUYÊN KHÁC 239
- PHẬT ĐỘ NGƯỜI HUNG ÁC 239
- MANG THAI SÁU MƯƠI NĂM 242
- NGƯỜI KHÔNG CÓ TAY 244
- ĐÓI KHỔ SUỐT ĐỜI 246
- SANH TỬ KHỔ THAY! 250
- THÂN THỂ ĐẦY UNG NHỌT 252
- NGƯỜI XẤU XÍ 254
- NGƯỜI KHÔNG THỂ CHẾT 257
- HAI CẬU CHÁU 261
- ĐẸP HƠN CON VUA 266

Lời thưa

Trong kinh Pháp Cú, đức Phật dạy rằng: "Pháp thí thắng mọi thí." Thực hành Pháp thí là chia sẻ, truyền rộng lời Phật dạy đến với mọi người. Mỗi người Phật tử đều có thể tùy theo khả năng để thực hành Pháp thí bằng những cách thức như sau:

1. Cố gắng học hiểu và thực hành những lời Phật dạy. Tự mình học hiểu càng sâu rộng thì việc chia sẻ, bố thí Pháp càng có hiệu quả lớn lao hơn. Nên nhớ rằng **việc đọc sách còn quan trọng hơn cả việc mua sách.**

2. Phải trân quý kinh điển, sách vở in ấn lời Phật dạy. Khi có điều kiện thì mua, thỉnh về nhà để tự mình và người trong gia đình đều có điều kiện học hỏi làm theo. Không nên giữ làm của riêng mà phải sẵn lòng chia sẻ, truyền rộng, khuyến khích nhiều người khác cùng đọc và học theo. Không nên để kinh sách nằm yên đóng bụi trên kệ sách, vì **kinh sách không có người đọc thì không thể mang lại lợi ích.**

3. Tùy theo khả năng mà đóng góp tài vật, công sức để hỗ trợ cho những người làm công việc biên soạn, dịch thuật, in ấn, lưu hành kinh sách, **để ngày càng có thêm nhiều kinh sách quý được in ấn, lưu hành.**

Thông thường, việc chi tiêu một số tiền nhỏ không thể mang lại lợi ích lớn, nhưng nếu sử dụng vào việc giúp lưu hành kinh sách thì lợi ích sẽ lớn lao không thể suy lường. Đó là vì đã giúp cho nhiều người có thể hiểu và làm theo lời Phật dạy. Mong sao quý Phật tử khắp nơi đều lưu tâm đóng góp sức mình vào những việc như trên.

TINH YẾU THỰC HÀNH PHÁP THÍ

- Mua thỉnh kinh sách về đọc, tự mình sẽ được rất nhiều lợi ích.

- Chia sẻ, truyền rộng bằng cách cho mượn, biếu tặng kinh sách đến nhiều người thì lợi ích ấy càng tăng thêm gấp nhiều lần.

- Đóng góp công sức, tài vật để hỗ trợ công việc biên soạn, dịch thuật, giảng giải, in ấn, lưu hành kinh sách thì công đức lớn lao không thể suy lường, vì có vô số người sẽ được lợi ích từ việc lưu hành kinh sách.

www.ingramcontent.com/pod-product-compliance
Ingram Content Group UK Ltd.
Pitfield, Milton Keynes, MK11 3LW, UK
UKHW022228230426
12048UKWH00016BA/1138